കെ ആർ ഗൗരിയമ്മ

കേരള രാഷ്ട്രീയത്തിലെ സ്ത്രീമുദ്ര

K R Gouriamma
Keralarashtreeyathile Sthreemudra
Biography

Adv. M G Meenambika

CHINTHA PUBLISHERS
Thiruvananthapuram

First Edition
December 2024

Published
Chintha Publishers, Thiruvananthapuram

Typesetting
Star Communications, Thiruvananthapuram

Printed at
Akshara Offset, Thiruvananthapuram

Cover Design
Vinod Mangoes

ISBN : 978-93-48009-36-4

CO - 3574 / 7264

₹ 270

Email: chinthapublishers@gmail. com
Website: www. chinthapublishers. com

A version is available at National Libraries
Kolkata, Mumbai, Chennai and Delhi

Distribution
DESHABHIMANI BOOKHOUSE
H O Thiruvananthapuram 695035

Branch
Head Office Kunnukuzhi • Statue Thiruvananthapuram
Saphalyam Complex Thiruvananthapuram
Machingal Lane Thrissur • IG Road Kozhikode
Mavoor Road Kozhikode • NGO Union Building Kannur
Central Bus Terminal Complex Thavakkara Kannur

കെ ആർ ഗൗരിയമ്മ

കേരള രാഷ്ട്രീയത്തിലെ സ്ത്രീമുദ്ര

അഡ്വ. എം ജി മീനാംബിക

ചിന്ത പബ്ലിഷേഴ്സ്
തിരുവനന്തപുരം-695 035
വില : ₹ 270

അഡ്വ. എം ജി മീനാംബിക

പി ഗംഗാധരൻപിള്ളയുടെയും ഭാരതിഅമ്മയുടെയും മകളായി തിരുവനന്തപുരം ജില്ലയിലെ നെടുമങ്ങാട് താലൂക്കിൽ മിതൃമലയിൽ ജനനം. മിതൃമല ഗേൾസ് ഹയർ സെക്കന്ററി സ്കൂളിൽനിന്നും സ്കൂൾ വിദ്യാഭ്യാസം പൂർത്തിയാക്കി. ചെമ്പഴന്തി എസ് എൻ കോളേജ്, നിലമേൽ എൻ എസ് എസ് കോളേജ്, പന്തളം എൻ എസ് എസ് ട്രെയിനിങ് കോളേജ്, കേരള ലോ അക്കാദമി ലോ കോളേജ് എന്നിവിടങ്ങളിൽനിന്നും ഉന്നത വിദ്യാഭ്യാസം പൂർത്തിയാക്കി.

1995 മുതൽ 2000 വരെ തിരുവനന്തപുരം ജില്ലയിലെ കല്ലറ ഗ്രാമപഞ്ചായത്തിന്റെ പ്രസിഡന്റ്. നിലവിൽ വഞ്ചിയൂർ കോടതിയിൽ അഭിഭാഷകയായി പ്രാക്ടീസ് ചെയ്യുന്നു. സി പി ഐ (എം)ന്റെ തിരുവനന്തപുരം ജില്ലാകമ്മിറ്റി അംഗമായും ജനാധിപത്യ മഹിള അസോസിയേഷൻ അഖിലേന്ത്യാ എക്സിക്യൂട്ടീവ് കമ്മിറ്റി അംഗമായും പ്രവർത്തിച്ചു വരുന്നു.

നവോത്ഥാന വഴിയിലെ പെൺമുഖങ്ങൾ പ്രസിദ്ധീകൃതമായ ആദ്യ കൃതി.

ഭർത്താവ് : സി വിജയൻ നായർ
മക്കൾ : അരവിന്ദ് വിജയൻ
നന്ദന വിജയൻ

വിലാസം : ടി സി 1557/1, 'നന്ദനം'
ഗ്രീൻവാലി ഇ ലെയിൻ-1
നാലാഞ്ചിറ പി ഒ
തിരുവനന്തപുരം 695015

ഉള്ളടക്കം

പ്രസാധകക്കുറിപ്പ്

കേരളീയ ഫ്യൂഡൽ സമൂഹം എല്ലാ പിന്തിരിപ്പൻ മൂല്യങ്ങളുടെയും കൊടുമുടിയിൽ ആണ്ടുമുഴുകിയിരുന്ന ഇരുപതാം നൂറ്റാണ്ടിന്റെ ആദ്യദശകങ്ങളിലാണ് ഗൗരിയമ്മ തന്റെ ജീവിതം ആരംഭിക്കുന്നത്. തികഞ്ഞ ജന്മി പശ്ചാത്തലത്തിൽ വളരുകയും അന്നത്തെ കാലത്ത് ലഭ്യമായ ഏറ്റവും മികച്ച വിദ്യാലയങ്ങളിൽ പഠിക്കാനവസരം ലഭിക്കുകയും ചെയ്തിട്ടും എല്ലാ ജീവിത സൗഭാഗ്യങ്ങളോടും വിടപറഞ്ഞ്, 1946 ൽ പി കൃഷ്ണപിള്ളയിൽനിന്നും കമ്യൂണിസ്റ്റ് പാർട്ടി അംഗത്വം സ്വീകരിച്ച്, പട്ടിണിപ്പാവങ്ങൾക്കുവേണ്ടി ജീവിതം ഉഴിഞ്ഞു വെക്കാനാണ് ഗൗരിയമ്മ തുനിഞ്ഞത്. ഒരു ശതകത്തിലേറെ നീണ്ട ഇതിഹാസ തുല്യമായ ആ ജീവിതത്തെ അമ്പരപ്പോടു കൂടിയേ നമുക്ക് നോക്കികാണാനാവൂ. ചൂഷണ മുക്തമായ ഒരു ലോകത്തെ സ്വപ്നം കണ്ടുകൊണ്ട്, കമ്യൂണിസ്റ്റ് പ്രസ്ഥാനത്തെ കെട്ടിപ്പടുക്കാനായി സ്വജീവിതം സമർപ്പിച്ച നിസ്വാർത്ഥരായ രാഷ്ട്രീയ മനീഷികളുടെ ശ്രേണിയിലേക്ക് കടന്നുചെന്ന ധീര വനിതയായിരുന്നു ഗൗരിയമ്മ. സ്ത്രീ ശാക്തീകരണമെന്ന അജൻഡ കേട്ടുകേൾവി പോലുമില്ലാതിരുന്ന ഒരു സമൂഹത്തിലാണ് ഒരു വനിത കേരളത്തിലെ ഏറ്റവും ശക്തമായ രാഷ്ട്രീയ പ്രസ്ഥാനത്തിന്റെ നേതൃനിരയിലേക്ക് ഉയർന്നത്. സമത്വമെന്ന ആശയം സ്വാംശീകരിച്ച കമ്യൂണിസ്റ്റ് പ്രസ്ഥാനത്തിന് മാത്രമേ ഒരുപക്ഷേ, അത്തരമൊരു പോരാളിയെ ഉൾക്കൊള്ളാനാവുമായിരുന്നുള്ളൂ.

കേരളരാഷ്ട്രീയം കണ്ട ഏറ്റവും തലയെടുപ്പുള്ള ആ വ്യക്തിത്വത്തെ മനസ്സിലാക്കാനുള്ള എളിയ പരിശ്രമമമാണ് ഈ പുസ്തകം. ഗൗരിയമ്മയുടെ ജീവിതകഥ പറയുന്നതിനൊപ്പം, കേരളീയ സമൂഹത്തെ മാറ്റിമറിച്ച കാർഷികബന്ധ ബില്ലടക്കമുള്ള വിപ്ലവകരമായ നയങ്ങളുമായി ബന്ധപ്പെട്ട് നിയമസഭയിൽ ഗൗരിയമ്മ നടത്തിയ പ്രസംഗങ്ങളും ഇതിനൊപ്പം ചേർത്തിട്ടുണ്ട്. ഏതൊരു രാഷ്ട്രീയ വിദ്യാർത്ഥിക്കും ഏറെ ഉപകാരപ്രദമായിരിക്കും ഈ പുസ്തകം എന്ന് ഞങ്ങൾക്കുറപ്പുണ്ട്.

ചിന്ത പബ്ലിഷേഴ്സ്

ആമുഖം

കേരളരാഷ്ട്രീയത്തിൽ തന്റേതായ വ്യക്തിമുദ്ര പതിപ്പിച്ചവർ നിരവധിയാണ്. എന്നാൽ, ഗൗരിയമ്മയുടെ സ്ഥാനം ഒരുപക്ഷേ, അതിനേക്കാളൊക്കെ ഉയരത്തിൽ ആയിരിക്കും. ഇങ്ങനെ പറയാൻ നിരവധി കാര്യകാരണങ്ങളുണ്ട്. അവയെല്ലാം ഓരോന്നോരോന്നായി പറയാനുള്ള ആഗ്രഹത്തിൽനിന്നുമാണ് ഈ പുസ്തകത്തിന്റെ പിറവിപോലും സാധ്യമായിരിക്കുന്നത്. ഒറ്റവാചകത്തിലോ തലക്കെട്ടിലോ ഒതുക്കാവുന്ന വ്യക്തിയല്ല കെ ആർ ഗൗരിയമ്മ. അവരെപ്പറ്റി പറയുമ്പോൾ അതിൽ ഉൾപ്പെടുന്ന ഘടകങ്ങളും എണ്ണമറ്റതാണ്. ആലപ്പുഴയുടെ ചരിത്രം, അതിലൂടെ അക്കാലത്തെ കേരളത്തിന്റെ സ്ഥിതിഗതികൾ, ജന്മി-കുടിയാൻ വ്യവസ്ഥിതി, അവിടേക്ക് ആദ്യമായി രാഷ്ട്രീയം കടന്നുവരുന്നത്, അതിന്റെ പേരിൽ അക്കാലത്തുണ്ടായ (കേരളത്തിൽ) കലാപങ്ങളും ലഹളകളും, കമ്യൂണിസത്തിന്റെ ജനനം, വളർച്ച, പിളർപ്പ്, ആദ്യ ഇ എം എസ് മന്ത്രിസഭയുടെ വിവരങ്ങൾ തുടങ്ങി 2021 വരെ നീളുന്ന ഒരു ചരിത്രസാക്ഷിയാണ് ഗൗരിയമ്മ.

ഇതുകൂടാതെ ഒരു സ്ത്രീ എന്ന നിലയിൽ ചിന്തിച്ചാൽ ഒരു നൂറ്റാണ്ടിന്റെ സ്ത്രീചരിത്രംകൂടിയാണ് ഗൗരിയമ്മ. പൊതുപ്രവർത്തനരംഗത്തേക്കുവരാൻ പുരുഷന്മാർപോലും മടിച്ചിരുന്ന കാലഘട്ടത്തിൽ തുടങ്ങി മരണംവരെയും അവർ തുടർന്നുപോന്ന പോരാട്ടവീര്യവും ഇച്ഛാശക്തിയും പെൺകുട്ടികൾക്കും വരുംകാലത്തിനും നൽകുന്ന മോട്ടിവേഷൻ ചെറുതല്ല. എന്നാൽ, പലപ്പോഴും മനസ്സിൽ ഉയർന്നുവന്ന ചോദ്യമാണ് ആദ്യ വനിതാമന്ത്രിയെന്ന നിലയിൽ, ഈഴവസമുദായത്തിൽനിന്നും ബി എൽ പാസായ ആദ്യ വനിതയെന്ന നിലയിൽ, മുതിർന്ന സ്ത്രീ പൊതുപ്ര

വർത്തക എന്നനിലയിൽ ഗൗരിയമ്മയ്ക്ക് ഇതിനേക്കാൾ അംഗീകാരം ലഭിക്കേണ്ടതായിരുന്നില്ലേ എന്ന്. അറിയുന്തോറും ആഴമേറുന്ന കടൽപോലെയാണ് കെ ആർ ഗൗരിയമ്മ. അറിഞ്ഞറിഞ്ഞു ചെല്ലുമ്പോൾ ഇതിനേക്കാളേറെ അവർ പലതും അർഹിച്ചിരുന്നു എന്ന് നിസ്സംശയം പറയേണ്ടിവരും. വരുംതലമുറയ്ക്കും പൊതുപ്രവർത്തകർക്കും സാധാരണക്കാർക്കും എല്ലാം ഒരു വഴിവിളക്കായി പ്രകാശിക്കാൻതക്ക ഊർജ്ജം അവരുടെ ജീവിതത്തിനും വിപ്ലവവീര്യത്തിനുമുണ്ട്. യുവതലമുറയ്ക്ക് പ്രത്യേകിച്ചും സ്ത്രീകൾക്കു കരുത്തേകാൻ പാകത്തിനുള്ള അനുഭവസമ്പത്ത് ആവോളമുണ്ട് അവരുടെ ഓരോ വാക്കിലും പ്രവൃത്തിയിലും. അത് അക്ഷരങ്ങളായി നിരത്തുകമാത്രമാണ് ഈ പുസ്തകരചനയിലൂടെ ഞാൻ ചെയ്യുന്നത്. ഈ പുസ്തകത്തിൽ പ്രൗഢമായ ഒരു അവതാരിക എഴുതി നൽകുകയും നല്ല വാക്കുകളാൽ ആശംസ നേരുകയും ചെയ്ത സർവ്വാദരണീയയായ സഖാവ് ശൈലജ ടീച്ചറോടുള്ള നന്ദിയും കടപ്പാടും വളരെ വലുതാണ്.

പുസ്തകത്തിന്റെ ആദ്യ ഡ്രാഫ്റ്റ് പൂർത്തിയായശേഷം അത് വായിച്ചുനോക്കി കൂട്ടിച്ചേർക്കലുകളും അപാകതകളും ചൂണ്ടിക്കാട്ടി പുസ്തകത്തിന്റെ ഉള്ളടക്കത്തെ കൂടുതൽ പുഷ്ടിപ്പെടുത്തുന്നതിന് എന്നെ ഏറെ സഹായിച്ചത് *ചിന്ത പബ്ലിഷേഴ്സിന്റെ* എഡിറ്റർ രഞ്ജിത്താണ്. അദ്ദേഹത്തോടുമുള്ള കടപ്പാട് രേഖപ്പെടുത്തുന്നു.

ദൈനംദിനം ഉള്ള സംഘടനാ പ്രവർത്തനങ്ങൾക്കിടയിലും ഈ പുസ്തകം രചിക്കുന്നതിന് എന്റെ കുടുംബത്തിൽനിന്നും ലഭിച്ച പിന്തുണ വളരെ വലുതാണ്. പുസ്തകത്തിന്റെ രൂപകല്പന, ഡി റ്റി പി എന്നിവ ചെയ്തുതന്ന *ചിന്ത പബ്ലിഷേഴ്സിലെ* ഗിരീഷിനോടുള്ള കടപ്പാട് വലുതാണ്. വിവരശേഖരണത്തിന്റെ ഭാഗമായി പഴയ പത്രമാസികകളും പുസ്തകങ്ങളും പരിശോധിക്കുന്നതിന് എല്ലാവിധ സൗകര്യങ്ങളും ഒരുക്കിത്തന്ന എ കെ ജി പഠന ഗവേഷണകേന്ദ്രത്തിലെ രാജഗോപാൽ, എ കെ ജി സെന്റർ ലൈബ്രറിയിലെ അശ്വതി, ഓമന, ഗിരിജ എന്നിവരോടുള്ള നന്ദി രേഖപ്പെടുത്തുന്നു.

കാലത്തിനും ദേശത്തിനുമപ്പുറം സ്ത്രീ-പുരുഷ ലിംഗഭേദങ്ങൾക്കും മുകളിൽ പൊതുപ്രവർത്തനവും ജനസേവനവും ശ്വാസമായി കരുതുന്ന ഏതൊരാൾക്കും ആത്മവിശ്വാസവും കാര്യശേഷിയും പ്രദാനം ചെയ്യാൻ ഗൗരിയമ്മ എന്ന വ്യക്തിത്വത്തിനു കഴിയും എന്നാണ് എന്റെ വിശ്വാസം. ആ വിശ്വാസത്തോടെ ഈ പുസ്തകം വായനക്കാർക്കായി സമർപ്പിക്കുന്നു.

അഡ്വ. എം ജി മീനാംബിക

അവതാരിക

ധീരതയുടെയും ആത്മവിശ്വാസത്തിന്റെയും പ്രതീകം

കെ കെ ശൈലജ ടീച്ചർ

കരുത്തിന്റെ പ്രതീകമായ സഖാവ് കെ ആർ ഗൗരിയമ്മയെ പുതുതലമുറയ്ക്ക് പരിചയപ്പെടുത്താനുള്ള അഡ്വ. എം ജി മീനാംബികയുടെ ശ്രമത്തിന് പ്രത്യേക അഭിനന്ദനങ്ങൾ. കേരളത്തിലെ ഓരോ രാഷ്ട്രീയ വിദ്യാർത്ഥിയും ശ്രദ്ധയോടുകൂടി പരിചയപ്പെടേണ്ട ജീവിതാനുഭവങ്ങളാണ് സഖാവ് ഗൗരിയമ്മയുടേത്. സംഭവബഹുലവും ശക്തവുമായ ആ അനുഭവങ്ങളെ ലളിതമായ ഭാഷയിൽ വിശദീകരിക്കുക ഏറെ പ്രയാസകരമാണെങ്കിലും സാധാരണക്കാർക്ക് മനസ്സിലാകുന്ന ഭാഷയിൽ കൗതുകത്തോടെ പ്രതിപാദിക്കാൻ മീനാംബിക ശ്രമിച്ചിട്ടുണ്ട്. "ജീവനുള്ളിടത്തോളംകാലം താൻ സ്ത്രീകളുടെ വിമോചനത്തിനായി ശബ്ദമുയർത്തും" എന്നതാണ് ഈ ലോകത്തോട് വിട പറയുന്നതുവരെ സഖാവ് ഗൗരിയമ്മ പറഞ്ഞുകൊണ്ടിരുന്നത്. അധികമാർക്കും പ്രാപ്തമാക്കാൻ കഴിയാത്ത സാമൂഹ്യ-രാഷ്ട്രീയ ഇടപെടലുകൾ നടത്തിക്കൊണ്ടാണ് ഗൗരിയമ്മ യാത്രയാകുന്നത്. ഏറെ ആരാധനയോടെയും ബഹുമാനത്തോടെയുമാണ് ഗൗരിയമ്മയെ കേരളീയ സമൂഹം ഹൃദയത്തിലേറ്റിയത്. തനിക്ക് ശരിയെന്ന് തോന്നുന്ന അഭിപ്രായങ്ങൾ നിർഭയം തുറന്നുപറയുന്നതിനും തന്റേതായിട്ടുള്ള പാത ജീവിതത്തിൽ വെട്ടിപ്പിടിക്കുന്നതിനും ചെറുപ്പകാലംമുതൽ കെ ആർ ഗൗരി എന്ന ഗൗരിയമ്മ ശ്രമിച്ചിരുന്നു. കമ്യൂണിസ്റ്റ് പാർട്ടിയുടെ അനിഷേധ്യ നേതാവായും ആറു തവണ കേരള നിയമസഭയിലേക്ക് തിരഞ്ഞെടുക്കപ്പെട്ട മന്ത്രിയായും പ്രവർത്തിക്കാൻ അവർക്ക് അവസരം ലഭിച്ചു. ഓരോ തവണയും വ്യത്യസ്തങ്ങളായ വകുപ്പുകൾ താൻ കൈകാര്യം ചെയ്തുകൊണ്ട് ഏത് മേഖലയായാലും അത് കൈകാര്യം ചെയ്യാൻ പ്രാപ്തയാണെന്ന് തെളി

യിക്കാൻ കഴിഞ്ഞു. ഒപ്പം പാർട്ടിയിലും തൊഴിലാളി സംഘടനയുടെ തലപ്പത്തും ആരും ബഹുമാനിക്കുന്ന നേതാവായി തിളങ്ങുന്നതിനും സാധിച്ചു. പ്രസിദ്ധമായ കളത്തിപ്പറമ്പിൽ തറവാട്ടിലാണ് കെ ആർ ഗൗരി ജനിക്കുന്നത്. കളത്തിപ്പറമ്പിൽ രാമന്റെയും പാർവ്വതിയുടെയും 12 മക്കളിൽ ഒരാളായാണ് ഗൗരിയമ്മയുടെ ജനനം. ഏഴാമത്തെ പെൺകുട്ടിയായിരുന്നു ഗൗരിയമ്മ. അന്നത്തെക്കാലത്ത് സമ്പന്നരായ ചില ഈഴവ കുടുംബങ്ങൾ കുടിപ്പള്ളിക്കൂടം സ്ഥാപിച്ചുകൊണ്ട് കുട്ടികൾക്ക് വിദ്യാഭ്യാസം നൽകുന്നതിനുവേണ്ടി ശ്രമിച്ചിരുന്നു. ഗൗരിയമ്മയുടെ അച്ഛൻ സ്ഥാപിച്ച വിദ്യാലയത്തിലാണ് അവർ വിദ്യാഭ്യാസം ആരംഭിക്കുന്നത്. തന്റെ മകളെ കഴിയാവുന്നത്ര ജീവിതത്തിന്റെ ഉയരങ്ങളിലേക്ക് എത്തിക്കണം എന്ന ആഗ്രഹം ആയിരുന്നു പിതാവിന്. ഗൗരി സമർത്ഥയായ കുട്ടിയായിരുന്നു. നന്നായി പഠിച്ച് ബിരുദ പഠനവും അതിനുശേഷം നിയമ വിദ്യാഭ്യാസവും നേടാൻ അവർക്ക് കഴിഞ്ഞു. ഗൗരിയുടെ ജനനവും വിദ്യാഭ്യാസവും എല്ലാം ആകർഷകമായി ഈ പുസ്തകത്തിൽ പ്രതിപാദിച്ചിട്ടുണ്ട്. മഹാരാജാസ് കോളേജിലെ വിദ്യാഭ്യാസത്തിനിടയിലാണ് കെ ആർ ഗൗരിയമ്മ രാഷ്ട്രീയരംഗത്തേക്ക് സജീവമായി കടന്നുവരുന്നത് എങ്കിലും വീടിന്റെ പശ്ചാത്തലം തന്നെയാണ് അവരെ ഒരു നല്ല രാഷ്ട്രീയക്കാരിയാക്കി മാറ്റിയത്. സമുന്നതരായ പല സാംസ്കാരിക നായകന്മാരുടെയും ചർച്ചാവേദിയായിരുന്നു കളത്തിപ്പറമ്പിൽ രാമന്റെ വീട് എന്നുള്ളത്, കുട്ടിക്കാലത്തുതന്നെ രാഷ്ട്രീയ-സാംസ്കാരിക നായകന്മാരെക്കുറിച്ച് മനസ്സിലാക്കാനും അവരുടെ അഭിപ്രായങ്ങൾ കേട്ട് രാഷ്ട്രീയ ബോധം വളർത്തിയെടുക്കാനും ഗൗരിയെ പ്രാപ്തയാക്കി. സ്ത്രീകളെ മുന്നണിയിലേക്ക് കൊണ്ടുവരുന്നതിൽ തൽപ്പരനായിരുന്നു ഗൗരിയമ്മയുടെ പിതാവ്. അദ്ദേഹം ഒരു മഹിളാ സംഘം രൂപീകരിക്കുകയും തന്റെ ഭാര്യ പാർവ്വതിയെ അതിന്റെ പ്രസിഡന്റായി നിശ്ചയിക്കുകയും ചെയ്തു. ഇതെല്ലാം ഗൗരിയമ്മയുടെ ജീവിതത്തിൽ കുഞ്ഞുനാളിലെ സ്വാധീനം ചെലുത്തിയിട്ടുണ്ട്. വീട്ടിലെ സന്ദർശകരായി ശ്രീനാരായണഗുരു, സി വി കുഞ്ഞിരാമൻ തുടങ്ങിയ പ്രഗത്ഭരായ സാമൂഹ്യ പരിഷ്കർത്താക്കൾ അതിഥികളായെത്തിയിരുന്നു എന്നത് ഗൗരിയമ്മയ്ക്ക് കിട്ടിയ പ്രത്യേക അനുഗ്രഹമായിരുന്നു. അവരുടെയെല്ലാം ആശയങ്ങൾ കേട്ട് വളർന്നുവന്ന ഗൗരിയുടെ മനസ്സിൽ സമഭാവനയും മനുഷ്യസ്നേഹവും തൊഴിലാളി സ്നേഹവും ഉടലെടുക്കുന്നത് സ്വാഭാവികമായ പ്രക്രിയയായിരുന്നു. ഗുരുദേവന്റെ സന്ദേശമാണ് ഗൗരിയമ്മയുടെ പിതാവിന് പള്ളിക്കൂടം സ്ഥാപിക്കുന്നതിനുള്ള പ്രചോദനമായത്. അതോടൊപ്പം പെൺകുട്ടികളെ ഉന്നത വിദ്യാഭ്യാസത്തിനയക്കുക എന്നത് ശീലമല്ലാതിരുന്ന കാലഘട്ടത്തിൽ തന്റെ മകളെ കോളേജിൽ ചേർത്ത് പഠിപ്പിക്കുന്നതിനും നിയമ ബിരുദത്തിനായി പറഞ്ഞയക്കുന്നതിനും ഗൗരിയമ്മയുടെ പിതാവ് തയ്യാറായി.

പിൽക്കാലത്ത് കേരള മന്ത്രിസഭയിൽ മന്ത്രിയായി വിവിധ വകുപ്പുകൾ കൈകാര്യം ചെയ്യുമ്പോൾ ഈ അനുഭവങ്ങൾ അവർക്ക് മുതൽക്കൂട്ടായി മാറിയിട്ടുണ്ട്. നിയമ ബിരുദധാരിയായതിനുശേഷം കേരളത്തിലെ ഭൂവുടമാവ്യവസ്ഥയെക്കുറിച്ച് വ്യക്തമായി പഠിക്കാൻ അവർ തയ്യാറായിരുന്നു. അത്തരം ആഴത്തിലുള്ള പഠനങ്ങൾ കേരള നിയമസഭയിൽ പിൽക്കാലത്ത് ഭൂപരിഷ്കരണ ബിൽ അവതരിപ്പിക്കുന്നതിന് അവരെ നന്നായി സഹായിച്ചിട്ടുണ്ട്. രാഷ്ട്രീയത്തിന്റെ എല്ലാ ഗതിവിഗതികളും ഗൗരിയമ്മയുടെ ജീവിതത്തെ സ്വാധീനിച്ചിട്ടുണ്ട് എന്ന് പറയാം. ഭരണാധികാരിവർഗ്ഗത്തിനെതിരായി നടത്തിയ പോരാട്ടത്തിന്റെ ഭാഗമായി കടുത്ത പീഡനങ്ങൾ സഖാവിന് ഏറ്റുവാങ്ങേണ്ടതായിവന്നു. പുന്നപ്ര-വയലാർ സമരത്തിന്റെ ഭാഗമായുള്ള പൊലീസ് നരനായാട്ടിലും 1948 ൽ സ്വതന്ത്ര ഇന്ത്യയിൽ അധികാരത്തിൽവന്ന കോൺഗ്രസ്, കമ്യൂണിസ്റ്റ് പാർട്ടിയെ അടിച്ചമർത്താൻ നടത്തിയ ശ്രമങ്ങളിലും ഭീകരമായ മർദ്ദനമാണ് ഗൗരിയമ്മയ്ക്ക് ഏറ്റുവാങ്ങേണ്ടിവന്നത്. കേരളത്തിലെ മറ്റൊരു വനിതാ നേതാവിനും ഇത്ര കടുത്ത പൊലീസ് അതിക്രമം നേരിടേണ്ടിവന്നിട്ടുണ്ടാകില്ല. മലയാളികളുടെ മനസ്സിനെ പിൽക്കാലത്ത് ഏറെ വേദനിപ്പിച്ച ഗൗരിയമ്മയുടെ വാചകങ്ങൾ "ലാത്തിക്ക് ഗർഭം ധരിപ്പിക്കാനുള്ള കഴിവുണ്ടായിരുന്നെങ്കിൽ ഞാൻ ലാത്തിക്കുഞ്ഞുങ്ങളെ പ്രസവിക്കുമായിരുന്നു" എന്നത് അവർ ഏറ്റുവാങ്ങിയ പീഡനത്തിന്റെ കാഠിന്യം വ്യക്തമാക്കുന്നു. ഈ പീഡനങ്ങളെയെല്ലാം അതിജീവിച്ച് ഗൗരിയമ്മ നടത്തിയ രാഷ്ട്രീയ പ്രവർത്തനങ്ങളാണ് അവരെ സാമൂഹ്യ ജീവിതത്തിന്റെ ഉന്നത പദവികളിലേക്ക് എത്തിച്ചത്. 1957 ലെ കേരളത്തിലെ ആദ്യത്തെ കമ്യൂണിസ്റ്റ് മന്ത്രിസഭയിൽ അംഗമായ കെ ആർ ഗൗരി പിന്നീട് നിരവധിതവണ അസംബ്ലിയിലേക്ക് തിരഞ്ഞെടുക്കപ്പെടുകയും കേരളത്തിന്റെ മന്ത്രിസഭയിൽ പങ്കാളിയാവുകയും ചെയ്തു. കേരളത്തിലെ നിസ്വരായ മനുഷ്യരെ നിവർന്നുനിൽക്കാൻ സഹായിച്ച അഭിമാനകരമായിട്ടുള്ള കുടിയൊഴിപ്പിക്കൽ റദ്ദ് ചെയ്യുന്ന നിയമം കേരള നിയമസഭയിൽ അവതരിപ്പിക്കാൻ കഴിഞ്ഞു എന്നതുതന്നെ ആ ജീവിതത്തിലെ മഹത്തരമായ ഒരു ഏടായി നമുക്ക് കാണാം. ഇതുകൂടാതെ ആദ്യത്തെ മന്ത്രിസഭയിൽത്തന്നെ ട്രാവൻകൂർ കൊച്ചിൻ ലാൻഡ് ടാക്സ് ആക്ട് (തിരുകൊച്ചി ഭൂനികുതി നിയമം) കേരള ഭൂസംരക്ഷണ നിയമം തുടങ്ങിയ വിപ്ലവകരങ്ങളായ നിയമങ്ങൾ നിയമസഭയിൽ അവതരിപ്പിക്കുവാൻ കഴിഞ്ഞു എന്നതും അഭിമാനകരമായ വസ്തുതയാണ്. ആറുതവണ കേരള നിയമസഭയിൽ മന്ത്രിയായിരുന്ന കെ ആർ ഗൗരിയമ്മ പ്രധാനപ്പെട്ട ഒട്ടേറെ വകുപ്പുകൾ കൈകാര്യം ചെയ്തു. വിജിലൻസ്, വ്യവസായം, ഭക്ഷ്യം, കൃഷി, എക്സൈസ്, സാമൂഹ്യക്ഷേമം, ദേവസ്വം, മൃഗസംരക്ഷണം തുടങ്ങി കൈകാര്യം ചെയ്ത

വകുപ്പുകളിൽ എല്ലാം പുതിയ നിയമങ്ങളും പുതിയ പദ്ധതികളും ആവിഷ്കരിച്ചുകൊണ്ട് തന്റെ വ്യക്തിമുദ്ര പതിപ്പിക്കാൻ അവർക്ക് സാധിച്ചു. ഏറ്റവും ഒടുവിൽ 1991 ലെ വനിതാകമിഷൻ ആക്ട് അടക്കം നിരവധി പ്രധാനപ്പെട്ട നിയമങ്ങളാണ് കേരള നിയമസഭയിൽ അവർ അവതരിപ്പിച്ച് പാസാക്കിയത്. ഗൗരിയമ്മയുടെ നിയമസഭാ പ്രസംഗങ്ങളും ബിൽ പൈലറ്റ് ചെയ്യുന്ന സമയത്ത് നടത്തിയിട്ടുള്ള ചോദ്യോത്തരങ്ങളും നിയമസഭാ രേഖകളിൽനിന്നെടുത്ത് ഈ പുസ്തകത്തിന്റെ ഭാഗമായി മീനാംബിക ചേർത്തിട്ടുണ്ട്. അത് രാഷ്ട്രീയ വിദ്യാർത്ഥികൾക്കും നിയമ സഭാ സാമാജികർക്കും എല്ലാം ഒരുപോലെ അനുഭവജ്ഞാനം പകരുന്ന കാര്യമാണ്.

രാഷ്ട്രീയ ജീവിതത്തോടൊപ്പം ഗൗരിയമ്മയുടെ വ്യക്തിജീവിത ത്തിലെ ആകർഷകമായിട്ടുള്ള സവിശേഷതകളും പുസ്തകത്തിൽ പ്രതിപാദിക്കുന്നുണ്ട്. ഗൗരിയമ്മയുടെ പ്രണയവും വിവാഹവും എല്ലാം അക്കൂട്ടത്തിൽപ്പെടും. ടി വി തോമസുമായുള്ള ഗൗരിയമ്മയുടെ അഗാധ പ്രണയം പുസ്തകത്തിൽ പ്രതിപാദിച്ചിട്ടുണ്ട്. 1964 ൽ കമ്യൂണിസ്റ്റ് പാർട്ടിയിൽ പിളർപ്പ് ഉണ്ടായപ്പോൾ രണ്ടുപേരും രണ്ട് ചേരിയിലാണ് അണിനിരന്നത്. ഗൗരിയമ്മ കമ്യൂണിസ്റ്റ് പാർട്ടി ഓഫ് ഇന്ത്യ (മാർക്സിസ്റ്റ്)ന്റെ കൂടെ നിന്നപ്പോൾ ടി വി തോമസ് സി പി ഐയുടെ കൂടെയാണ് നിലയുറപ്പിച്ചത്. യഥാർത്ഥത്തിൽ അങ്ങനെയൊരു മാറ്റം ഉന്നതരായ വ്യക്തികളുടെ ദാമ്പത്യജീവിതത്തിൽ വിള്ളൽ ഉണ്ടാക്കാൻ പാടില്ലാത്ത തായിരുന്നു. ഓരോരുത്തരുടെയും വ്യക്തിപരമായ അഭിപ്രായങ്ങളെ ബഹുമാനിച്ചുകൊണ്ട് തുടരാൻ സാധിക്കുമായിരുന്നു. പക്ഷേ, എന്തു കൊണ്ട് ഗൗരിയമ്മയുടെയും ടി വിയുടെയും ജീവിതം സുഗമമായി മുന്നോട്ടു കൊണ്ടുപോകാൻ കഴിഞ്ഞില്ല എന്നത് നമ്മെ അലോസരപ്പെടുത്തിയ വസ്തുതയാണ്. പിൽക്കാലത്ത് രണ്ടുപേരും ഇക്കാര്യമോർത്ത് നിരാശ പ്പെട്ടിട്ടുണ്ട് എന്നുള്ളതും നമുക്ക് കാണാൻ കഴിയുന്നു. ടി വി തോമസ് അസുഖബാധിതനായി കിടന്നപ്പോൾ ഗൗരിയമ്മ അദ്ദേഹത്തെ സന്ദർശി ച്ചതും അവരുടെ മനസ്സ് വികാരവായ്പുകൊണ്ട് നിറഞ്ഞതും നാം കണ്ടി ട്ടുള്ളതാണ്. ടി വിയുമായുള്ള ബന്ധം പിരിഞ്ഞെങ്കിലും ഗൗരിയമ്മയുടെ മുറിയിൽ ടി വിയോടൊപ്പമുള്ള ചിത്രങ്ങൾ പ്രദർശിപ്പിച്ചിരുന്നുവെന്നത് അവരുടെ ബന്ധത്തിന്റെ ആഴം സൂചിപ്പിക്കുന്ന കാര്യമാണ്. രാഷ്ട്രീയ രംഗത്ത് സജീവമാവാൻ തുടങ്ങിയ നാൾമുതൽ ഗൗരിയമ്മയെ ആരാധ നയോടെ വീക്ഷിച്ചിരുന്നെങ്കിലും അവരുമായി അടുത്ത് ഇടപഴകാൻ അവസരം ലഭ്യമായത് 1996-2001 ലെ നിയമസഭയിൽ ഞാൻ തിരഞ്ഞെ ടുക്കപ്പെട്ട അവസരത്തിലാണ്. അക്കാലത്ത് ആലപ്പുഴ ജില്ലയിൽനിന്ന് ഗൗരിയമ്മയും നിയമസഭയിലേക്ക് യു ഡി എഫ് പ്രതിനിധിയായി തിര ഞ്ഞെടുക്കപ്പെട്ടിരുന്നു. അന്ന് ഇടതുപക്ഷ ഭരണമാണ് നിലവിൽ വന്നത്

എന്നതിനാൽ ഗൗരിയമ്മ പ്രതിപക്ഷത്തായിരുന്നു. മുൻപ് ചില പാർട്ടി പരിപാടികൾക്ക് വരുമ്പോൾ അകലെനിന്ന് മാത്രം കാണാൻ കഴിഞ്ഞിട്ടുള്ള ഗൗരിയമ്മയെ സ്ഥിരമായി അടുത്ത് കാണാൻ കഴിയുന്നതിൽ എനിക്ക് സന്തോഷം തോന്നി. പുതിയ നിയമസഭാ മന്ദിരത്തിൽ നല്ല തണുപ്പ് അനുഭവപ്പെട്ടതിനാൽ ഒരു വലിയ ഷാൾ ചുറ്റിപ്പുതച്ചായിരുന്നു ഗൗരിയമ്മ അസംബ്ലിയിൽ ഇരുന്നിരുന്നത്.

ഗവൺമെന്റിന് എതിരെ ശക്തമായ വിമർശനം ഉന്നയിക്കുക ഗൗരിയമ്മയ്ക്ക് എപ്പോഴും ഇഷ്ടമുള്ള കാര്യമായിരുന്നു. അൽപ്പം ചിലമ്പിച്ച ശബ്ദത്തിൽ എഴുന്നേറ്റുനിന്ന് ശക്തമായി വലതു കൈയുടെ ചൂണ്ടുവിരൽ ഉയർത്തിക്കൊണ്ട് അവർ ചോദ്യങ്ങൾ ചോദിക്കുകയും ഗവൺമെന്റ് ചെയ്യേണ്ടുന്ന കാര്യങ്ങളെക്കുറിച്ച് നിർദ്ദേശങ്ങൾ പുറപ്പെടുവിക്കുകയും ചെയ്യുന്നത് ഞങ്ങളെല്ലാവരും ശ്രദ്ധയോടെ നോക്കിനിന്നിട്ടുണ്ട്. നിയമസഭാ മന്ദിരത്തിന്റെ ഇടനാഴികളിൽ വച്ചാണ് ചിലപ്പോൾ ഗൗരിയമ്മയെ അടുത്തുകാണാൻ ഇടയായിട്ടുള്ളത്. ഒരുദിവസം എന്നെ അടുത്തേക്ക് "വാ" എന്ന് പറഞ്ഞുകൊണ്ട് വിളിച്ചു. നിയമസഭയിൽ അവരുടെ ചോദ്യങ്ങൾക്ക് തൃപ്തികരമായി ഉത്തരം കിട്ടിയില്ല എന്ന് പറഞ്ഞുകൊണ്ട് "തന്റെ മന്ത്രിമാരോട് വ്യക്തമായി പഠിച്ചു മറുപടി പറയാൻ പറയണം" എന്ന് എന്നോട് പറഞ്ഞു. എനിക്ക് മന്ത്രിമാരോട് എങ്ങനെയാണ് അങ്ങനെ സംസാരിക്കാൻ കഴിയുക എന്ന് ഞാൻ ചോദിച്ചപ്പോൾ, "പറയാനുള്ളത് പറയണം താൻ. ഗൗരിയമ്മ പറഞ്ഞു എന്ന് പറഞ്ഞുകൊള്ളുക" എന്ന് പറഞ്ഞു.

പിന്നീട് ഒരുതവണ ഗൗരിയമ്മയുടെ അടുത്തുനിന്ന് സംസാരിച്ചത് 2016–2021 കാലഘട്ടത്തിൽ ഞാൻ ആരോഗ്യമന്ത്രിയായിരുന്ന കാലത്താണ്. ഗൗരിയമ്മയ്ക്ക് കണ്ണിന് സുഖമില്ലാതെ തിരുവനന്തപുരത്തെ ആശുപത്രിയിൽ അഡ്മിറ്റ് ആയിട്ടുണ്ടെന്നറിഞ്ഞ് ഞാൻ അങ്ങോട്ട് അവരെ സന്ദർശിക്കാൻ പോയി. ആശുപത്രിയിൽ അവരുടെ മുറിയിലേക്ക് കയറുമ്പോൾ എന്റെ മനസ്സിൽ വലിയ ആശങ്കയുണ്ടായിരുന്നു, ഞാൻ ചെയ്യുന്ന ഏതെങ്കിലും പ്രവർത്തനത്തെക്കുറിച്ച് ശക്തമായിട്ടുള്ള വിമർശനം ഉണ്ടാകുമോ? വഴക്കു പറയുമോ? എന്നെല്ലാം ഉള്ള ഉൽക്കണ്ഠയോടുകൂടിയാണ് ഞാൻ മുറിയിലേക്ക് പ്രവേശിച്ചത്. കട്ടിലിൽ എഴുന്നേറ്റിരിക്കുകയായിരുന്നു ഗൗരിയമ്മ. ഞാൻ അടുത്ത് ചെന്നുനിന്ന് "ഞാൻ..." എന്നുപറഞ്ഞ് പരിചയപ്പെടുത്താൻ തുടങ്ങുമ്പോഴേക്കും എന്റെ മുഖത്തുതന്നെ നോക്കിക്കൊണ്ട് ചോദിച്ചു. "ശൈലജയല്ലേ" എന്ന്. 93-ാമത്തെ വയസ്സിലും ഗൗരിയമ്മയുടെ ഓർമ്മശക്തിയെക്കുറിച്ച് ചിന്തിച്ചപ്പോൾ എനിക്ക് അത്ഭുതം തോന്നി. തൊട്ടടുത്തിരുന്ന ഒരു കസേര ചൂണ്ടിക്കാണിച്ച് എന്നോട് ഇരിക്കാൻ പറഞ്ഞു. വിശേഷങ്ങൾ ചോദിച്ചുകൊണ്ട് എന്നോട് പറഞ്ഞു. "ഞാൻ കാര്യങ്ങളൊക്കെ ശ്രദ്ധിക്കുന്നുണ്ട്, താൻ നന്നായി ചെയ്യു

ന്നുണ്ട്." എനിക്ക് സന്തോഷംകൊണ്ട് കരയണോ ചിരിക്കണോ എന്നറിയാത്ത ഒരു വികാരമാണ് മനസ്സിൽ പതഞ്ഞുപൊങ്ങിയത്. ഗൗരിയമ്മയുടെ കൈയിൽനിന്ന് ഒരു അഭിനന്ദനം ലഭിക്കുകയെന്നത് അത്ര എളുപ്പമുള്ള കാര്യമല്ല. അതോടൊപ്പം സ്വതഃസിദ്ധമായ ശൈലിയിൽ എനിക്കൊരു ഉപദേശവും തന്നു: "ഫയലുകൾ പഠിക്കണം, നന്നായി പഠിച്ചു മാത്രമേ ഫയലുകൾ കൈകാര്യം ചെയ്യാവൂ. ഉദ്യോഗസ്ഥന്മാർ പറയുന്നതനുസരിച്ച് മാത്രം ചെയ്യരുത്. നമ്മൾ ഫയൽ പഠിക്കണം എന്നിട്ടു മാത്രമേ തീരുമാനമെടുക്കാവൂ." ഏറെ വിനയത്തോടെ ഞാൻ പറഞ്ഞു "ഞാൻ പരിശ്രമിക്കുന്നുണ്ട് ഗൗരിയമ്മേ." "അതെനിക്കറിയാം എങ്കിലും ഫയൽ പഠിക്കുന്നത് ഒരു മന്ത്രിയെ സംബന്ധിച്ചിടത്തോളം ഏറ്റവും പ്രധാനപ്പെട്ട കാര്യമാണ് എന്ന് ഓർമ്മിപ്പിച്ചതാണ്."

ഗൗരിയമ്മയുടെ മുറിയിൽനിന്ന് പുറത്തിറങ്ങുമ്പോൾ എനിക്ക് ആത്മവിശ്വാസവും ധൈര്യവും വർദ്ധിച്ചതായി തോന്നി. ആരോഗ്യവകുപ്പ് സെക്രട്ടറി ഒരുതവണ ഗൗരിയമ്മയെക്കുറിച്ച് പറഞ്ഞതാണ് എനിക്ക് ഓർമ്മ വന്നത്. ഗൗരിയമ്മ മന്ത്രിയായിരുന്നപ്പോൾ ചെറുപ്പക്കാരനായ ഐ എ എസ് ഉദ്യോഗസ്ഥനായി ഗൗരിയമ്മയുടെ ടീമിൽ കുറച്ചുനാൾ പ്രവർത്തിക്കാൻ സാധിച്ചു എന്നും രാവിലെ അവധി ദിവസങ്ങളിൽ പോലും ചില ഫയലുകളുമായി വീട്ടിലേക്ക് വിളിപ്പിച്ച് അത് കൈകാര്യം ചെയ്യും എന്നും സെക്രട്ടറി പറഞ്ഞു. കുളികഴിഞ്ഞ് മുടിയൊക്കെ വിടർത്തിയിട്ട് ഒരു പായിൽ ചമ്രം പടിഞ്ഞിരുന്നാണ് ഗൗരിയമ്മ ഫയൽ നോക്കുക. ഇടയ്ക്ക് വളരെ ഗൗരവത്തോടെ തനിക്കിത് വല്ലതും മനസ്സിലാകുന്നുണ്ടോ എന്ന് ചോദിക്കുകയും ചെയ്യും. എങ്കിലും കൃത്യനിഷ്ഠയോടെ ഫയലുകൾ കൈകാര്യം ചെയ്യുന്ന ഗൗരിയമ്മയുടെ ശീലത്തെക്കുറിച്ച് ബഹുമാനം തോന്നിയിരുന്നു എന്നും അദ്ദേഹം പറഞ്ഞു. മന്ത്രിയായിരുന്ന സമയത്ത് ഇടയ്ക്കിടെ ഗൗരിയമ്മ എന്നെ ഫോണിൽ വിളിക്കുമായിരുന്നു. ആരെങ്കിലും ഏതെങ്കിലും തരത്തിലുള്ള പ്രശ്നങ്ങളുമായി മുന്നിൽ വരുമ്പോൾ അത് പരിഹരിച്ചു കൊടുക്കണം എന്ന് പറയാനാണ് നേരിട്ട് വിളിക്കുന്നത്. "താൻ ഇതൊന്നു പരിശോധിച്ചു ചെയ്തുകൊടുക്ക് പാവപ്പെട്ടവരാണ്," എന്നാണ് പറയുക. ഗൗരിയമ്മ പറയുന്നത് മുഴുവൻ എനിക്ക് പലപ്പോഴും മനസ്സിലാവില്ല, ശബ്ദത്തിന് അല്പം വിറയൽ ഉണ്ടായിരുന്നല്ലോ. പിന്നീട് ഗൗരിയമ്മയുടെ സഹായികളെ വിളിച്ചു പറഞ്ഞ കാര്യം എന്താണെന്ന് പൂർണ്ണമായും മനസ്സിലാക്കുകയാണ് പതിവ്. നിയമതടസ്സം ഇല്ലാത്ത കാര്യങ്ങളാണെങ്കിൽ വളരെ പെട്ടെന്നുതന്നെ ഗൗരിയമ്മ പറഞ്ഞ കാര്യങ്ങൾ ചെയ്യാൻ ഞാൻ പ്രത്യേകം ശ്രദ്ധിച്ചിരുന്നു. അഭിപ്രായവ്യത്യാസത്തിന്റെ ഭാഗമായി ഗൗരിയമ്മ സി പി ഐ (എം)മായി തെറ്റിപ്പിരിഞ്ഞെങ്കിലും ജീവിതാവസാനംവരെ ഒരു കമ്യൂണിസ്റ്റായി തുടരാൻ അവർക്ക് സാധിച്ചു. കമ്യൂണിസ്റ്റ് പാർട്ടിയിലേക്ക്

തിരിച്ചുവരാനുള്ള ആഗ്രഹവും അവർ അവസാനം പ്രകടിപ്പിച്ചിരുന്നു. എങ്കിലും ആത്മാഭിമാനവും സ്വന്തം തീരുമാനത്തിൽ ഉറച്ചുനിൽക്കാനുള്ള വാശിയും ഗൗരിയമ്മയെ സ്വതന്ത്രയായിത്തന്നെ നിൽക്കുന്നതിന് പ്രേരിപ്പിച്ചു. സ്വന്തമായി ഒരിടം ജീവിതത്തിൽ കണ്ടെത്തി അവിടെ ഏറ്റവും ഉന്നതമായ സ്ഥാനത്ത് വിഹരിക്കാൻ ഗൗരിയമ്മയ്ക്ക് കഴിഞ്ഞു വെന്നത് അവരുടെ ധീരതയുടെയും ആത്മവിശ്വാസത്തിന്റെയും പ്രതിഫലനമാണ്. ഈ പുസ്തകം അവരെക്കുറിച്ചുള്ള അറിവുകൾ പുതിയ തലമുറയ്ക്ക് പകർന്നുകൊടുക്കാൻ പര്യാപ്തമാണ്. മാത്രമല്ല, അഡ്വ. എം ജി മീനാംബിക തയ്യാറാക്കിയ പുസ്തകം ഏറെ ഗൗരവമുള്ള വിഷയങ്ങൾ ലളിതമായ ഭാഷയിൽ പറഞ്ഞുകൊണ്ട് സമുന്നതയായ ഒരു രാഷ്ട്രീയ നേതാവിനെ സമൂഹത്തിന് പരിചയപ്പെടുത്തിക്കൊടുക്കാനുള്ള ഉദ്യമമാണ്. ഇത് രാഷ്ട്രീയ വിദ്യാർത്ഥികൾക്ക് ഒരുപാട് ഗുണം ചെയ്യുമെന്ന് ഉറപ്പായും പ്രതീക്ഷിക്കുന്നു.

അഭിനന്ദനങ്ങൾ.

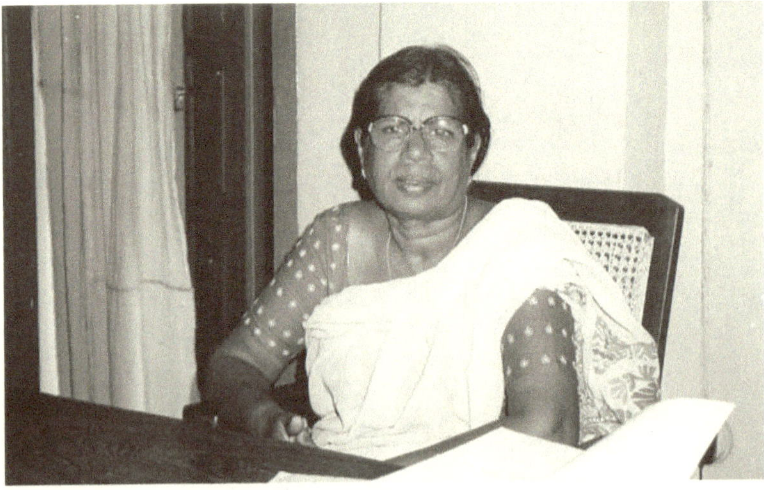

സമർപ്പണം

ഗൗരിയമ്മ എന്ന

അതുല്യ സ്ത്രീരത്നത്തിന്

കുടുംബപശ്ചാത്തലം

ആയിരത്തിത്തൊള്ളായിരത്തി പത്തൊൻപത് മിഥുനത്തിലെ തിരുവോണം നാളിലാണ് കെ ആർ ഗൗരി ജനിക്കുന്നത്. ആലപ്പുഴ ജില്ലയിലെ പട്ടണക്കാട് വില്ലേജ് ഉൾപ്പെടുന്ന 'കളത്തിപ്പറമ്പിൽ' തറവാട്ടിൽ അന്നത്തെ കാരണവർ ആയിരുന്ന രാമന്റെയും ഭാര്യ പാർവ്വതിയുടെയും മകളായിട്ടാണ് ഗൗരി ജനിക്കുന്നത്. 1919 മിഥുന (ജൂലായ് 14 ന്) ത്തിലെ തിരുവോണം നാളിൽ. അക്കാലത്തൊക്കെ ഒരു വീട്ടിൽ എട്ടും പത്തും കുട്ടികൾ ഉണ്ടാവുക സാധാരണയാണ്. അതിൽ ഒന്നോ രണ്ടോ കുട്ടികൾ നഷ്ടപ്പെടുന്നതും സ്വാഭാവികമാണ്. ഇവിടെയും രാമൻ-പാർവ്വതി ദമ്പതികളുടെ 12 മക്കളിൽ രണ്ടുപേർ ചെറിയ പ്രായത്തിലേ നഷ്ടപ്പെട്ടു. ബാക്കിയുള്ള 10 മക്കളിൽ ഏഴാമത്തെ കുട്ടിയായിരുന്നു ഗൗരി. അച്ഛൻ രാമൻ അക്കാലത്ത് ഈഴവരുടെ ഇടയിലെ പ്രമാണിയും ധാരാളം ഭൂസ്വത്തുക്കൾക്ക് ഉടമയും ആയിരുന്നു. സ്വതവെ ധനികകുടുംബാംഗമായി ജനിച്ചുവെങ്കിലും കാലഘട്ടത്തെ അപേക്ഷിച്ച് ആശയപരമായി ഏറെ പുരോഗമന മനഃസ്ഥിതിയിൽ ജീവിച്ചവരായിരുന്നു ഗൗരിയമ്മയുടെ അച്ഛനുൾപ്പെടെയുള്ള കളത്തിപ്പറമ്പിൽ കുടുംബാംഗങ്ങളെല്ലാം.

ജാതീയതയും ജന്മിത്തവും കൊടികുത്തി വാണിരുന്ന അക്കാലത്ത്, ഈ ചട്ടക്കൂടിനു പുറത്തുനിന്നുകൊണ്ട് ചിന്തിക്കാനും പ്രവർത്തിക്കാനുമുള്ള ചങ്കൂറ്റം ആദ്യം പകർന്നുകിട്ടിയത് അച്ഛനിൽനിന്നു തന്നെയായിരുന്നു. ഗൗരിയമ്മയെ അറിയുന്നവർക്കൊക്കെ മനസ്സിലാക്കാൻ കഴിയും ആ അച്ഛൻ-മകൾ ബന്ധത്തിന്റെ ആഴം എത്രത്തോളമായിരുന്നു എന്ന്. അന്നത്തെക്കാലത്ത് ഈഴവർക്ക് പൊതുവെ മെച്ചപ്പെട്ട സ്ഥിതിയായിരുന്നില്ല സമൂഹവും ജന്മിത്തവും കൽപ്പിച്ചിരുന്നത്. എന്നാൽ, ഈഴവരിൽ

പ്രഗത്ഭരായ വൈദ്യന്മാരും ഭൂപ്രഭുക്കളും ഉണ്ടായിരുന്നുതാനും. അത്തരത്തിൽ ആലപ്പുഴയിലെ പേരുകേട്ട കുടുംബമായിരുന്നു ഗൗരിയമ്മയുടേത്. എന്നിരുന്നാലും മറ്റു ജന്മിപ്രഭുക്കൾ ചെയ്യുന്നതുപോലുള്ള കാടത്തം കലർന്ന നടപടികൾ ഒരിക്കലും കളത്തിപ്പറമ്പിൽ രാമൻ എന്ന ഗൗരിയമ്മയുടെ അച്ഛൻ ചെയ്തിട്ടില്ല. കുടിയാന്മാരെ മനുഷ്യരായി അംഗീകരിച്ചുകൊണ്ടുള്ള സമീപനമായിരുന്നു എക്കാലത്തും അദ്ദേഹം തുടർന്നുപോന്നത്.

സ്വാതന്ത്ര്യലബ്ധിക്കുമുമ്പ് ഇത്തരത്തിൽ സമഭാവനയോടെ ചിന്തിക്കാനും പ്രവർത്തിക്കാനും അദ്ദേഹത്തിനു കഴിഞ്ഞു. അത് കണ്ടുവളർന്ന കുഞ്ഞുഗൗരിയിൽ അവളറിയാതെതന്നെ ഭാവിയിലേക്കുള്ള യാത്രയുടെ പാഥേയം പകരുകയായിരുന്നു. ഗൗരിയമ്മ പറഞ്ഞുകേട്ടിട്ടുണ്ട്, “കുഞ്ഞിനാളിൽ വീടിനോട് ചേർന്നുള്ള ചാവടിയായിരുന്നു അച്ഛന്റെ സദസ്സ്. അവിടെ ജാതി-മതഭേദമില്ലാതെ ജന്മി-കുടിയാൻ വ്യത്യാസമില്ലാതെ അന്നത്തെ സാംസ്കാരികരംഗത്തെ പ്രമുഖർക്കും പറമ്പിലെ തൊഴിലാളികൾക്കും ഒപ്പം ഒരേ ചർച്ചകളിൽ ഏർപ്പെട്ടിരുന്ന അച്ഛനെയാണ് ഓർമ്മവരിക” എന്ന്. ഇത് സത്യമായ കാര്യമാണ്. അന്നത്തെ പല സാമൂഹ്യ പരിഷ്കർത്താക്കളുടെയും സാംസ്കാരിക പ്രമുഖരുടെയും ഇടത്താവളമായിരുന്നു കളത്തിപ്പറമ്പിൽ തറവാട്. ശ്രീനാരായണഗുരു, ഇ വി രാമസ്വാമി നായ്ക്കർ, സി വി കുഞ്ഞുരാമൻ, കെ വേലായുധൻ, മൂർക്കോത്തു കുമാരൻ, ടി കെ മാധവൻ, എൻ ആർ കൃഷ്ണൻ, വക്കീൽ കൃഷ്ണൻ അയ്യപ്പൻ, ആർ സുഗതൻ എന്നിവർ അവരിൽ ചിലർ മാത്രം. ഇവരുടെയെല്ലാം പുരോഗമനപരമായ ആശയങ്ങൾ ഉൾക്കൊള്ളുന്നതിനും അത് സാധാരണക്കാരിലേക്ക് പകർന്നുകൊടുക്കുന്നതിലും കളത്തിപ്പറമ്പുകാർ ഉത്സുകരായിരുന്നു. അയിത്തത്തിനെതിരായ പ്രവർത്തനങ്ങൾ, മദ്യവർജ്ജന സമരങ്ങൾ, ക്ഷേത്രപ്രവേശന പ്രക്ഷോഭം, വൈക്കം സത്യഗ്രഹം തുടങ്ങിയ സമൂഹ മുന്നേറ്റ പ്രവർത്തനങ്ങൾക്കായി യുവതലമുറ ഉൾപ്പെടുന്ന അന്നാട്ടുകാർക്ക് ആവശ്യമായ അറിവ് പകർന്നുകൊടുക്കുന്നതിനും ശാരീരികമായി അവരെ സജ്ജരാക്കുന്നതിനും കളത്തിപ്പറമ്പിൽ തറവാട് മുൻപന്തിയിലായിരുന്നു. ഇതിനെല്ലാം നേതൃത്വം നൽകിയിരുന്നത് ഗൗരിയുടെ അച്ഛനാണ്. അച്ഛനെ സഹായിക്കാൻ ഗൗരിയമ്മയുടെ സഹോദരന്മാരും രംഗത്തുണ്ട്.

പുരുഷന്മാർ സാംസ്കാരികരംഗത്തും സാമൂഹികമാറ്റങ്ങൾക്കുമായി പ്രയത്നിക്കുമ്പോൾ, സ്ത്രീകൾ ഒരിക്കലും അകത്തളങ്ങളിലും അടുക്കളപ്പുറങ്ങളിലുമായി ഒതുങ്ങിപ്പോകരുതെന്ന നിർബന്ധവും കളത്തിപ്പറമ്പിൽ രാമന് ഉണ്ടായിരുന്നു. അതിനായി കളത്തിപ്പറമ്പിൽ തറവാട് ഉൾപ്പെടുന്ന ‘വിയാത്ര’യിലെ സ്ത്രീകൾക്കായി ഒരു മഹിളാസംഘം ആരംഭിച്ചു. പ്രസിഡന്റായി ഭാര്യ പാർവ്വതിയമ്മയെയും ചുമതലപ്പെടുത്തി.

കളത്തിപ്പറമ്പിൽ വീട്

നാട്ടിൽ നടക്കുന്ന പൊതുകാര്യങ്ങളെക്കുറിച്ചുള്ള ധാരണ സ്ത്രീകളിലും വളർത്താൻ ഇതിനാൽ കഴിഞ്ഞു. ഓർത്തുനോക്കൂ. സ്വാതന്ത്ര്യല ബ്ധിക്കും ഏറെ മുൻപ് നമ്മുടെ നാട്ടിൽ പുരോഗമനപരമായി ചിന്തിക്കു കയും പ്രവർത്തിക്കുകയും ചെയ്തിരുന്നവർ ഉണ്ടായിരുന്നു എന്നതിന്റെ തെളിവുകൂടിയാണ് ഇത്. ഇത്തരമൊരു പശ്ചാത്തലത്തിൽ ജനിച്ചു വളർന്നതിനാൽ ഗൗരിയമ്മയ്ക്ക് ചെറുപ്രായത്തിലേ കാര്യബോധം, കാര്യ ഗൗരവം എന്നിവ അടിസ്ഥാനഗുണങ്ങളായി ലഭിച്ചു എന്നത് അടിവരയി ടേണ്ടുന്ന ഘടകങ്ങളാണ്. തന്നിലേക്കൊതുങ്ങാതെ, ചുറ്റുപാടുകളെ വീക്ഷിക്കാനും സമൂഹത്തിലെ നന്മതിന്മകളെ സ്വതന്ത്രമായി ഗ്രഹിക്കാ നുമുള്ള പ്രാപ്തി ചെറുപ്രായത്തിലേ സ്വായത്തമാക്കാൻ കുടുംബപശ്ചാ ത്തലം ഏറെ സഹായിച്ചു.

കൊച്ചു ഗൗരി ഉറക്കമുണരുന്നതേ തിരക്കുകളിലേക്കായിരുന്നു. വരാ ന്തയിലും ചാവടിയിലുമായി സാമൂഹിക സാംസ്കാരികരംഗത്തെ പ്രമു ഖർ ഉൾപ്പെടുന്ന സദസ്സ് നിത്യസംഭവമായിരുന്നു. അവരുടെ ചർച്ചയും

അഭിപ്രായങ്ങളുമായി ചാവടി എപ്പോഴും ശബ്ദമുഖരിതമായിരിക്കും. ഇതേസമയം പടിഞ്ഞാറുവശത്ത് യുവജനങ്ങൾക്കായി ഗൗരിയമ്മയുടെ സഹോദരന്റെ നേതൃത്വത്തിൽ ആയുധപരിശീലനവും അതോടൊപ്പം പൊതു സാമൂഹ്യാവബോധം പകർന്നുകൊടുക്കുന്നതുമായ ചർച്ചകളും സജീവമായി നടന്നുകൊണ്ടിരിക്കും. അടുക്കളപ്പുറത്ത് സ്ത്രീകളും പുരുഷന്മാരുമടങ്ങുന്ന ഒരുകൂട്ടം അതിഥികൾക്കുള്ള ഭക്ഷണം ഉണ്ടാക്കുന്ന തിരക്കിൽ, മറുവശത്ത് നെല്ലുകുത്തുകാരുടെയും കൃഷിപ്പണിക്കാരുടെയും തിരക്ക്. ഈ തിരക്കുകൾക്കിടയിലൂടെ പൂമ്പാറ്റയെപ്പോലെ പാറിപ്പറന്നു നടന്നു, കുഞ്ഞുഗൗരി. ആ തിരക്കിനുള്ളിലെ സാംഗത്യം മനസ്സിലാക്കാൻ അന്നേ അവൾക്കു കഴിഞ്ഞുവോ? അതോ ഭാവിയിലെ തിരക്കുകളുമായി ഇഴുകിച്ചേരാൻ വിധി അവളെ പരിശീലിപ്പിക്കുകയായിരുന്നുവോ? എന്തായാലും ചെറുപ്രായം മുതൽ അന്ത്യനിമിഷംവരെ തിരക്കും ആൾക്കൂട്ടവും ഒഴിവാക്കി ഗൗരിയമ്മയെക്കുറിച്ചു ചിന്തിക്കുക അസാദ്ധ്യമായിരിക്കുന്നു.

ബാല്യം

വീട്ടിലെ ചുറ്റുപാടുകൾ ഇങ്ങനെയിരിക്കെ കുഞ്ഞുഗൗരി തന്റെ ലോകത്തും വീട്ടിലുമായി വളർന്നുകൊണ്ടേയിരുന്നു. ആദ്യമേ പറഞ്ഞല്ലോ രാമൻ-പാർവ്വതിയമ്മ ദമ്പതികളുടെ ഏഴാമത്തെ കുട്ടിയായിരുന്നു ഗൗരിയമ്മ എന്ന്. 'ഗൗരി' എന്ന പേരിനുപിന്നിലും ഒരു കഥയുണ്ട്.

പണ്ട് കൊച്ചിരാജ്യത്ത് ഈഴവസമുദായത്തിൽനിന്നും ബി എ പാസായ ആദ്യത്തെ വനിതയുടെ പേര് ഗൗരി എന്നായിരുന്നു. സാക്ഷാൽ 'ഗൗരിയമ്മ'യുടെ ജനനത്തിനുമുമ്പാണ് ഈ സംഭവം. അക്കാലത്ത് സ്ത്രീകൾ പഠിക്കുന്നതേ അത്യപൂർവ്വമാണ്. ആ വ്യവസ്ഥിതിയിൽനിന്നും ഒരു സ്ത്രീ ബി എ പാസാവുക എന്നാൽ ഇന്നത്തെക്കാലത്ത് ഐ എ എസോ, ഐ പി എസോ കിട്ടുന്നപോലെ വാർത്തയാകുക സ്വാഭാവികം മാത്രം. അത്തരത്തിൽ പ്രസിദ്ധയായ ഗൗരി എന്ന ബി എക്കാരിയെ കാണാനും അനുമോദിക്കാനും പരിചയപ്പെടാനുമായി ധാരാളം പേർ ചിറ്റൂരുള്ള അവരുടെ വീട്ടിലേക്കു വന്നുകൊണ്ടിരുന്ന സമയം. അക്കാലത്ത് ഈ വാർത്തയറിഞ്ഞ് ഗൗരിയെ പരിചയപ്പെടാനും അനുമോദിക്കാനുമായി കളത്തിപ്പറമ്പിൽ രാമൻ (കെ ആർ ഗൗരിയമ്മയുടെ അച്ഛൻ) പോവുകയുണ്ടായി. നിർഭാഗ്യവശാൽ അന്ന് അവരെ കാണാൻ കഴിഞ്ഞില്ല. വീട്ടുകാരെയും ബന്ധുക്കളെയും കണ്ട് പരിചയപ്പെട്ടശേഷം തിരിച്ചു പോരേണ്ടിവന്നു. എന്നാൽ, ഈഴവസമുദായത്തിൽനിന്നും ആദ്യമായി ബി എ പാസായ സ്ത്രീ എന്ന നിലയിൽ അവരോടുള്ള ബഹുമാനവും ആദരവും അദ്ദേഹത്തിനു വർദ്ധിച്ചതേ ഉള്ളൂ. തിരികെ വീട്ടിലെത്തി ഭാര്യ പാർവ്വതിയോട് വലിയ അഭിമാനത്തിലാണ് അദ്ദേഹം അവരുടെ വീടിനെയും ബന്ധുക്കളെയുംകുറിച്ചൊക്കെ വർണ്ണിച്ചത്. ഈ സംഭവത്തിനു

അച്ഛൻ കളത്തിപ്പറമ്പിൽ രാമൻ

അമ്മ പാർവ്വതി

ശേഷം ജനിച്ച കുട്ടി പെൺകുഞ്ഞാണെന്ന് അറിഞ്ഞതോടെ അദ്ദേഹം ഗൗരി എന്ന പേര് ഉറപ്പിച്ചു. ഗൗരി പിന്നീട് കെ ആർ ഗൗരിയും ഗൗരി യമ്മയുമായത് ചരിത്രം.

കുഞ്ഞുന്നാളിൽ അച്ഛന് ഗൗരിയമ്മാൾ ആയിരുന്നു. അച്ഛന്റെ ചെല്ല ക്കുട്ടിയായതിനാൽ ഗൗരിയെ ഗൗരിയമ്മാൾ എന്ന് നീട്ടിവിളിക്കാറായി രുന്നു പതിവ്. ക്രമേണ അച്ഛന്റെ സദസ്സിലെ നേതാക്കന്മാരും അദ്ദേഹത്തെ കാണാൻ വരുന്നവരുമെല്ലാം ആ വിളി പതിവാക്കി. അച്ഛന്റെ വലംകൈ ആയി എപ്പോഴുംകൂടെ ഉണ്ടാവുന്നതും ഗൗരിയമ്മാളാണ്. മാത്രമല്ല അത്യാവശ്യം നല്ല കുറുമ്പുകാരിയും. കുറുമ്പിനൊപ്പം ഗ്രാഹ്യതയും കൂടി യായപ്പോൾ അത് ഗൗരിയെ അച്ഛന്റെ പ്രിയപ്പെട്ട മകളാക്കി. അദ്ദേഹ ത്തിന് തന്റെ മക്കളെല്ലാം ഉന്നതവിദ്യാഭ്യാസം നേടി സർക്കാർ ഉദ്യോഗ സ്ഥരാകണമെന്നത് വലിയ ആഗ്രഹമായിരുന്നു. അതിനാൽ കുട്ടികൾക്കു വിദ്യാഭ്യാസം നൽകുന്നതിൽ യാതൊരു പിശകും കാട്ടിയില്ല. എന്നിട്ടും അദ്ദേഹം ആഗ്രഹിച്ചപോലെ പഠനമികവ് കാഴ്ചവച്ചത് കുഞ്ഞുഗൗരി തന്നെയായിരുന്നു. ചെറുപ്രായം തൊട്ട് ബി എൽ വരെ അച്ഛന്റെ പ്രതീ ക്ഷകൾക്കൊത്ത് ഉയരാൻ ആ മകൾക്കു സാധിച്ചു.

കുഞ്ഞുഗൗരിയുടെ ഔപചാരികവിദ്യാഭ്യാസം ആരംഭിക്കുന്നത് അച്ഛൻതന്നെ തുടങ്ങിയ സ്കൂളിൽനിന്നുമാണ്. അന്നത്തെക്കാലത്ത് "വിദ്യകൊണ്ട് പ്രബുദ്ധരാകുക" എന്ന ഗുരുവചനത്തെ മുൻനിർത്തി ഗൗരിയമ്മയുടെ അച്ഛനും ഒരു സ്കൂൾ ആരംഭിച്ചു. കൂരാപ്പള്ളിയിൽ ഒരു ഏകാദ്ധ്യാപക വിദ്യാലയം. അതിനായി സ്വന്തം ചെലവിൽ ഒരു കെട്ടിടം പണിയിച്ചു. നാലടി ഉയരത്തിൽ കല്ലുകൊണ്ടുകെട്ടി ഓലമേഞ്ഞ ഒരു കെട്ടിടം. നാട്ടിലെ എല്ലാ കുട്ടികളെയും ഫീസില്ലാതെയാണ് പഠിപ്പിച്ചിരു ന്നത്. പപ്പു മാഷായിരുന്നു അദ്ധ്യാപകൻ. അദ്ദേഹത്തിനുള്ള ശമ്പളം കൊടുത്തിരുന്നത് ഗൗരിയമ്മയുടെ അച്ഛനാണ്. ഉച്ചയ്ക്കത്തെ ഊണ് കള

ത്തിപ്പറമ്പിൽ വീട്ടിലും. സ്വന്തം സ്കൂൾ ആയിരുന്നതിനാൽ പ്രത്യേകം ഒരു പരിചയപ്പെടുത്തലിന്റെ ആവശ്യം ഉണ്ടായിരുന്നില്ല കുഞ്ഞുഗൗരിക്ക്. ചേട്ടൻ സുകുമാരനൊപ്പം സന്തോഷത്തോടെയാണ് സ്കൂളിൽ പോകുന്നതും വരുന്നതും. ചുരുങ്ങിയ ദിവസങ്ങൾക്കകം ഗൗരി അവിടത്തെ സ്റ്റാർ ആയി എന്നുപറയാം. കണക്കുകൂട്ടാനും കൂട്ടി വായിക്കാനും മിടുക്കി. അന്നത്തെ സിലബസ് അത്രയൊക്കെയാണ്. എന്നിട്ടും സിലബസ് മാറ്റിവച്ച് ചിന്തിച്ചാൽ ചെറുപ്രായത്തിലേ ആൾ സ്മാർട്ടാണ്. ശങ്കയേതുമില്ലാതെ ആരോടും സംസാരിക്കാനുള്ള കഴിവ്, ആരുടെയും ചോദ്യങ്ങൾക്കുമുന്നിൽ പതറാതിരിക്കുക, പത്രംവായന എന്നിവയെല്ലാം കേവലം അഞ്ചോ ആറോ വയസ്സുമുതൽ കൂടെക്കൂടിയ ശീലങ്ങളാണ്. പഠിത്തത്തിലുള്ള മിടുക്കിനു പുറമേ മേൽപ്പറഞ്ഞ ശീലങ്ങൾ ഗൗരിയെ സ്കൂളിലും വീട്ടിലും അച്ഛന്റെ സൗഹൃദസദസ്സുകളിലെയും താരമാക്കി മാറ്റി. ചാവടിയിലെ സാംസ്കാരികചർച്ചകളിലും കവിതാപാരായണവേളയിലും പങ്കെടുക്കാനുള്ള സ്വാതന്ത്ര്യം അച്ഛൻ ഗൗരിക്കു നൽകി. അതോടെ കുറുമ്പുകാരി അച്ഛന്റെ സ്വന്തം ആളായി എന്ന ഗാംഭീര്യത്തിൽ വിലസുകയാണ്. എന്നിരുന്നാലും ചർച്ചയിലും മറ്റവസരങ്ങളിലും തോന്നുന്ന എന്തു സംശയവും മുതിർന്നവരോട് ചോദിച്ച് തീർപ്പു കൽപ്പിക്കുന്നതിൽ ആ പ്രായത്തിലേ ഗൗരിയമ്മ ശ്രദ്ധിച്ചിരുന്നു എന്നത് വാസ്തവമാണ്. മകളുടെ ഈ പ്രകൃതവും പഠിത്തത്തോടുള്ള ആഭിമുഖ്യവും അച്ഛന് ഏറെ സന്തോഷമുളവാക്കുന്നതായി. തന്റെ പ്രിയപ്പെട്ട പുത്രിയും ശിങ്കിടിയുമൊക്കെയായി കുഞ്ഞുഗൗരി. ആ കെയർഓഫിൽ ചില്ലറ കുസൃതിയൊന്നുമല്ല പുള്ളിക്കാരി ചെറിയ പ്രായത്തിൽ കാണിച്ചതും. എന്നു കരുതി കേവലം ബാലചാപല്യങ്ങൾക്കപ്പുറം ഒരു തലവേദനയും ആർക്കും സൃഷ്ടിച്ചിട്ടുമില്ല.

കൂരാപ്പള്ളി സ്കൂളിലെ വിദ്യാഭ്യാസ കാലയളവ് തീരെ ചെറുതായിരുന്നു. ഒരു കുടിപ്പള്ളിക്കൂട വിദ്യാഭ്യാസത്തിനപ്പുറമുള്ള വിദ്യാഭ്യാസം ആരംഭിക്കുന്നത് കടക്കരപ്പള്ളി കോർമ്മശ്ശേരി സ്കൂളിൽനിന്നുമായിരുന്നു. വീട്ടിൽനിന്നും അകലെ ആയിരുന്നതിനാൽ മൂത്ത അമ്മാവന്റെ വീട്ടിൽ താമസിച്ചായിരുന്നു പഠനം ആരംഭിച്ചത്. ഒറ്റവർഷം മാത്രമേ അവിടെ പഠിച്ചുള്ളൂ. അടുത്ത വർഷംമുതൽ വീടിനടുത്തുള്ള ഭാരതീവിലാസം സ്കൂളിൽ ചേർക്കാൻ തീരുമാനമായി. വളരെ അടുത്തെന്നു പറയാൻ കഴിയില്ല. ഏകദേശം ഒന്നരമൈൽ ദൂരമുണ്ടാകും. മൂന്നാം ക്ലാസുമുതൽ കെ ആർ ഗൗരി ഭാരതീവിലാസം സ്കൂളിലെ വിദ്യാർത്ഥിനിയായി. അവിടെയും പഠിത്തത്തിൽ മുൻപന്തിയിലായിരുന്നു ഗൗരിയമ്മ. പഠിത്തത്തോടൊപ്പം പരിസരം, ചുറ്റുപാടുകൾ എന്നിവയുമായി കൂടുതൽ ഇണങ്ങുന്നതും ഇക്കാലത്താണ്. ഒന്ന്, കുഞ്ഞുങ്ങൾക്ക് പ്രകൃതിയെ ഏറ്റവും കൂടുതൽ മനസ്സിലാക്കാനും അടുക്കാൻ ശ്രമിക്കുന്നതുമായ പ്രായം. രണ്ട്,

അതിന് പിൻബലമേകാനെന്നോണമായിരുന്നു അന്നത്തെ സ്കൂളിലേക്കും തിരിച്ചുമുള്ള യാത്രകൾ. പാടവും തോടും ചിറയുംമുതൽ മേയുന്ന പശുവും എരുമയും പോത്തുംവരെ അന്നത്തെ എട്ടുവയസ്സുകാരിയുടെ കൗതുകങ്ങളും കാഴ്ചകളുമായി. അവയിലൂടെ പരോക്ഷമായ ജീവിത പാഠങ്ങളാണ് പ്രകൃതി പറഞ്ഞുകൊടുത്തിരുന്നതെന്ന് ഗൗരിയുടെ ഭാവി ജീവിതം നമുക്ക് കാണിച്ചുതരുന്നുണ്ട്. തന്നെപ്പറ്റിമാത്രം ചിന്തിക്കാതെ ചുറ്റും കാണുന്ന മണ്ണിനെയും മനുഷ്യനെയും പുൽക്കൊടിയെപ്പോലും സമഭാവനയോടെ പരിഗണിക്കാൻ കഴിയണം ഒരു പൊതുപ്രവർത്തക/ പൊതുപ്രവർത്തകന്. ഇതൊന്നും ഒരിക്കലും സിലബസ് വച്ചോ സമയം നിശ്ചയിച്ചോ പഠിച്ചെടുക്കാനാവുന്നതുമല്ല. നമ്മൾപോലുമറിയാതെ പ്രകൃതി പഠിപ്പിക്കുന്നവയാണ്. മുൻപേതോ ഇന്റർവ്യൂവിൽ ഗൗരിയമ്മ പറഞ്ഞിട്ടുണ്ട് തന്റെ ഏറ്റവും സുന്ദരമായ കാലം പാടത്തിനു നടുവിലൂടെയുള്ള പഴയ സ്കൂളിൽ പോക്കാണെന്ന്. അന്നൊക്കെ ഒരുപാടുനേരം പ്രകൃതിയിൽ അലിഞ്ഞ് നിന്നിട്ടുണ്ടെന്നും. പ്രകൃതിയുമായുള്ള ഈ സംവദിക്കൽ നാലാംതരംവരെ തുടർന്നു. പിന്നീടുള്ള വിദ്യാഭ്യാസം തുറവൂർ ടി ഡി ഹൈസ്കൂളിലായിരുന്നു. അവിടം മുതൽക്കാണ് ഇംഗ്ലീഷ് വിദ്യാഭ്യാസം ലഭിച്ചുതുടങ്ങുന്നത്.

തുറവൂർ ടി ഡി ഹൈസ്കൂൾ ദേവസ്വം വകയാണ്. അതുവരെ പഠിച്ചിരുന്ന സ്കൂളുകളെ അപേക്ഷിച്ച് താരതമ്യേന വലിപ്പമുള്ള കെട്ടിടങ്ങൾ, ആൺകുട്ടികൾക്കും പെൺകുട്ടികൾക്കും പ്രത്യേകം കളിസ്ഥലം, ബാഡ്മിന്റൺ കോർട്ട്, വിശാലമായ ലാബ് എന്നിവ ഉൾപ്പെടെ 20-25 ഏക്കറിൽ കുറയാത്ത സ്ഥലസൗകര്യമുണ്ട്. കൂടാതെ പല സ്ഥലത്തുനിന്നുമുള്ള കുട്ടികളും. അതിനാൽ പല സംസ്കാരങ്ങളെ പരിചയപ്പെടാനും ഇക്കാലയളവ് ഗൗരിയമ്മയെ സഹായിച്ചു. വീട്ടിൽനിന്നും സാമാന്യം നല്ല ദൂരമുണ്ടായിരുന്നു സ്കൂളിലേക്ക്. അതുകൊണ്ട് ദിവസേനയുള്ള യാത്ര പ്രായോഗികമല്ലാത്തതിനാൽ ഗൗരിയമ്മയെയും സഹോദരൻ സുകുമാരനെയും സ്കൂളിനടുത്തുള്ള ഹോസ്റ്റലിൽ നിർത്തി. ഹോസ്റ്റൽ എന്നു കേൾക്കുമ്പോൾ അത്ഭുതം തോന്നുന്നുണ്ടാകും ഇന്നത്തെ ന്യൂ ജനറേഷന്, 85-90 കൊല്ലം മുമ്പ് ഹോസ്റ്റലോ എന്ന്. ഇപ്പോഴത്തെപ്പോലെ അത്യാധുനികമല്ലെങ്കിലും അക്കാലത്തും ഹോസ്റ്റലുകൾ ഉണ്ടായിരുന്നു. 'സദനം' എന്ന പേരിലാണ് പൊതുവെ അക്കാലത്ത് അറിയപ്പെട്ടിരുന്നത്.

തുറവൂർ ടി ഡി ഹൈസ്കൂളിൽ പഠിച്ചിരുന്ന കാലത്ത് ഗൗരിയമ്മയും സഹോദരനും താമസിച്ചത് ഈ സദനത്തിലാണ്. മനക്കോടം കേശവൻ വൈദ്യന്റെ അധീനതയിൽ വരുന്ന സ്ഥലത്താണ് 'സദനം' സ്ഥിതി ചെയ്തിരുന്നത്. ആൺകുട്ടികളും പെൺകുട്ടികളുമടക്കം പത്തോ അതിൽ താഴെയോ കുട്ടികളെ അക്കാലത്ത് സദനങ്ങളിൽ ഉണ്ടാകാറുള്ളൂ. വെള്ളി

യാഴ്ചകളിൽ സ്വന്തം വീട്ടിലേക്കുപോകും. ശനി, ഞായർ അവിടെ നിന്ന ശേഷം തിങ്കളാഴ്ച വീണ്ടും സ്കൂൾ, സദനം അതായിരുന്നു അക്കാലത്തെ ഗൗരിയമ്മയുടെ ദിനചര്യ. സ്കൂളിലും സമർത്ഥയായിരുന്നു. പാഠ്യവിഷയങ്ങളിൽ മാത്രമല്ല, കളികളിലും സൗഹൃദങ്ങളിലുമെല്ലാം വളരെ മിടുക്കി. മുൻ സ്കൂളുകളിലെ ചരിത്രം ടി ഡി ഹൈസ്കൂളിലും ഗൗരിയമ്മ ആവർത്തിച്ചു. സമർത്ഥയായ വിദ്യാർത്ഥിനി. പഠിത്തം, കല, കായികം തുടങ്ങി എല്ലാ മേഖലകളിലും തന്റെ സാന്നിദ്ധ്യം അറിയിച്ചു. ഈ മികവ് അദ്ധ്യാപകർക്കിടയിലും കുട്ടികൾക്കിടയിലും അവരെ പ്രിയങ്കരിയാക്കി. എന്നാലും കുസൃതിക്കോ കുരുത്തക്കേടിനോ കുറവില്ലതാനും. ടി ഡി സ്കൂളിലെ പഠനകാലത്തിനിടയ്ക്ക് ഒരിക്കൽ തന്റെ കുസൃതിയുടെ ഫലമായി സാമാന്യം ഉയരമുള്ള ഒരു സ്റ്റെപ്പിൽനിന്നും വീണു ബോധം പോയത് ഗൗരിയമ്മ പറഞ്ഞിട്ടുണ്ട്. സ്കൂൾ അധികൃതരെയും വീട്ടുകാരെയും ഈ പ്രശ്നം ചില്ലറയല്ല ടെൻഷനാക്കിയത്. അങ്ങനെ ഫസ്റ്റ് ഫോം പാസായശേഷം ഗൗരിയമ്മയെയും സഹോദരൻ സുകുമാരനെയും ടി ഡി ഹൈസ്കൂളിൽനിന്നും ടി സി വാങ്ങി ചേർത്തല ഇംഗ്ലീഷ് ഹൈസ്കൂളിൽ ചേർത്തു. സെക്കന്റ്ഫോം മുതലുള്ള പഠനം ആരംഭിക്കുന്നത് അവിടെ നിന്നാണ്.

അന്ന് ആ സ്കൂൾ അറിയപ്പെട്ടിരുന്നത് ചേർത്തല ഗവൺമെന്റ് ഇംഗ്ലീഷ് ഹൈസ്കൂൾ എന്നാണ്. ആൺകുട്ടികളും പെൺകുട്ടികളും ഒന്നിച്ചായിരുന്നു പഠിച്ചിരുന്നത്. ഈ കാലയളവിൽ മൂത്ത സഹോദരി നാരായണിയോടൊപ്പം മഠത്തിപ്പറമ്പിൽ വീട്ടിൽ താമസിച്ചായിരുന്നു ഗൗരിയമ്മയുടെ വിദ്യാഭ്യാസം. അന്നും കൂട്ടിന് ജ്യേഷ്ഠൻ സുകുമാരൻ ഉണ്ട്. മഠത്തിപ്പറമ്പിൽ വീട് സ്കൂളിന് അടുത്താണ്. നടന്നുപോകാനുള്ള ദൂരമേയുള്ളൂ. ഉച്ചയൂണ് വീട്ടിൽവന്ന് കഴിച്ചുപോകാം. ഇതെല്ലാം കണക്കിലെടുത്താണ് പത്താം ക്ലാസ് കഴിയുന്നതുവരെയുള്ള പഠിത്തം ചേർത്തല ഹൈസ്കൂളിലും താമസം ചേച്ചിയോടൊപ്പവുമാക്കിയത്. ഗൗരിയമ്മ അതുവരെ പഠിച്ച സ്കൂളുകളിൽനിന്നും വ്യത്യസ്തമായിരുന്നു ചേർത്തല ഹൈസ്കൂൾ. അതുവരെ പഠിച്ച സ്കൂളുകളിൽ ഡിസിപ്ലിനും പഠിത്തവുമായിരുന്നു കൂടുതൽ. എന്നാൽ, പുതിയ സ്കൂളിലെ അന്തരീക്ഷം പാടെ മാറ്റമുള്ളതാണ്. അത്രയും നാളത്തെ അദ്ധ്യാപകരും സഹപാഠികളും താരതമ്യേന സാമ്പത്തികമുള്ള ചുറ്റുപാടുകളിൽ നിന്നായിരുന്നെങ്കിലും, അവരെല്ലാം ഗൗരിയമ്മയെപ്പോലെ നാട്ടിൻപുറത്തുകാരായിരുന്നു. എന്നാൽ, ഇവിടെ ഏറിയ പങ്കും വലിയ ഉദ്യോഗസ്ഥർ, പ്രമാണിമാർ, വലിയ വ്യാപാരികൾ എന്നിങ്ങനെ നാഗരികസംസ്കാരത്തിൽ ജനിച്ചു വളർന്ന കുട്ടികളും അദ്ധ്യാപകരുമായിരുന്നു. ആ വ്യത്യാസം പഠനത്തിലും ഒരുക്കത്തിലും പാഠ്യേതര പ്രവർത്തനങ്ങളിലും പ്രകടമായി. ഈ പരിതഃസ്ഥിതിയിൽ മറ്റ് കുട്ടികൾക്കൊപ്പമെത്താൻ നല്ല പരിശ്രമം വേണ്ടി

വന്നു. അക്കാലത്ത് മൂത്തചേച്ചി നാരായണിയുടെ മകൻ ചക്രപാണിയെ പഠിപ്പിക്കാൻ വരുമായിരുന്ന മാഷ് ഗൗരിയമ്മയെയും പഠനത്തിൽ സഹായിച്ചു. കഠിന പരിശ്രമങ്ങളിലൂടെ മറ്റു കുട്ടികൾക്കൊപ്പമെത്താൻ അവർക്കു സാധിച്ചു. പാഠ്യേതര പ്രവർത്തനങ്ങളിലും ഗൗരിയമ്മ മിടുക്കിയായി.

ചേർത്തല സ്കൂളിൽ പഠിക്കുന്ന സമയത്ത് എടുത്തുപറയേണ്ടതായ ഒരു സംഭവം ഉണ്ടായി. ശ്രീചിത്തിരതിരുനാൾ മഹാരാജാവിന്റെ സകുടുംബമുള്ള എഴുന്നള്ളത്ത്. രാജഭരണകാലമായതിനാൽ അന്ന് ഇതെല്ലാം വലിയ സംഭവവും കാഴ്ചയുമാണ്. മഹാരാജാവ് ചേർത്തല കാണാൻ വന്ന ദിവസം സ്കൂൾകുട്ടികളെയെല്ലാം റോഡിനിരുവശത്തും നിരത്തി നിർത്തി. രാജകുടുംബാംഗങ്ങൾ വരിക കാറിലാണ്. കാർ കടന്നുപോകുമ്പോൾ എല്ലാരും 'വഞ്ചീശ മംഗളം' പാടണം ഇതായിരുന്നു സ്കൂൾ പ്രിൻസിപ്പാലിന്റെ നിർദ്ദേശം. ഒന്നിലധികം കാറുകൾ നിരനിരയായി കടന്നുപോയി. ഏതിലാണ് ശ്രീചിത്തിരതിരുനാൾ മഹാരാജാവെന്നു കാണാൻ സാധിച്ചിരുന്നില്ല.

ഗൗരിയമ്മ സെക്കന്റ് ഫോമിൽനിന്നു ജയിച്ച് തേർഡ് ഫോമിലായി. ഈ കാലയളവിൽ ഒരു പെൺകുട്ടി എന്ന നിലയ്ക്കും വ്യക്തി എന്ന നിലയ്ക്കും ഗൗരിയമ്മയിൽ പരിവർത്തനങ്ങൾ സംഭവിക്കുകയായിരുന്നു. പുസ്തകങ്ങളുമായി കൂട്ടുകൂടുന്നത് 12-13 വയസ്സ് പ്രായമുള്ളപ്പോഴാണ്. വായിക്കുക, വായനയിലൂടെ അറിവ് വർദ്ധിപ്പിക്കുക എന്ന ശീലം 12 വയസ്സിൽ തുടങ്ങി മരണംവരെയും തുടരാൻ അവർക്കായി. ആ ശീലത്തിന്റെ വേരുകൾ മുളപൊട്ടിയതും ചേർത്തല സ്കൂളിലെ പഠനകാലത്താണ്. ചൂടേറിയ പഠനത്തിനിടയ്ക്കും ലൈബ്രറി പുസ്തകങ്ങൾ വായിക്കാൻ മനഃപൂർവ്വം സമയം കണ്ടെത്തി. അതേ ശുഷ്കാന്തി സൗഹൃദങ്ങൾ കാത്തുസൂക്ഷിക്കുന്നതിലും ഗൗരിയമ്മ പുലർത്തിയിരുന്നു. പ്രൈമറിതലം മുതൽക്കുള്ള സൗഹൃദങ്ങളെ എന്നും നിധിപോലെ ഹൃദയത്തിൽ സൂക്ഷിച്ചിരുന്നു. ആ സൗഹൃദവലയം ശക്തിപ്രാപിക്കുന്നതും ഇതേ കാലഘട്ടത്തിലാണ്. വെറുമൊരു പുസ്തകപ്പുഴുവായി ഒതുങ്ങാതെ തനിക്കു ചുറ്റിലും സദാ ശ്രദ്ധാലുവായിരുന്നു ആ പെൺകുട്ടി. അതിന്റെ ഒരു ഭാഗം മാത്രമാണ് എണ്ണമറ്റ സൗഹൃദങ്ങൾ.

ഹൈസ്കൂൾ കാലഘട്ടത്തിലാണ് ഗൗരിയമ്മ ആദ്യമായി പ്രസംഗിക്കുന്നത്. ശ്രീ.ചിത്തിര തിരുനാൾ മഹാരാജാവിന്റെ പിറന്നാൾ രാജ്യമൊട്ടുക്കും ആഘോഷിച്ചിരുന്നു. സ്കൂളുകളിലും അത് ആർഭാടപൂർവ്വം കൊണ്ടാടും. ആ വർഷം പിറന്നാൾ ആഘോഷവുമായി ബന്ധപ്പെട്ട് പെൺകുട്ടികളുടെ ഭാഗത്തുനിന്നും പ്രസംഗിക്കാനുള്ള ഉത്തരവാദിത്വം ഗൗരിയമ്മയ്ക്കായി. ആ പ്രായത്തിൽ എന്താണ് പ്രസംഗം, എങ്ങനെയാണ് എന്നൊന്നും വലിയ ധാരണ ഉണ്ടായിരുന്നില്ല. എന്നിട്ടും കാണാതെ പഠിച്ച് സ്കൂൾ സ്റ്റേജിൽനിന്നും പറയുമ്പോൾ ഭാവവ്യത്യാസമോ പേടിയോ ഒന്നും തോന്നിയിരുന്നില്ല. പ്രസംഗത്തിനൊടുവിൽ അദ്ധ്യാപകരും

വിദ്യാർത്ഥികളുമടങ്ങുന്ന കാണികൾ കൈയടിച്ചതും മുൻപെന്നോ വായിച്ച ഓർമ്മക്കുറിപ്പിൽ കണ്ടത് ഇന്നും ഓർക്കുന്നു. വിദ്യാഭ്യാസകാലത്ത് ഗൗരിയമ്മയുടെ ഏറ്റവും പ്രിയപ്പെട്ട വിഷയം കണക്കായിരുന്നു. ആ സബ്ജക്റ്റിനോട് എന്തെന്നില്ലാത്ത ഇഷ്ടവുമായിരുന്നതിനാലാകും എസ് എസ് എൽ സിക്ക് ഉയർന്ന മാർക്കോടെയാണ് കണക്ക് പാസായത്.

ഒരു പെൺകുട്ടിയെന്ന നിലയിൽ ജീവിതത്തിന്റെ മറ്റൊരദ്ധ്യായത്തിനു തുടക്കംകുറിക്കുന്നതും ഈ സമയത്താണ്. ശാരീരികമായും മാനസികമായും ഒരു പെൺകുട്ടിയിൽനിന്നും സ്ത്രീയിലേക്കുള്ള മാറ്റം സംഭവിച്ചു. പഴയ കാലത്ത് അതും സാമാന്യം നല്ലൊരു ആഘോഷത്തിനു വക നൽകുന്നതായിരുന്നു. ഒരു നൂറ്റാണ്ടുമുമ്പത്തെ ആർത്തവാചാരങ്ങൾ (ഇന്ന് അവയെല്ലാം അനാചാരങ്ങളാണ്) വിവരിച്ചാൽ പുതു തലമുറ അത് ഉൾക്കൊള്ളണമെന്നില്ല. അതിനാൽ ആ സാഹസത്തിനു മുതിരുന്നില്ല. അത് ഒരുപക്ഷേ, നമ്മുടെ വിഷയത്തിൽനിന്നുള്ള വ്യതിചലനമാകും. എന്തായാലും പെൺകുട്ടികൾ പ്രായപൂർത്തിയായാൽ ഉണ്ടാകാവുന്ന കുറച്ചധികം സ്വാതന്ത്ര്യക്കേടുകൾ ഉണ്ടല്ലോ അന്നും ഇന്നും. അവയെല്ലാം ഗൗരിയമ്മയ്ക്കും അഭിമുഖീകരിക്കേണ്ടിവന്നത് സ്വാഭാവികം. ഉറക്കെ ചിരിക്കരുത്, പുരുഷന്മാരോട് മിണ്ടരുത്, അടക്കം, ഒതുക്കം ഇത്തരത്തിലുള്ള നിയന്ത്രണങ്ങൾ. ഇതിനിടയിൽ പത്താംക്ലാസ് പരീക്ഷയും വന്നു. നല്ല മാർക്കോടെ പരീക്ഷ പാസായി. പഠിത്തം, പാഠ്യേതര വിഷയങ്ങൾ മാത്രമല്ല, മടിയോ വിമുഖതയോ ഉള്ള വ്യക്തിത്വം ആയിരുന്നില്ല ഗൗരിയമ്മയുടേത്. സ്കൂൾ കാലയളവിൽ രാവിലെ വീടു വൃത്തിയാക്കലും ഓട്ടുപാത്രം വെളുപ്പിക്കലും കഴിഞ്ഞാണ് സ്കൂളിൽ പോയിരുന്നത്. ഒപ്പം മൂത്തചേച്ചി ആ സമയം പ്രസവം കഴിഞ്ഞ് വിശ്രമമായതിനാൽ ചേച്ചിയുടെ മൂത്തകുട്ടി ചക്രപാണിയുടെ ഉത്തരവാദിത്വവും അവർ സസന്തോഷം നിർവ്വഹിച്ചു. ചുരുക്കത്തിൽ, പഠിത്തത്തിൽ മാത്രമായിരുന്നില്ല അവരുടെ കഴിവ്. എന്തു പ്രവൃത്തി ചെയ്താലും അത് പറഞ്ഞ സമയത്തിനുള്ളിൽ വൃത്തിയും വെടിപ്പുമായി ചെയ്തു തീർക്കുക എന്നത് ഗൗരിയമ്മയുടെ ഏറ്റവും വലിയ സ്വഭാവസവിശേഷതയായി ചൂണ്ടിക്കാട്ടാം. ഈ ശീലം ചൊട്ടയിലേ ഉള്ളതാണ്. അവസാന കാലംവരെയും അതിനൊരു മാറ്റം ഉണ്ടായിരുന്നില്ല. ഭാവിയിൽ മന്ത്രിപദം അലങ്കരിച്ചപ്പോഴെല്ലാം ഈ സ്വഭാവം അവരുടെ കർത്തവ്യത്തിനെ പതിന്മടങ്ങ് പിന്തുണച്ചിട്ടേയുള്ളൂ.

കെ ആർ ഗൗരി പത്താംതരം പരീക്ഷ എഴുതിയത് തന്റെ ഏറെ പ്രിയപ്പെട്ട ജ്യേഷ്ഠൻ സുകുമാരനൊപ്പമാണ്. നല്ല മാർക്കോടെ കുഞ്ഞുഗൗരി പാസാകുമെന്ന കാര്യത്തിൽ കുടുംബക്കാർക്കെല്ലാം വിശ്വാസമുണ്ടായിരുന്നു. വിശ്വാസത്തേക്കാളേറെ അതിൽ ഉറപ്പുണ്ടായിരുന്നത് അച്ഛൻ കളത്തിപ്പറമ്പിൽ രാമനാണ്. തന്റെ മകളെ ഇത്രയധികം വിശ്വ

സിക്കുകയും പ്രോത്സാഹിപ്പിക്കുകയും ചെയ്ത ആ അച്ഛന് മകളുടെ വിജയം സ്വന്തം വിജയമായിരുന്നു. എന്നാൽ, മകന്റെ കാര്യത്തിൽ ആ ഉറപ്പ് ഉണ്ടായിരുന്നില്ല. അച്ഛനു മാത്രമല്ല കുടുംബത്തിനാകെ.

കുടുംബത്തിന്റെ വിശ്വാസംപോലെ ഗൗരി പത്താംതരം പാസായി. വീട്ടിലാകെ ഉത്സവമായിരുന്നു ആ കാലയളവ്. 'വിദ്യകൊണ്ട് പ്രബുദ്ധരാവുക' എന്ന ഗുരുവചനത്തെ ശിരസ്സാവഹിച്ച്, തന്റെ മക്കളിലൂടെ അത് പ്രവൃത്തിപഥത്തിലെത്തിക്കാൻ ഏറെ ശ്രമിച്ച വ്യക്തിയാണല്ലോ കളത്തിപ്പറമ്പിൽ രാമൻ. മക്കളെ മാത്രമല്ല, പഠിക്കാൻ മിടുക്കരായ എന്നാൽ സാമ്പത്തികബുദ്ധിമുട്ടുകൾ അലട്ടിയിരുന്ന ആർക്കും അദ്ദേഹം ഒരു സഹായിയായിരുന്നു. എന്നിട്ടും കുടുംബത്തിൽനിന്നും ആദ്യം പത്താംതരം പാസാകുന്നത് കെ ആർ ഗൗരിയാണ്. കൂടെ പരീക്ഷ എഴുതിയ ജ്യേഷ്ഠൻ സുകുമാരൻ തോറ്റുപോയി. എന്നാലും മക്കളിൽ ഒരാൾ, അതും തന്റെ പ്രിയപ്പെട്ട മകൾ ഗൗരിയുടെ വിജയം കുറച്ചൊന്നുമല്ല ആ മനുഷ്യനെ സന്തോഷിപ്പിച്ചത്. ഗൗരിയുടെ വിജയം അറിഞ്ഞ് ബന്ധുക്കളും നാട്ടുകാരുമെല്ലാം വന്നിരുന്നു. അക്കാലയളവിൽ കളത്തിപ്പറമ്പിൽ വീട്ടിൽ എന്നും അതിഥികളുണ്ടായിരുന്നു. അവർക്കുമുന്നിൽ ഏറെ ചാരിതാർത്ഥ്യത്തോടെയും തൃപ്തനായും സന്തോഷവാനായും ഓടിനടന്നത് അച്ഛനാണ്. മകളെ ഒരു ബിരുദധാരിയായിക്കാണാൻ അദ്ദേഹം എത്ര കൊതിച്ചിരുന്നുവെന്ന് ഇതിൽനിന്നും മനസ്സിലാക്കാം.

വർഷങ്ങൾക്കിപ്പുറത്തും തന്റെ തൊണ്ണൂറുകളിൽ അന്നത്തെ ആ നിമിഷവും അച്ഛന്റെ സന്തോഷവും വിവരിക്കുമ്പോൾ, കെ ആർ ഗൗരിയമ്മയുടെ മുഖത്തുകണ്ടത് ആ അച്ഛന്റെ മകളായി ജനിക്കാൻ കഴിഞ്ഞു എന്ന അഭിമാനമല്ലേ! ഒരു നാടുഭരിച്ച മന്ത്രി, ഉത്തമയായ ഭരണാധികാരി, കരുത്തയായ സ്ത്രീ എന്നതിനെല്ലാം അപ്പുറം അച്ഛന്റെ മകൾ എന്ന അഭിമാനവും വാത്സല്യവുമായിരുന്നു അവരുടെ ഹൃദയത്തിലും മിഴികളിലും ജ്വലിച്ചുനിന്നത്.

ഗൗരിയെപ്പോലൊരു മകളെ കേരളത്തിനു സമ്മാനിച്ചതിൽ ആ മനുഷ്യന്റെ പങ്ക് വളരെ വലുതാണ്. സ്ത്രീ എന്നാൽ വെറുമൊരു അടുക്കള ഉപകരണം മാത്രമാണ് എന്ന് അഗാധമായി വിശ്വസിക്കുകയും അത്തരം സാമൂഹ്യവ്യവസ്ഥിതി നിലനിൽക്കുകയും ചെയ്തിരുന്ന കാലത്താണ് കളത്തിപ്പറമ്പിൽ രാമൻ ആ സാമ്പ്രദായിക സങ്കൽപ്പങ്ങൾക്ക് അതീതമായി മകളെ വിദ്യാഭ്യാസം ചെയ്യിച്ചത്. അതിന് കുടുംബത്തിന്റെ പിന്തുണയും ഒത്തൊരുമയും ഉണ്ടായിരുന്നു. ഇതിന്റെയെല്ലാം പ്രതിഫലനമായിരുന്നു കെ ആർ ഗൗരിയെന്ന വ്യക്തിത്വം.

ഗൗരിയെന്ന കൗമാരക്കാരി

ഏതൊരു പെൺകുട്ടിയുടെയും ജീവിതത്തിൽ മാറ്റങ്ങൾ സംഭവിക്കുന്ന കാലമാണല്ലോ കൗമാരം. അത് ശാരീരികമായാലും ബൗദ്ധികമായാലും. ഇത്തരം മാറ്റങ്ങളിലൂടെയാണ് ഒരു പെൺകുട്ടി തന്റെ സ്വത്വത്തെയും സമൂഹത്തെയും തിരിച്ചറിയുക എന്നുപറയാം. ഗൗരിയുടെ കാര്യത്തിലും മറിച്ചായിരുന്നില്ല സംഭവിച്ചത്. അന്ധകാരനഴിയെന്ന കുഗ്രാമത്തിൽ സർവ്വ സൗഭാഗ്യങ്ങൾക്കിടയിലും കുടുംബത്തിന്റെ സ്നേഹത്തണലിലും കഴിഞ്ഞവൾ, പഠിത്തത്തോട് അടങ്ങാത്ത ആവേശമുള്ള, അച്ഛന്റെ ആഗ്രഹം സ്വന്തം ലക്ഷ്യമായി കരുതി ജീവിച്ച ഒരു സാധാരണ പാവാടക്കാരി. പത്താം ക്ലാസ് റിസൾട്ട് വന്നതോടെ ഒരു സുപ്രഭാതത്തിൽ പാവാടക്കാരിക്ക് ഫുൾ സാരിയിലേക്ക് പ്രൊമോഷൻ കിട്ടുന്നു. ഒരു കൗതുകത്തിന് പറഞ്ഞതല്ല കേട്ടോ; അക്ഷരാർത്ഥത്തിൽ സംഭവിച്ചതും അതുതന്നെയാണ്.

അതുവരെ പാവാടക്കാരിയായിരുന്ന ഗൗരിക്ക് കോളേജ് പ്രവേശനം സംബന്ധിച്ച് സാരിയിലേക്ക് പ്രൊമോഷൻ കിട്ടി. അക്കാലത്ത് പാവാടയും ബ്ലൗസും കഴിഞ്ഞാൽ സാരിയാണല്ലോ പെൺകുട്ടികൾക്കു മുന്നിലുള്ള ഏക ഓപ്ഷൻ. അത് ഉടുക്കാൻ അറിയുമോ ഇല്ലയോ എന്നതൊന്നും വിഷയമല്ല. ഇവിടെയും സംഗതി അതുതന്നെ. പ്രസിദ്ധമായ എറണാകുളം മഹാരാജാസ് കോളേജിലാണ് അവർ കോളേജു വിദ്യാഭ്യാസത്തിന് തുടക്കംകുറിക്കുന്നത്. ഇന്റർവ്യൂവിന് അച്ഛൻ, ഇളയച്ഛൻ, സഹോദരീ ഭർത്താവ് എൻ ആർ കൃഷ്ണൻ വക്കീൽ എന്നിവർക്കൊപ്പമാണ് പോകുന്നത്. അന്നാണ് ആദ്യമായി സാരിയുടുക്കുന്നതും. എസ് എസ് എൽ സി റിസൾട്ടിനെത്തുടർന്ന് ഗൗരിയുടെ കോളേജ് വിദ്യാഭ്യാസം

നിത്യചർച്ചയായി കളത്തിപ്പറമ്പിൽ വീട്ടിൽ; പ്രീഡിഗ്രിക്ക് ഏത് വിഷയമാണ് വേണ്ടതെന്ന കാര്യത്തിൽ. അന്ന് ഇന്നത്തെപ്പോലെയല്ല. ഫസ്റ്റ് ഗ്രൂപ്പ്, സെക്കന്റ് ഗ്രൂപ്പ്, തേർഡ് ഗ്രൂപ്പ് എന്നിങ്ങനെയാണ്.

ഫസ്റ്റ് ഗ്രൂപ്പിൽ ഉൾപ്പെടുന്നത് സയൻസ്, മാത്സ് വിഷയങ്ങളാണ്. സ്വതവേ കണക്കിൽ മിടുക്കിയായ ഗൗരിക്ക് ഫസ്റ്റ് ഗ്രൂപ്പിനോടായിരുന്നു താൽപ്പര്യം. എന്നാൽ, അച്ഛന് മകൾ തേർഡ് ഗ്രൂപ്പിൽ ഹിസ്റ്ററി ഐച്ഛിക വിഷയമായെടുത്ത് പഠിക്കുന്നതായിരുന്നു ഇഷ്ടം. അദ്ദേഹം അന്നേ മകളിൽ ഒരു അഭിഭാഷകയെ കണ്ടിരുന്നു. അതിന് ഊർജ്ജം പകരാൻ കണക്കിനേക്കാൾ എന്തുകൊണ്ടും നല്ലത് ചരിത്രപഠനം തന്നെയാണ്. എന്നു കരുതി ഒരിക്കലും അദ്ദേഹം തന്റെ ആഗ്രഹം മകളുടെമേൽ അടിച്ചേൽപ്പിച്ചില്ല. ഫസ്റ്റ് ഗ്രൂപ്പാണ് മകൾക്കിഷ്ടമെങ്കിൽ അതായിക്കോട്ടെ. എങ്ങാനും അതിൽ സീറ്റ് കിട്ടാതെ വന്നാൽ തേർഡ് ഗ്രൂപ്പ് എടുക്കാം എന്ന തീരുമാനത്തിലാണ് ഇന്റർവ്യൂവിന് വന്നത്.

പ്രതീക്ഷിച്ചപോലെ ഫസ്റ്റ് ഗ്രൂപ്പിൽ ആളു തികഞ്ഞതിനാൽ തേർഡ് ഗ്രൂപ്പായിരുന്നു ഗൗരിക്കു ലഭിച്ചത്. അതിൽ ഏറെ സന്തോഷിച്ചത് അച്ഛനായിരുന്നു. ഒരുപക്ഷേ, ഭാവിജീവിതത്തിൽ ഗൗരിക്ക് നല്ലൊരു ജനപ്രതിനിധിയാകാൻ കഴിഞ്ഞതിൽ ചരിത്രപഠനം ഏറെ സഹായിച്ചുവെന്നു വേണം കരുതാൻ. അഡ്മിഷനുശേഷം താമസസ്ഥലം കണ്ടെത്തലായി അടുത്ത പ്രശ്നം. അക്കാലത്ത് ഹോസ്റ്റലുകൾ ഇന്നത്തെപ്പോലെ സജീവമല്ല. സദനങ്ങളാണ് ഉണ്ടാവുക. ഒരർത്ഥത്തിൽ പറഞ്ഞാൽ ഹോസ്റ്റലുകൾത്തന്നെ. ഇന്നു കാണുന്നപോലെ ഡെവലപ്ഡ് അല്ല. വേണമെങ്കിൽ ഹോസ്റ്റലുകളുടെ ആദ്യകാല രൂപങ്ങളാണ് സദനങ്ങൾ എന്നുപറയുന്നതാകും ശരി. അങ്ങനെ ചിറ്റൂർ റോഡിനടുത്തായുള്ള എസ് എൻ വി സദനത്തിൽ ചേർത്തശേഷം അച്ഛനുംമറ്റും യാത്രയായി. അവിടം മുതൽ ഗൗരി എന്ന കൗമാരക്കാരിയുടെ യാത്ര തുടങ്ങുകയാണ്.

ഉന്നതവിദ്യാഭ്യാസമായിരുന്നു ലക്ഷ്യമെങ്കിലും അവർ ആ ലക്ഷ്യത്തിനുമപ്പുറം വളർന്നു. കേരളം കണ്ട ശക്തയായ വനിതാമന്ത്രിയായി. അതിന്റെയെല്ലാം ആദ്യ ചുവടുവയ്പിനായിരുന്നു വിദ്യാഭ്യാസത്തിലൂടെ ആ കൗമാരക്കാരി തുടക്കമിട്ടത്.

അച്ഛനും ബന്ധുക്കളും പോയെങ്കിലും ഗൗരിക്ക് വിഷമമോ മറ്റ് പ്രയാസമോ തോന്നിയില്ല. മറ്റു കുട്ടികളുമായി വേഗത്തിൽ കൂട്ടുകൂടിയും പാഠ്യ പാഠ്യേതര വിഷയങ്ങളിൽ സജീവമായും അവർ തന്റെ പ്രീഡിഗ്രി കാലം ആഘോഷിച്ചു. താമസത്തോടൊപ്പം കുട്ടികളുടെ കലാ-സാംസ്കാരിക പ്രവർത്തനങ്ങൾക്കും സദനം പ്രാമുഖ്യം കൊടുത്തിരുന്നു. അതിനായി 'സദനം അസോസിയേഷൻ' രൂപീകരിച്ചിട്ടുണ്ട്. വർഷംതോറും തെരഞ്ഞെടുക്കപ്പെടുന്നവർ പ്രസിഡന്റ്, സെക്രട്ടറി സ്ഥാനങ്ങൾ വഹിക്കുന്നതോടൊപ്പം കൾച്ചറൽ ആക്ടിവിറ്റീസ്, പൊതുചർച്ചകൾ, മീറ്റിങ്ങുകൾ

കെ ആർ ഗൗരിയമ്മ

എന്നിവ സംഘടിപ്പിക്കുകയും പതിവാണ്. പ്രീഡിഗ്രി രണ്ടാം വർഷം ആയപ്പോൾ സദനം അസോസിയേഷൻ സെക്രട്ടറിയായി തെരഞ്ഞെടുക്കപ്പെട്ടത് കെ ആർ ഗൗരിയാണ്. ജനാധിപത്യ തിരഞ്ഞെടുപ്പിനു മുന്നേ അവർ അഭിമുഖീകരിച്ച ആദ്യത്തെ ജനഹിത പരിശോധനയും ഇതാണ്. അക്കൊല്ലം സദനം അസോസിയേഷന്റെ ആഭിമുഖ്യത്തിൽ സംഘടിപ്പിച്ച മീറ്റിങ്ങിലെ വിശിഷ്ടാതിഥി കവി ജി ശങ്കരക്കുറുപ്പും ഭാര്യയുമായിരുന്നു. അന്നേദിവസം കൂട്ടുകാരികൾക്കൊപ്പം അവരെ കൂട്ടിക്കൊണ്ടുവരാൻ പോയത് വാർദ്ധക്യത്തിന്റെ അവശതകൾക്കിടയിലും ഗൗരിയമ്മ ഓർത്തുപറയുന്ന മധുരസ്മരണയാണ്. അങ്ങനെ രണ്ടുവർഷം പോയതറിഞ്ഞില്ല. പ്രീഡിഗ്രി കഴിഞ്ഞു. മഹാരാജാസ് കോളേജിൽ ഓർത്തുവയ്ക്കത്തക്കതെന്നുപറയാൻ അത്രയധികം സംഭവങ്ങൾ ഇല്ലായിരുന്നു. പഠനത്തിനു പുറമേ പാട്ട്, നാടകം എന്നിവയിലും ഗൗരി ഒരു കൈ നോക്കിയിരുന്നു. എന്നാൽ, അവയെക്കാളേറെ തിളങ്ങിയത് പ്രസംഗത്തിലായിരുന്നു. പുറത്ത് അധികം അറിയാത്തൊരു രഹസ്യമുണ്ട്– ഗൗരിയെന്ന കവിത എഴുത്തുകാരി. എപ്പോഴോ ഒരിക്കൽ അവർ പറഞ്ഞതായി ഓർക്കുന്നു. തന്റെ നാട്ടിലെ പ്രകൃതിയും പച്ചപ്പും ആരെയും കവിയാക്കും. താനും ഒരുകാലത്ത് കവിയായിരുന്നു എന്ന്. കൗമാരത്തിന്റെ തുടക്കകാലത്ത് എന്നോ ആണ്. നിലാവുള്ള രാത്രികളിൽ തെങ്ങിൻപറമ്പും കൈത്തോടും ചേരുന്ന വീടിനു പിൻവശത്തുള്ള സ്ഥലം നോക്കിയിരിക്കാൻതന്നെ വല്ലാത്തൊരു അനുഭൂതിയാണ്. അന്നൊക്കെ തെങ്ങോലകൾക്കിടയിലൂടെ അരിച്ചിറങ്ങി തോട്ടിൽ പ്രതിഫലിക്കുന്ന നിലാവിനെക്കുറിച്ചും പച്ചപ്പാടങ്ങളുടെ സമൃദ്ധിയെപ്പറ്റിയുമെല്ലാം താനറിയാതെ കവിത വരുമായിരു

ന്നു. പലതും പകർത്തിയിട്ടുണ്ടെന്നും ഗൗരിയമ്മ പറഞ്ഞിരുന്നു. എന്നാൽ, കാലാന്തരത്തിൽ അവയൊക്കെ വെറും ഓർമ്മകളാവുകയാണുണ്ടായത്.

രണ്ടുവർഷക്കാലത്തെ മഹാരാജാസ് വിദ്യാഭ്യാസം കെ ആർ ഗൗരിയെന്ന പെൺകുട്ടിയിൽനിന്നും സ്ത്രീയെന്ന നിലയ്ക്ക് വളരാനും വികസിക്കാനുമുള്ള ഊർജ്ജം പകർന്നു. എസ് എസ് എൽ സിവരെ വീട്ടുകാരുടെ ചിട്ടയിലും നിയന്ത്രണത്തിലും മാത്രം ലോകംകണ്ട ഗൗരിക്ക് പ്രീഡിഗ്രിക്കാലം സ്വതന്ത്രയായി ചിന്തിക്കാനും അതിനനുസരിച്ച് കാഴ്ചപ്പാടുകൾ ക്രമീകരിക്കാനും സാധിച്ചു. ജനപ്രതിനിധി എന്ന നിലയിൽ അവസാനനാളുവരെ അവരെ ശക്തയാക്കിയിരുന്നതും വ്യക്തമായ കാഴ്ചപ്പാടുകളായിരുന്നു. സ്വന്തം നിലയിൽ കാര്യങ്ങളെ വീക്ഷിക്കാനും അപഗ്രഥിക്കാനും തുടങ്ങുമ്പോൾ മാത്രമേ ബൗദ്ധികപരമായി ഒരു മനുഷ്യൻ സ്വതന്ത്രനാവുന്നുള്ളൂ. ഈ സ്വാതന്ത്ര്യത്തിലൂന്നിക്കൊണ്ടുവേണം തീരുമാനങ്ങൾ, അഭിപ്രായങ്ങൾ എന്നിവ രൂപമെടുക്കാനും പ്രാവർത്തികമാക്കാനും. അതൊരു ജീവിതപരീക്ഷതന്നെയാണ്. ആ പരീക്ഷയിൽ വിജയിച്ച ആളാണ് കെ ആർ ഗൗരിയമ്മ. അതിനുള്ള ഇന്ധനമായിരുന്നു അവരുടെ വിദ്യാഭ്യാസകാലഘട്ടം. ശാരീരികമായും മാനസികമായും വികസിച്ചുവരുന്ന കാലത്ത് ശരിയായ തീരുമാനമെടുക്കാൻ കഴിയുന്നുവെങ്കിൽ, അത് വ്യക്തമായ ജീവിതവീക്ഷണവും കാര്യബോധവും ഉണ്ട് എന്നതിന്റെ തെളിവാണ്. ഈ കാര്യനിർവ്വഹണശേഷി ഗൗരിയിൽ വേണ്ടുവോളം ഉണ്ടായിരുന്നു. അതിന് സാക്ഷ്യം വഹിച്ചവരാണ് നമ്മൾ.

സെന്റ് തെരേസാസ് കാലം

മഹാരാജാസിലെ പ്രീഡിഗ്രിക്കുശേഷം ഡിഗ്രിക്ക് ചേർന്നത് സെന്റ് തെരേസാസിലാണ്. മൂന്നുവർഷങ്ങൾ. പഠനത്തോടൊപ്പം സാമൂഹ്യവിഷയങ്ങളിലും ഗൗരിയുടെ പങ്കാളിത്തം ശ്രദ്ധേയമാക്കി. ആദ്യമേ പറയട്ടെ, ഇതൊരു ചെറിയ അദ്ധ്യായമാണ്. എന്നാൽ, അൽപ്പം പ്രാധാന്യം ഉണ്ട്. രാഷ്ട്രീയം, ജനസേവനം എന്നീ നിലയിലേക്ക് കെ ആർ ഗൗരി അനൗപചാരികമായും എന്നാൽ, വ്യക്തമായ രാഷ്ട്രീയകാഴ്ചപ്പാടോടുകൂടിയും തന്റെ സാന്നിദ്ധ്യമറിയിച്ചുതുടങ്ങുന്നത് സെന്റ് തെരേസാസിലെ പഠനകാലത്താണ്. ഇത് കേൾക്കുമ്പോൾ നിങ്ങൾ വിചാരിക്കരുത് വൻ വിദ്യാർത്ഥിസമരമോ അവകാശസമരമോയൊക്കെ നടന്നുവെന്ന്. അത്തരം സമരങ്ങൾക്കു മുന്നേ ഒരു കാലം ഉണ്ടായിരുന്നല്ലോ. കമ്യൂണിസം എന്നു പറയാൻ ഭയപ്പെട്ടിരുന്ന ഒരു കാലം. അന്ന് ഭയമില്ലാതെ കമ്യൂണിസമാണ് ശരി എന്നുപറയാൻ ധൈര്യം കാണിച്ച പെൺകുട്ടിയായിരുന്നു കെ ആർ ഗൗരി. ഇതിനാസ്പദമായ ഒരു സംഭവം പറയാം.

ഡിഗ്രിക്ക് ധനതത്വശാസ്ത്രവും പൊളിറ്റിക്സുമായിരുന്നു മെയിൻ. ഒരിക്കൽ എക്കണോമിക്സ് ക്ലാസിൽ പാഠ്യസംബന്ധമായി കമ്യൂണിസം, സോവിയറ്റ് യൂണിയൻ, സ്റ്റാലിൻ എന്നിവരെപ്പറ്റി പരാമർശിക്കയുണ്ടായി. അന്ന് മറ്റു കുട്ടികൾക്കിടയിൽനിന്നും സ്റ്റാലിനെക്കുറിച്ചും സോവിയറ്റ് യൂണിയനെക്കുറിച്ചും വിശദമായി അറിയണം എന്ന് ആവശ്യപ്പെട്ടത് കെ ആർ ഗൗരി മാത്രമാണ്. ഇപ്പോൾ നിങ്ങൾ വിചാരിക്കുന്നില്ലേ ഇതാണോ ഇത്ര വലിയ സംഭവം എന്ന്. എന്നാൽ, യഥാർത്ഥ സംഭവം അരങ്ങേറുന്നത് ഇനിയാണ്. ഗൗരിയുടെ ചോദ്യത്തെ അദ്ധ്യാപിക നിരാകരിക്കുകയാണുണ്ടായത്. എന്നാൽ, ദിവസങ്ങൾക്കുള്ളിൽ ഈ പ്രവൃത്തിയെ അച്ച

ടക്കലംഘനമായി കണ്ട് കോളേജ് പ്രിൻസിപ്പലിന്റെ റൂമിലേക്ക് വിളിക്കുകയുണ്ടായി. ഗൗരി എന്തോ മഹാ അപരാധം ചെയ്തതുപോലെയായിരുന്നു പ്രിൻസിപ്പലിന്റെ പെരുമാറ്റം. സ്റ്റാലിനെക്കുറിച്ചും സോവിയറ്റ് യൂണിയനെക്കുറിച്ചും സംസാരിക്കുന്നതുപോലും മഹാപാപമായി കണ്ട ആ പ്രിൻസിപ്പൽ, ഗൗരി ചെയ്തുപോയ തെറ്റിന് ക്ഷമിക്കണം എന്നുപറഞ്ഞ് പ്രാർത്ഥിക്കുകവരെ ചെയ്തു. കൂടെ ഇനി മേലാൽ ഈവക കാര്യങ്ങൾ സംസാരിക്കാനോ ചിന്തിക്കാനോ പാടില്ലെന്നും ഇതുവരെ സംഭവിച്ചുപോയതിന് ക്ഷമ ചോദിക്കണമെന്നും തുടങ്ങി ഒരു ദീർഘപ്രസംഗം തന്നെ നടത്തി. ശേഷം മാനസാന്തരപ്പെടാനായി ഒരു ബുക്കും കൊടുത്തു. എന്നാൽ, ചെറുപ്രായത്തിലേ കമ്യൂണിസത്തെപ്പറ്റി നല്ലതുമാത്രം കേൾക്കുകയും അതിൽ അടിയുറച്ചു വിശ്വസിക്കുകയും ചെയ്ത ഗൗരിയെ സംബന്ധിച്ച് ആ പുസ്തകം ഒരു ചലനവും സൃഷ്ടിച്ചില്ല. കമ്യൂണിസത്തോടുള്ള തന്റെ നിലപാടിൽ മാറ്റംവരുത്താൻ അവർ തയ്യാറായതുമില്ല. രാഷ്ട്രീയത്തിലുള്ള അവരുടെ വ്യക്തമായ കാഴ്ചപ്പാടിന് ഇതിലും നല്ല ഉദാഹരണം വേണ്ടല്ലോ.

മുൻ സൂചിപ്പിച്ചപോലെ ചിന്താഗതിയും സാമൂഹ്യപ്രതിബദ്ധതയും ഉൾപ്പെടെ എല്ലാത്തിലും സ്വാതന്ത്ര്യം കിട്ടിയ കാലമായിരുന്നു അത്. അക്കാലയളവിനെ ഫലപ്രദമായിത്തന്നെ ഗൗരി ഉപയോഗിച്ചു. കെ ആർ ഗൗരിയുടെ വ്യക്തിത്വം പൂർണ്ണവളർച്ച പ്രാപിക്കുന്നത് ഇത്തരം അനേകം ഘട്ടങ്ങളിലൂടെയാണ്. വെറുമൊരു പുസ്തകപ്പുഴുവായി ഒതുങ്ങിക്കൂടാതെ പാഠ്യേതര, കലാസംഘടനാ പ്രവർത്തനങ്ങളിലും ഗൗരി തന്റെ സാന്നിദ്ധ്യം അറിയിച്ചു. ബി എ സെക്കന്റ് ഇയർ ആകുമ്പോഴേക്കും അവർ കോളേജിലെയും സദനത്തിലെയും നിറസാന്നിദ്ധ്യമായിമാറി. തുടർച്ചയായി സദനം ലിറ്റററി അസോസിയേഷൻ സെക്രട്ടറിയായി തിരഞ്ഞെടുത്തത് അവരെ പൊതുസമൂഹവുമായി കൂടുതൽ ബന്ധിപ്പിച്ചു. കാര്യങ്ങളെ സ്വതന്ത്രചിന്താഗതിയോടെ കാണാനും അതിനനുസൃതമായി ഉചിതമായ തീരുമാനങ്ങൾ എടുക്കാൻ പ്രാപ്തയാക്കുന്നതും ഗൗരിയുടെ സെന്റ് തെരേസാസ് പഠനകാലത്താണ്.

കെ ആർ ഗൗരി ആദ്യമായി ഒരു പാർട്ടി മീറ്റിങ്ങിൽ പങ്കെടുക്കുന്നതും അതിനായി ധനസമാഹരണം നടത്തുന്നതും ഇതേ കാലയളവിലാണ്. ആ സന്ദർഭംകൂടെ പറയാം. സർ സി പിയുടെ ദുർഭരണത്തിന്റെ നാളുകളായിരുന്നു അത്. അസംതൃപ്തരായ ഒരുവിഭാഗം ജനങ്ങൾ ഇതിനെതിരെ പ്രവർത്തിക്കാൻ തുടങ്ങി. അതോടെ ഗവൺമെന്റ് തലത്തിൽ നിന്നുള്ള മർദ്ദനങ്ങളും പരുഷസമീപനവും നിത്യസംഭവമായി. പ്രതികരിക്കാൻ അന്ന് മുന്നോട്ടുവന്നവരെ സ്വീകരിക്കാനായി തിരഞ്ഞെടുക്കപ്പെട്ടത് സഖാവ് എ കെ ജിയെ ആണ്. കേവലം ഡിഗ്രി വിദ്യാർത്ഥിനിയായിരുന്ന ഗൗരിക്ക് അന്ന് എ കെ ജിയെപ്പറ്റി കൂടുതലായി ഒന്നും അറിവു

സെന്റ് തെരേസാസ് കോളേജ്

ണ്ടായിരുന്നില്ല. 1938 സെപ്തംബർ 9 ന് കോഴിക്കോടുനിന്നും ആരംഭിച്ച ജാഥയുടെ നേതൃത്വം സഖാവ് എ കെ ജിക്ക് ആയിരുന്നു. മലബാർ ജാഥയെന്ന പേരിൽ പിന്നീട് ചരിത്രത്തിൽ ഇടം നേടിയതും ഇതേ ജാഥ യാണ്. എറണാകുളത്ത് ജാഥ പ്രവേശിക്കുമ്പോൾ വിദ്യാർത്ഥികളുടെ വക ഒരു സ്വീകരണം ഏർപ്പാടാക്കണമെന്ന നിർദ്ദേശത്തിന്റെ അടിസ്ഥാ നത്തിൽ, വിവിധ കോളേജു വിദ്യാർത്ഥികളെ ഉൾപ്പെടുത്തി ഒരു കമ്മിറ്റി രൂപീകരിച്ചു. സദനം സെക്രട്ടറി എന്ന നിലയിൽ ഗൗരിയും ഈ കമ്മിറ്റി യിൽ ഉണ്ടായിരുന്നു. കമ്മിറ്റി തീരുമാനം ഇതായിരുന്നു, പരമാവധി കോളേജു വിദ്യാർത്ഥികളെ ജാഥയിൽ പങ്കെടുപ്പിക്കുക, സമ്മേളനം ഗംഭീ രമാക്കുക, അതിനായി ധനസമാഹരണത്തിൽ പങ്കുചേരുക. മേൽപ്പറ ഞ്ഞവയിലെല്ലാം ഗൗരി സജീവമായി പങ്കുകൊണ്ടു. ആദ്യമായി കെ ആർ ഗൗരി പങ്കെടുത്ത പാർട്ടി സമ്മേളനവും ഇതാണ്. ഗൗരിയുടെ വാക്കുക ളിൽ പറഞ്ഞാൽ, "ആ യോഗത്തിലും ജാഥയിലുമൊക്കെ പങ്കുകൊണ്ടത് എന്നിൽ വളരെയധികം ആവേശം ഉളവാക്കിയിരുന്നു." എന്നാൽ, ഇതിന്റെ പ്രത്യാഘാതം കോളേജിൽ ചെന്നപ്പോൾ ലഭിച്ചു. ജാഥയിൽ പങ്കെടുത്ത വരെയൊന്നും ക്ലാസിൽ കേറാൻ അനുവദിച്ചില്ല. രക്ഷകർത്താവിന്റെ കത്തുകൊണ്ടുവന്നാൽ മാത്രമേ ക്ലാസിൽ കയറ്റൂ എന്ന നിലപാടിൽ പ്രിൻസിപ്പൽ ഉറച്ചുനിന്നു. അതോടെ ജാഥയിൽ പങ്കെടുത്ത കുട്ടികൾക്ക് അൽപ്പം ടെൻഷനായി എന്നുതന്നെ പറയാം. കാരണം കെ ആർ ഗൗരി ഉൾപ്പെടെ പലരും ജാഥയിൽ പങ്കെടുത്തത് വീട്ടിൽ അറിഞ്ഞിട്ടല്ല. വീട്ടു കാർ ഈ പ്രശ്നം എങ്ങനെ എടുക്കും എന്നത് കുട്ടികളെ സംബന്ധിച്ചി ടത്തോളം സുഖകരമായ കാര്യമല്ല. കമ്യൂണിസത്തെ കുടുംബപരമായി അനുകൂലിക്കുകയും സ്വാഗതം ചെയ്യുകയും ചെയ്യുന്ന ഗൗരിയുടെ കുടും

ബത്തിൽ ഒരുപക്ഷേ, പ്രശ്നങ്ങൾ ഉണ്ടായെന്നുവരില്ല. എന്നാൽ, മറ്റു കുട്ടികളുടെ വീട്ടിലെ അവസ്ഥ അതാവണമെന്നില്ല. അങ്ങനെ ജാഥയിൽ വിദ്യാർത്ഥി കൺവീനറായിരുന്ന രാജനോട് കാര്യം പറഞ്ഞു. രാജന്റെ നേതൃത്വത്തിലുള്ള ഒരുകൂട്ടം വിദ്യാർത്ഥികൾ പ്രിൻസിപ്പലായിരുന്ന മദർ സുപ്പീരിയറിനോട് സംസാരിച്ച് കുട്ടികളെ ക്ലാസിൽ കയറ്റാൻ തീരുമാനമുണ്ടാക്കി.

മറ്റ് സംഭവവികാസങ്ങളൊന്നും ഉണ്ടാകാതെ ഡിഗ്രി കാലഘട്ടം അവസാനിച്ചു. ഉയർന്ന മാർക്കോടെ ഡിഗ്രി പാസായി. ഒപ്പം കുറെയധികം ജീവിതാനുഭവങ്ങളും സൗഹൃദവലയവും ജീവിതവീക്ഷണവും സ്വന്തമാക്കി.

നിയമവിദ്യാർത്ഥിനിയായ ഗൗരി

കെ ആർ ഗൗരിയെ വാർത്തെടുക്കുന്നതിൽ അച്ഛൻ വഹിച്ച പങ്ക് ചെറുതല്ല. വിദ്യാഭ്യാസം, സംസ്കാരം എന്നിവ പകർന്നുകൊടുക്കുന്നതിൽ അദ്ദേഹം മുൻപന്തിയിലായിരുന്നു. തുടക്കത്തിലേ പറഞ്ഞപോലെ തന്റെ മക്കൾ എല്ലാം ഉന്നതവിദ്യാഭ്യാസം നേടി സർക്കാർ ഉദ്യോഗസ്ഥർ ആവണമെന്ന സ്വപ്നം അദ്ദേഹത്തിനുണ്ടായിരുന്നു. എന്നാൽ, ആ പ്രതീക്ഷയ്ക്കൊത്ത് വളർന്നത് ഗൗരിയാണ്. സ്വതവേ അച്ഛന്റെ പ്രിയ പുത്രിയായിരുന്നു ഗൗരി. കൂടെ പഠിത്തത്തിൽ മിടുക്കിയായതോടെ ആ അച്ഛൻ മനസ്സിൽ മകളുടെ തുടർ വിദ്യാഭ്യാസത്തെക്കുറിച്ചും ചില സ്വപ്നങ്ങൾ നെയ്തുതുടങ്ങിയിരുന്നു. അതായിരുന്നു ഗൗരിയെ വക്കീൽ ആക്കുക എന്ന ദൃഢനിശ്ചയത്തിനു പിന്നിലെ കാരണം. ഡിഗ്രി നല്ല മാർക്കോടെ പാസായശേഷം തുടർന്ന് എന്ത് എന്ന ചിന്ത എല്ലാവരിലും ഉണ്ടായിരുന്നു. എന്നാൽ, മകൾ ഒരു വക്കീലായി കാണണമെന്ന ആഗ്രഹം വച്ചുപുലർത്തിയിരുന്ന ഗൗരിയുടെ അച്ഛന് അക്കാര്യത്തിൽ സംശയമേ ഉണ്ടായിരുന്നില്ല. അന്നാ ചാണ്ടിയെപ്പോലെ പ്രസിദ്ധയായ ഒരു വക്കീലാകണം തന്റെ മകളും എന്ന് അദ്ദേഹം വളരെ നേരത്തെ ഉറപ്പിച്ചിരുന്നു. എന്നാൽ, ഇതറിയാതെ ഗൗരി മദ്രാസ് ക്യൂൻമേരി കോളേജിൽ ട്യൂട്ടർ ആയി ആപ്ലിക്കേഷൻ അയച്ചിരുന്നു. അവിടെ ജോലിക്കൊപ്പം എം എയും ചെയ്യാനായിരുന്നു പ്ലാൻ. ഇതറിഞ്ഞ അച്ഛൻ തന്റെ തീരുമാനം വ്യക്തമായി പ്പറഞ്ഞു: "ഒരു വക്കീലാക്കാനാണ് നിന്നെ പഠിപ്പിച്ചത്. അത് തന്നെ മതി." ഇതോടെ ഗൗരിയുടെ തുടർവിദ്യാഭ്യാസത്തിൽ ഉറച്ച തീരുമാനമായി. അങ്ങനെ ചേർത്തലയിൽനിന്ന് തിരുവനന്തപുരത്തേക്കുള്ള ഗൗരിയുടെ യാത്ര തുടങ്ങുകയാണ്- നിയമവിദ്യാർത്ഥിനിയായി.

കെ ആർ ഗൗരിയുടെ ജീവിതത്തിൽ പല സംഭവങ്ങളുടെയും വേദിയായ സ്ഥലമാണ് തിരുവനന്തപുരം. അവിടേക്കുള്ള ആദ്യയാത്ര നിയമവിദ്യാർത്ഥിനി ആയിട്ടാണ്. തിരുവനന്തപുരം ലോ കോളേജിൽ ചേർന്നതിനൊപ്പം താമസത്തിനായി എസ് എൻ വി സദനത്തിലും ചേർന്നു. മുൻ അവസരങ്ങളിലെപ്പോലെ പഠിത്തത്തിലും പാഠ്യേതരപ്രവർത്തനങ്ങളിലും ഗൗരി സജീവമായി. രാഷ്ട്രീയരംഗത്തേക്കുള്ള അനൗദ്യോഗിക പ്രവേശനം സംഭവിക്കുന്നതും ഈ കാലയളവിലാണ്. സദനത്തിൽ ചേർന്ന ആദ്യനാളുകളിൽത്തന്നെ 'വക്കീൽസാർ' എന്നാണ് മറ്റുള്ളവർ ഗൗരിയെ വിളിച്ചിരുന്നത്. ആദ്യമൊക്കെ ഈ വിളി ഗൗരിയിൽ അങ്കലാപ്പ് ഉണ്ടാക്കിയെങ്കിലും ക്രമേണ അത് ശീലമായി. ഈ വക്കീൽസാറിന് ചരിത്രപരമായ ഒരു പ്രാധാന്യംകൂടി ഉണ്ട് കേട്ടോ. തിരുവിതാംകൂറിൽ ബിൽ പാസാക്കുന്ന ആദ്യ വനിത, ഈഴവസമുദായത്തിലെ ആദ്യ വനിതാ നിയമധാരി എന്നീ വിശേഷണങ്ങൾ കെ ആർ ഗൗരിക്കുമാത്രം സ്വന്തമായവയാണ്. ഈ പ്രത്യേകതകൾ കൊണ്ടുകൂടിയാണ് തുടക്കകാലത്തുതന്നെ ഗൗരിക്ക് വക്കീൽ സാറെന്നെ വിളിപ്പേരുകിട്ടിയത്.

തിരുവനന്തപുരത്തെ താമസവും നിയമപഠനവും അവരെ ഭാവിയിലേക്കുള്ള യാത്രയ്ക്ക് ഒരുക്കുകയായിരുന്നു. പൊതുപ്രവർത്തനരംഗത്തേക്ക് കെ ആർ ഗൗരി വരുന്നതും സജീവമാകുന്നതും നിയമപഠനകാലത്താണ്. അതിന്റെ തുടക്കം വിദ്യാർത്ഥിസംഘടനയിലൂടെയും. കെ ആർ ഗൗരി ബി എൽ വിദ്യാർത്ഥിനിയായിരുന്ന കാലത്ത് ഈഴവ വിദ്യാർത്ഥികളുടെ പേരിൽ ഒരു വിദ്യാർത്ഥിസംഘടന ഉണ്ടായിരുന്നു. എസ് എൻ ഡി പി സ്റ്റുഡന്റ്സ് യൂണിയൻ. ഈ യൂണിയന്റെ പ്രസിഡന്റായി അക്കാലയളവിൽ കെ ആർ ഗൗരി തെരഞ്ഞെടുക്കപ്പെട്ടു. അവരുടെ പൊതുപ്രവർത്തനരംഗത്തേക്കുള്ള വാതിലായിരുന്നു അത്. എസ് എൻ ഡി പി സ്റ്റുഡന്റ്സ് യൂണിയൻ പ്രവർത്തനങ്ങളിൽ അവർ നിറസാന്നിദ്ധ്യമായി. വാർഷിക പരിപാടിയിൽ നാടകാവതരണംമുതൽ വിദ്യാർത്ഥികൾക്കിടയിലേക്ക് ഇറങ്ങിച്ചെന്നുള്ള പ്രവർത്തനംവരെ എല്ലാ മേഖലയിലും കെ ആർ ഗൗരി സജീവമായി ഇടപെട്ടു. പഠനം, പൊതുപ്രവർത്തനം എന്നിവയ്ക്കൊപ്പം എക്കാലവും അവർ നിധിപോലെ സൂക്ഷിച്ചുവച്ച ഒന്നാണ് സൗഹൃദങ്ങൾ. സ്കൂൾ കാലഘട്ടംമുതൽ മന്ത്രിപദംവരെയുള്ള എല്ലാ സൗഹൃദങ്ങൾക്കും വില കൽപ്പിച്ചിരുന്നു. തിരുവനന്തപുരത്ത് നിയമവിദ്യാർത്ഥിനിയായിരുന്നപ്പോഴും ഈ സ്വഭാവത്തിന് മാറ്റമുണ്ടായിരുന്നില്ല. സദനത്തിലെ താമസം അതിന് കൂടുതൽ പിൻബലമേകുകയാണുണ്ടായത്. വിദ്യാർത്ഥികളും ഉദ്യോഗസ്ഥകളും അന്ന് സദനത്തിൽ ഉണ്ടായിരുന്നു. അവരുമായെല്ലാം നല്ലൊരു സുഹൃദ്ബന്ധം കാത്തുസൂക്ഷിക്കാൻ ആദ്യം മുതലേ ഗൗരിക്കു കഴിഞ്ഞിരുന്നു. ഈ സുഹൃദ്വലയത്തിന്റെ വ്യാപ്തി നാൾക്കുനാൾ വർദ്ധിക്കുകയാണുണ്ടായത്. അതി

എസ് എൻ വി സദനത്തിലെ കൂട്ടുകാരികളോടൊപ്പം

ലൂടെ തിരുവനന്തപുരം നിവാസികളുമായി നല്ലൊരു ബന്ധം സ്ഥാപിക്കാൻ ഗൗരിക്കു സാധിച്ചു. അതവരെ പൊതുകാര്യങ്ങളിൽ ഇടപെടുന്നതിനും ജനങ്ങൾക്കിടയിലേക്കിറങ്ങി പ്രവർത്തിക്കുന്നതിനും പ്രാപ്തയാക്കി. അതിന് ക്രമേണ രാഷ്ട്രീയത്തിന്റെ ഛായ വന്നുതുടങ്ങി. അന്നൊക്കെ തിരുവനന്തപുരത്തെ ഏത് സാമൂഹ്യപ്രവർത്തനരംഗത്തും ഗൗരിയമ്മയെ കാണാൻ കഴിയും. അതിൽ വലിപ്പച്ചെറുപ്പമോ കുറച്ചിലോ അവർ കണ്ടില്ല. സിറ്റി ക്ലീനിങ്, യുദ്ധകാലത്തെ ക്ഷാമം പരിഹരിക്കാനായുള്ള അരിശേഖരണം തുടങ്ങി എല്ലാ മേഖലകളിലും അവർ പ്രവർത്തിച്ചു. ഇതിനൊപ്പം പഠനത്തിലും മികവുപുലർത്താൻ ഗൗരി മറന്നില്ല. അവധിക്കാലത്ത് പതിവുപോലെ ആലപ്പുഴയിലേക്കു മടങ്ങും. കോളേജ് തുറക്കുന്നതുവരെ കളത്തിപ്പറമ്പിൽ വീടും ബന്ധുമിത്രാദികളുമായി അവധിക്കാലം ആഘോഷിക്കും. ആ കാലത്താണ് രണ്ടാം ലോകമഹായുദ്ധം പൊട്ടിപ്പുറപ്പെടുന്നത്.

യുദ്ധത്തിന്റെ അലയൊലികൾ ലോകമാകെ വ്യാപിച്ചിരിക്കുന്ന സമയം. നാട്ടിൻപുറങ്ങളിലെ പ്രധാന ചർച്ചപോലും യുദ്ധത്തെക്കുറിച്ചായിരുന്നു. സ്കൂൾ-കോളേജ് തലങ്ങളിലെ വിദ്യാർത്ഥികൾക്കിടയിലും അത് പടർന്നു. കമ്യൂണിസ്റ്റ് പാർട്ടി ജനങ്ങൾക്കിടയിൽ സജീവമാകുന്നതും

ഇക്കാലത്താണ്. യുദ്ധക്കെടുതിക്കും യുദ്ധനയങ്ങൾക്കും ഒപ്പം കമ്യൂണിസ്റ്റ് പാർട്ടിയും ചർച്ചാവിഷയമായ നാളുകളായിരുന്നു അത്. കമ്യൂണിസ്റ്റ് അനുഭാവികൾ താരതമ്യേന കുറവായിരുന്ന കാലം. അന്നത്തെ പാർട്ടി മീറ്റിങ്ങുകളിലും പൊതുപരിപാടികളിലും പങ്കെടുക്കാൻ ജനത്തിന് തെല്ലൊരു സങ്കോചമുണ്ടായിരുന്നു. അവരെ കുറ്റപ്പെടുത്താൻ കഴിയില്ല. കാരണം അന്നുവരെ രാഷ്ട്രീയമെന്നാൽ സ്റ്റേറ്റ് കോൺഗ്രസ് എന്നു മാത്രമായിരുന്നല്ലോ. പുതുതായി രൂപംകൊണ്ട കമ്യൂണിസ്റ്റ് പാർട്ടി എന്താണ്, ഏതാണ് എന്ന അജ്ഞത സാധാരണക്കാരിലും അധികാരിവർഗ്ഗത്തിലും നിഴലിച്ചിരുന്നു. സോഷ്യലിസം എന്താണെന്നുപോലും അന്നത്തെ കേരള ജനതയ്ക്ക് അറിയില്ലായിരുന്നു. എന്നാൽ, കെ ആർ ഗൗരിയുടെ തറവാട് അതിനൊരു അപവാദമായിരുന്നു. കാരണം അന്നത്തെ സാമൂഹിക-രാഷ്ട്രീയ സ്ഥിതികൾക്കു വിപരീതമായിട്ടായിരുന്നു കളത്തിപ്പറമ്പിൽ രാമൻ ജീവിച്ചത്. മാനുഷികമൂല്യങ്ങൾക്കും മനുഷ്യത്വത്തിനും പ്രാധാന്യം കൊടുത്തു ജീവിച്ച അദ്ദേഹം ഒരു ജന്മി എന്ന നിലയിൽ തന്റെ ഒരു ജോലിക്കാരോടും പെരുമാറിയില്ല. എന്നുമാത്രമല്ല വിദ്യാഭ്യാസത്തിന് പ്രാധാന്യം കൊടുത്തു. മക്കളെ മാത്രമല്ല, പഠിക്കാൻ കഴിവുള്ള ആരെയും അവരുടെ ആഗ്രഹാനുസരണം പഠിപ്പിക്കാൻ അദ്ദേഹം ശ്രമിച്ചിരുന്നു. ഇതൊക്കെ കണ്ടുവളർന്ന കെ ആർ ഗൗരിക്കും അതേ സ്വഭാവവും ചിട്ടകളുമായിരുന്നു. സോഷ്യലിസവും കമ്യൂണിസവുമായി അവർ വളരെ വേഗം അടുത്തു. അതിൽ വീട്ടുകാർ ഒരെതിർപ്പും പ്രകടിപ്പിച്ചില്ല. ഒരു ഉദാഹരണം ഇവിടെ വ്യക്തമാക്കാം.

രണ്ടാം ലോകമഹായുദ്ധം നടക്കുന്ന കാലം; കോളേജ് അവധിക്കാലം ചെലവഴിക്കാനായി കെ ആർ ഗൗരി സ്വന്തം വീട്ടിലെത്തി. അന്ന് കമ്യൂണിസ്റ്റ് പാർട്ടിയുടെയും കൗമാരദശയാണ്. പാർട്ടി അംഗങ്ങൾക്കും സാധാരണക്കാർക്കുമായി ധാരാളം പൊതുയോഗങ്ങൾ സംഘടിപ്പിക്കുക, പൊതുകാര്യങ്ങളിൽ സജീവമായി ഇടപെടുക തുടങ്ങി പാർട്ടി വളരെ ആക്ടീവായിക്കൊണ്ടിരിക്കുന്ന കാലം. ലോകമഹായുദ്ധവും അതേത്തുടർന്നുണ്ടായ ഭക്ഷ്യക്ഷാമവും ലോകത്തെ പിടിച്ചുകുലുക്കിയ സംഭവമായിരുന്നു.

കുട്ടനാട്ടിൽ ഒരു ഭക്ഷ്യോൽപ്പാദനയോഗത്തിൽ പ്രസംഗിക്കാൻ കെ ആർ ഗൗരിയെ ക്ഷണിക്കാനായി ചില കമ്യൂണിസ്റ്റ് നേതാക്കൾ വന്നു. അച്ഛൻ രാമനോടാണ് അവർ കാര്യം അവതരിപ്പിച്ചത്. ഗൗരി നിയമവിദ്യാർത്ഥിനി എന്ന നിലയിലും പാർട്ടിയോട് ആഭിമുഖ്യമുള്ള സ്ത്രീ എന്ന നിലയിലുമാണ് അവർ സമീപിച്ചത്. ഈ ക്ഷണത്തെ ഗൗരിയുടെ അച്ഛൻ സ്വാഗതം ചെയ്തു. അച്ഛന്റെ അനുവാദത്തോടെ അവർ ആദ്യമായി ഒരു പാർട്ടി യോഗത്തിൽ പ്രസംഗിച്ചതും ഈ സന്ദർഭത്തിലാണ്. കളത്തിപ്പറമ്പിൽ രാമൻ എന്ന മനുഷ്യനല്ലായിരുന്നു ആ സ്ഥാനത്തെങ്കിൽ

ഒരിക്കലും ഈയൊരു സംഭവം ഉണ്ടാകുമായിരുന്നില്ല. പെൺകുട്ടിയെ ഇത്രയധികം പഠിപ്പിക്കുകയോ അവളെ സ്വാതന്ത്ര്യം കൊടുത്തു വളർത്തുകയോ പൊതുവേദിയിൽ പങ്കെടുപ്പിക്കുകയോ ചെയ്യുമായിരുന്നില്ല. എന്നാൽ, കാലങ്ങൾക്കുമുന്നേ ആശയപരമായി പുരോഗതിയുടെ പാതയിലായിരുന്നു അദ്ദേഹം. തന്റെ മകളുടെ വളർച്ചയെ അഭിമാനപൂർവ്വം നോക്കിക്കണ്ട ആ അച്ഛനായിരുന്നു കെ ആർ ഗൗരി എന്ന വ്യക്തിത്വത്തിന്റെ നെടുംതൂൺ.

അവധിക്കാലത്തിനുശേഷം കോളേജിൽ തിരിച്ചെത്തിയ ഗൗരി വീണ്ടും പഠനകാര്യങ്ങളിൽ വ്യാപൃതയായി. എങ്കിലും അവസാന വർഷം ആയപ്പോൾ അവർ രാഷ്ട്രീയത്തിന് കൂടുതൽ പ്രാധാന്യംകൊടുത്തു. ഇക്കാലയളവിനുള്ളിൽ കമ്യൂണിസ്റ്റ് വിദ്യാർത്ഥികൾക്കിടയിൽ അവർക്ക് തന്റേതായൊരു ഇടം നേടാനായി. കോളേജിലെയും സദനത്തിലെയും സൗഹൃദവലയം അവരിലെ പൊതുപ്രവർത്തകയ്ക്ക് വിളനിലമാകുകയായിരുന്നു. അതിലൂടെ അനന്തപുരിയുമായും അവിടത്തെ ജനങ്ങളുമായും അടുക്കാനുള്ള അവസരം ലഭിച്ചു.

ജനങ്ങളുമായി പ്രത്യേകിച്ച് യുവതലമുറയുമായി കൂടുതൽ ഇടപഴകിയത് പൊതുപ്രവർത്തക എന്ന നിലയിൽ ഒരു നാടിനുണ്ടാകുന്ന മാറ്റങ്ങളെക്കുറിച്ചും മാറേണ്ടുന്ന സാമൂഹികവീക്ഷണങ്ങളെക്കുറിച്ചും വ്യക്തമായ ധാരണ നൽകി. രാഷ്ട്രീയം എന്നാൽ ഗൗരിക്ക് അന്നേ കമ്യൂണിസമാണ്. സ്റ്റേറ്റ് കോൺഗ്രസ് സജീവമായിരുന്ന പരിതഃസ്ഥിതിയിൽപ്പോലും അവർ ഒരു കോൺഗ്രസ് അനുഭാവി ആകുന്നതിനെക്കുറിച്ച് ചിന്തിച്ചിരുന്നില്ല. വിദ്യാർത്ഥിരാഷ്ട്രീയത്തിൽ മുൻനിര പോരാളി ആയിരിക്കുമ്പോഴും പഠനം, സദനത്തിലെ കലാകായിക പ്രവർത്തനങ്ങൾ എന്നിവയെല്ലാം ഒന്നിച്ചു കൊണ്ടുപോകാൻ അവർക്കു കഴിഞ്ഞു. അധികം വൈകാതെ ബി എൽ അവസാനവർഷ പരീക്ഷയ്ക്കുശേഷം അവർ സദനത്തിനോടും തിരുവനന്തപുരത്തോടും യാത്ര പറഞ്ഞു. ആദ്യശ്രമത്തിൽത്തന്നെ ബി എൽ പാസായി. അതോടെ തിരുവിതാംകൂറിൽനിന്നും ബി എൽ പാസാകുന്ന ആദ്യത്തെ ഈഴവപ്പെൺകുട്ടിയായി കെ ആർ ഗൗരി. ചരിത്ര നിമിഷം. ഒരുപക്ഷേ, കെ ആർ ഗൗരിയുടെ ജീവിതയാത്രയിലെ ആദ്യ നാഴികക്കല്ലായിരിക്കും ഇത്. കൂടെ ഒരച്ഛൻ കണ്ട ഏറ്റവും വലിയ സ്വപ്നം പൂവണിഞ്ഞ നിമിഷവും. മകളെ അഭ്യസ്തവിദ്യയാക്കണം, അതിലുപരി ഒരു അഡ്വക്കേറ്റ് ആക്കണം, എന്ന് ആഗ്രഹിച്ചത് അച്ഛനായിരുന്നല്ലോ. ആ മനുഷ്യനുണ്ടായ സന്തോഷവും അഭിമാനവും ചില്ലറയല്ല. അച്ഛന്റെ സന്തോഷത്തിൽ ഗൗരിയും തൃപ്തയായി. പഠനം ഇവിടെ തീരുന്നില്ല. അക്കാലത്ത് ബി എൽ പാസായതുകൊണ്ടുമാത്രം പ്രാക്ടീസ് ചെയ്യാൻ കഴിയില്ല. ബാർ കൗൺസിലിന്റെ ടെസ്റ്റും പാസാകണം. അതിന് ഏകദേശം ഒരു വർഷമെങ്കിലും സീനിയർ അഡ്വക്കേറ്റിനു കീഴിൽ പ്രാക്ടീസ്

വേണം. അതിനുശേഷമേ ബാർ കൗൺസിൽ ടെസ്റ്റ് എഴുതാൻ കഴിയൂ. അടുത്ത ശ്രമം കൗൺസിൽ ടെസ്റ്റിനുള്ളതായിരുന്നു.

അക്കാലത്ത് കേരള ഹൈക്കോടതി തിരുവനന്തപുരത്താണ്. പ്രസിദ്ധനായ അഡ്വക്കേറ്റ് കൃഷ്ണൻ കമ്മത്തിന്റെ കീഴിൽ പ്രാക്ടീസും ഒപ്പം ടെസ്റ്റ് പ്രിപ്പറേഷനുമായി ഗൗരി വീണ്ടും തിരുവനന്തപുരത്തെത്തി. അവിടെ പഠനവും അതിനിടയിൽ പ്രാക്ടീസുമായി സമയം പോയത് അറിഞ്ഞില്ല. ഒടുവിൽ ബാർ കൗൺസിൽ ടെസ്റ്റും പാസായി. അഡ്വക്കേറ്റ് കെ ആർ ഗൗരി ആയി അവർ വീണ്ടും തലസ്ഥാനത്തോടു യാത്ര പറഞ്ഞു.

അഡ്വ. കെ ആർ ഗൗരി

കെ ആർ ഗൗരിയിൽനിന്നും അഡ്വക്കേറ്റ് കെ ആർ ഗൗരിയിലേക്കുള്ള യാത്രയാണ് ഈ അദ്ധ്യായം. നിയമവൃത്തി അവരെ കൂടുതൽ കരുത്തുള്ളവളും കാര്യങ്ങളെ പക്വമായി സമീപിക്കാൻ പ്രാപ്തയാക്കുകയും ചെയ്തു. ഒപ്പം കമ്യൂണിസ്റ്റ് പാർട്ടിയുമായി ബന്ധപ്പെട്ട പ്രവർത്തനങ്ങളിൽ കൂടുതൽ സജീവമായി. അങ്ങനെ കെ ആർ ഗൗരി ഒട്ടേറെ മാറ്റങ്ങൾക്കു വിധേയയായ കാലയളവായിരുന്നു അത്.

മുൻ അദ്ധ്യായത്തിൽ പറഞ്ഞതുപോലെ അക്കാലത്ത് കേവലം ബി എൽ ബിരുദം കൊണ്ടുമാത്രം വക്കീലാകാൻ കഴിയുമായിരുന്നില്ല. അതിനായി ഒരു സീനിയർ വക്കീലിനു കീഴിൽ പരിശീലനം നേടി, കോടതി നടപടിക്രമങ്ങൾ കണ്ടുപഠിച്ച് ബാർ കൗൺസിൽ നടത്തുന്ന പരീക്ഷ പാസായി സന്നത് എടുത്താൽ മാത്രമേ ഒരാളെ ഔദ്യോഗികമായി വക്കീലായി അംഗീകരിക്കൂ. അതിനാൽ നിസ്സാരമല്ല വക്കീൽഭാഗം പഠിക്കുന്നതും സന്നത് എടുക്കുന്നതുമെല്ലാം. ഈ കടമ്പകളെല്ലാം ഗൗരി വിജയകരമായി താണ്ടി. ഒരു ക്ലാസിൽപ്പോലും തോൽക്കാതെ സ്കൂൾ-കോളേജ് വിദ്യാഭ്യാസം പൂർത്തിയാക്കി. നല്ല മാർക്കോടെ ബി എൽ പാസായി. ബാർ കൗൺസിൽ പരീക്ഷയും പാസായി. സന്നത് എടുക്കാൻ ഒരുങ്ങവെയാണ് അപ്രതീക്ഷിത വിയോഗം എത്തിയത്. ഗൗരിയുടെ മൂത്തചേച്ചി നാരായണിയുടെ വേർപാട് ആ കുടുംബത്തെ ഉലച്ചുകളഞ്ഞു. അക്കാരണത്താൽ സന്നതെടുക്കൽ നീണ്ടു. വീടും കുടുംബാംഗങ്ങളും പ്രത്യേകിച്ച് അച്ഛൻ ആ വേദനയിൽനിന്നും കരകയറാതെ മറ്റൊന്നിനും സാധിക്കുമായിരുന്നില്ല. ഈ വിഷമസന്ധിയും ഗൗരി ധൈര്യ

മൂത്ത സഹോദരി
കെ ആർ നാരായണി

പൂർവ്വം നേരിട്ടു. തന്റെ ആത്മകഥയിൽ അവർ പറയുന്നുണ്ട് തന്റെ മൂത്ത ചേച്ചി നാരായണിയെപ്പറ്റി. പ്രായംകൊണ്ട് അവർ ഗൗരിക്ക് അമ്മയ്ക്കു തുല്യമായിരുന്നു. സ്കൂൾ പഠനകാലത്തെല്ലാം ചേച്ചിയോടൊപ്പമായിരുന്നു താമസിച്ചിരുന്നത്. ചേച്ചി തന്റെ മക്കൾക്കൊപ്പമാണ് ഗൗരിയെയും സ്നേഹിച്ചതും ലാളിച്ചതും. ഗൗരിയെ ഉടുപ്പിലും നടപ്പിലും സുന്ദരിയാക്കാൻ അവർ സദാ ശ്രദ്ധിച്ചിരുന്നു; ഒപ്പം പഠനം, ആരോഗ്യം എന്നിവയിലും. നാരായണിച്ചേച്ചിയുടെ മരണം അവരെ ഒത്തിരി വിഷമിപ്പിച്ച ഒന്നായിരുന്നു. എന്നാൽ, അവിടെ കരയാനോ തളർന്നിരിക്കാനോ ഗൗരിക്കു കഴിയുമായിരുന്നില്ല. കാരണം ചേച്ചിയുടെ മരണത്തിൽ ആകെ തകർന്നിരിക്കുന്ന കുടുംബം, നിർജ്ജീവമായി ഇരിക്കുന്ന അച്ഛനും അമ്മയും, അവരുടെ മുന്നിൽ താനും വിഷമിച്ചിരുന്നാൽ എങ്ങനെ ശരിയാകും? ഈ ചിന്തയിൽനിന്നും അവർ സ്വയം ഊർജ്ജംകൊണ്ടു. വീടിനകത്തും പുറത്തുമായി സജീവമാകാൻ തുടങ്ങി. ക്രമേണ ഈ മാറ്റം മറ്റുള്ളവരിലേക്കും പകർന്നു. നഷ്ടപ്പെടലിനെ അവർ അംഗീകരിച്ചുകൊണ്ട് ജീവിതത്തിലേക്കു തിരിച്ചുവരാനുള്ള ശ്രമങ്ങളായി. പതുക്കെപ്പതുക്കെ കളത്തിപ്പറമ്പിൽ വീട് പഴയതുപോലെ ആളും ബഹളവും തിരക്കും നിറഞ്ഞതായി.

സാഹചര്യം മെച്ചപ്പെട്ടതോടെ അച്ഛൻ ആദ്യം ചെയ്തത് ഗൗരിയുടെ സന്നതെടുക്കലിനുള്ള ഏർപ്പാടുകളാണ്. ചേർത്തല കോടതിയിൽ പ്രാക്ടീസു ചെയ്യാനുള്ള സൗകര്യാർത്ഥം ഒരു വീട് വാടകയ്ക്കെടുത്തു. വക്കീലായിരുന്ന കാലയളവിൽ ഇവിടായിരുന്നു താമസം. ഒരു മുറി ഓഫീസിനായി മാറ്റിവച്ചു. ഗുമസ്തനായി ഒരാളെയും കിട്ടി. സന്നതെടുക്കലിനോടനുബന്ധിച്ച് ബന്ധുക്കൾക്കും നാട്ടുകാർക്കുമായി ചെറിയൊരു സദ്യ ഒരുക്കിയിരുന്നു. അതിലേക്കു ക്ഷണിക്കാൻ ക്ഷണപത്രികയും അച്ചടിപ്പിച്ചു. ചുരുക്കിപ്പറഞ്ഞാൽ ഏതാണ്ടൊരു കല്യാണത്തിന്റേതുപോലുള്ള മുന്നൊരുക്കങ്ങൾ ഗൗരിയുടെ അച്ഛൻ നടത്തി. ആ മനുഷ്യന്റെ ജീവിതത്തിലെ ഏറ്റവും വലിയ ആഗ്രഹമായിരുന്നല്ലോ മകളെ ഒരു വക്കീലാക്കുക എന്നത്. അത് സാർത്ഥകമായ നിമിഷം അദ്ദേഹത്തെ സംബന്ധിച്ചിടത്തോളം സ്വപ്നതുല്യമെന്നോ അമൂല്യമെന്നോ ഒക്കെ വിശേഷിപ്പിക്കാം.

അങ്ങനെ 1121 മകരത്തിൽ തിരുവനന്തപുരം ഹൈക്കോടതിയിൽവച്ച് ചീഫ് ജസ്റ്റിസ് പാർത്ഥസാരഥി അയ്യർ ചൊല്ലിക്കൊടുത്ത വാചകം ഏറ്റുചൊല്ലി ഗൗരി അഡ്വ. കെ ആർ ഗൗരിയായി എൻറോൾ ചെയ്തു. ഇതൊരു ചരിത്രമുഹൂർത്തം കൂടിയാണ്. തിരുവിതാംകൂറിൽ ഈഴവസമുദായത്തിൽ നിന്നുള്ള ആദ്യ വനിതാ അഡ്വക്കേറ്റ് എന്ന് ചരിത്രം സുവർണ്ണലിപികളിൽ എഴുതിയ നിമിഷം. തിരുവനന്തപുരത്തുനിന്നും ചേർത്തല മുനിസിഫ് കോടതിയിലേക്കാണ് പോയത്. അവിടെയും ഉണ്ടായിരുന്നു പ്രത്യേകത. ചേർത്തല കോടതിയിലെ ആദ്യ വനിതാ അഡ്വക്കേറ്റും കെ ആർ ഗൗരിയാണ്. ചേർത്തലയിൽ പ്രാക്ടീസ് തുടങ്ങിയതോടെ നേരത്തെ സൂചിപ്പിച്ച വീട്ടിലായി ഗൗരിയുടെ താമസം. കൂട്ടിന് അച്ഛനും ഉണ്ടായിരുന്നു. പിന്നീടുള്ള ദിവസങ്ങൾ കോടതിയും തിരക്കുമായിരുന്നു.

കോടതിക്കേസുകൾ രണ്ടുവിധമാണ്. സിവിൽ കേസും ക്രിമിനൽ കേസും. വക്കീൽജീവിതത്തിന്റെ തുടക്കത്തിൽത്തന്നെ ക്രിമിനൽ കേസുകളോട് ഗൗരിക്ക് താൽപ്പര്യം ഇല്ലാതായി. അന്നത്തെ സാമൂഹ്യസാഹചര്യമനുസരിച്ച് അടിപിടി, കത്തിക്കുത്ത്, വീടു കയറിയുള്ള ആക്രമണം, കൊലപാതകങ്ങൾ എന്നിവയാണ്. ഇവയോടെല്ലാം ഒരുതരം വിമുഖതാമനോഭാവം ആയിരുന്നു അവർക്ക്. എന്നാൽ, സിവിൽ കേസുകളുടെ സ്ഥിതി മറിച്ചായിരുന്നു. അത്തരം കേസുകളിൽ ഗൗരിക്ക് ഏറെ താൽപ്പര്യം തോന്നി. സിവിൽ കേസുകളിൽ തൊണ്ണൂറുശതമാനവും ജന്മി-കുടിയാൻ ബന്ധങ്ങളിൽനിന്നും ഉരുത്തിരിഞ്ഞുവരുന്നവയാണ്. അനധികൃതമായ കുടിയൊഴിപ്പിക്കലുകൾ, പീഡനങ്ങൾ, ഉപദ്രവങ്ങൾ തുടങ്ങി ജന്മിത്തത്തിന്റെ തേർവാഴ്ചയായിരുന്നു അന്ന്. അതിൽത്തന്നെ ചേർത്തല ഉൾപ്പെടുന്ന ഇന്നത്തെ ആലപ്പുഴ ജില്ലയിൽ നെൽകൃഷിയായിരുന്നു പ്രധാനം. അതുമായി ബന്ധപ്പെട്ട ജന്മിമാരും അവരുടെ സേവകരായി അടിമജീവിതം നയിക്കുന്ന കുറെ മനുഷ്യരും. തീർത്തും നരകതുല്യമായിരുന്നു അവരുടെ ജീവിതം. നല്ല ആഹാരമോ വസ്ത്രമോ ഇല്ല. കയറിക്കിടക്കാൻ നല്ലൊരു കൂര ഇല്ല. എന്നാൽ, ജോലി ആവശ്യത്തിലധികവും. എല്ലുമുറിയെ പണിതാലും കൂലി നാമമാത്രമാണ്. പേരുകേട്ട ജന്മിമാരുടെ അടിയാന്മാരായി കഴിയുക. എന്നാൽ, അവരുടെ വസ്തുവിനും മുതലിനും കാവൽ നിൽക്കുന്ന പട്ടിയുടെ വില മാത്രമേ ഉള്ളൂ. ആവശ്യം കഴിഞ്ഞാൽ നിർദ്ദയം കുടികിടപ്പുപുരകളിൽനിന്നും ആട്ടിയോടിക്കാൻ വല്ലാത്ത ഉത്സാഹമായിരുന്നു ജന്മിമാർക്ക്. നിത്യവൃത്തിക്കു വഴിയില്ലാതെ തെരുവിൽ അലയേണ്ടിവന്നവർ നിരവധിയാണ് അക്കാലത്ത്. എന്തിനേറെ പറയുന്നു കുടിയാന്മാർ മരിച്ചാൽ മൃതദേഹം ദഹിപ്പിക്കാനോ മറവ് ചെയ്യാനോപോലും ജന്മിമാർ സമ്മതിച്ചിരുന്നില്ല. തികച്ചും മൃഗങ്ങളേക്കാൾ പരിതാപകരമായ അവസ്ഥയല്ലേ ഇത്? ഇതെല്ലാം നേരിട്ടുകണ്ടും കേട്ടും പരിചയമുണ്ടായി

രുന്ന ഗൗരിക്ക് പ്രതികരിക്കാൻ കിട്ടിയ വേദിയായിരുന്നു വക്കീൽ കുപ്പായം. സാധാരണക്കാരുടെ പ്രശ്നങ്ങൾ മനസ്സിലാക്കാനും അവർക്ക് നീതി നേടിക്കൊടുക്കാനും അവർക്ക് ആവേശമായിരുന്നു. ഇത് കോടതിയിലും ജനങ്ങൾക്കിടയിലും അവരെ പ്രിയങ്കരിയാക്കി. പാവപ്പെട്ടവരുടെ കൈയിൽ നിന്നും ഫീസ് വാങ്ങാതെയാണ് ഗൗരി അവർക്കുവേണ്ടി ഹാജരായിരുന്നത്. കോടതിയും അവിടത്തെ ജീവിതവും സമൂഹവുമായും അവരെ കൂടുതൽ ബന്ധിപ്പിച്ചു. ജന്മി എന്നും ജന്മിയായും അടിയാൻ എന്നും അടിയാനായും തുടരണമെന്ന അലിഖിതനിയമം സമൂഹം വച്ചുപുലർത്തിയിരുന്നു. ഈ രീതിയോട് തുറന്ന പ്രതിഷേധമായിരുന്നു ഗൗരിക്ക്. സാധാരണ ജനങ്ങൾക്കും പാവപ്പെട്ടവർക്കും ആത്മാഭിമാനത്തോടെ ജീവിക്കാൻ അവകാശമുണ്ട്. അതിനു കഴിഞ്ഞാൽമാത്രമേ ആ നാടിന് സ്വാതന്ത്ര്യം ലഭിച്ചതായി കണക്കാക്കാൻ കഴിയൂ. ഇത്തരം ആശയങ്ങൾ അവരെ കമ്യൂണിസവുമായി കൂടുതൽ അടുപ്പിച്ചു. കമ്യൂണിസ്റ്റ് സ്റ്റഡി ക്ലാസുകളിലും പ്രവർത്തനങ്ങളിലും അവർ പങ്കാളിയായി.

തുടക്കത്തിൽ പറഞ്ഞതുപോലെ കമ്യൂണിസം തെറ്റാണെന്നു വിശ്വസിക്കുന്ന കുടുംബമായിരുന്നില്ല കെ ആർ ഗൗരിയുടേത്. അതിനാൽത്തന്നെ ഇത്തരം പ്രവർത്തനങ്ങളുമായി സഹകരിക്കുന്നതിൽ ആർക്കും പ്രത്യേകിച്ച് എതിർപ്പ് ഉണ്ടായിരുന്നില്ല. പോരെങ്കിൽ ഗൗരിയുടെ നേരെ മൂത്ത സഹോദരൻ കെ ആർ സുകുമാരൻ അക്കാലത്തെ അറിയപ്പെടുന്ന കമ്യൂണിസ്റ്റ് പ്രവർത്തകനാണ്. ജ്യേഷ്ഠന്റെ പാതയിൽ അനിയത്തി ഗൗരിയും കമ്യൂണിസ്റ്റ് പാർട്ടിയുമായി വളരെ അടുത്തു. അന്നത്തെ കർഷക പാർട്ടിയോഗങ്ങൾ, സമരങ്ങൾ, സ്റ്റഡി ക്ലാസുകൾ എന്നിവയിലെല്ലാം ഗൗരിയും സംബന്ധിച്ചു. ഇത് ജനങ്ങൾക്കിടയിൽ അവരെ സ്വീകാര്യയാക്കി. 70-80 വർഷങ്ങൾ മുമ്പത്തെ സ്ഥിതിവച്ച് സാമ്പത്തികമായി ഉയർന്ന തറവാട്ടിൽനിന്നും വിദ്യാസമ്പന്നയായ സ്ത്രീ സാധാരണക്കാർക്കുവേണ്ടി സംസാരിക്കുന്നതും പാർട്ടിയിൽ പ്രവർത്തിക്കുന്നതും തെല്ലൊരു അത്ഭുതത്തോടെയാണ് ജനങ്ങൾ കണ്ടത്. എന്നാൽ, ഗൗരിയുടെ കഥ മറിച്ചായിരുന്നു. താൻ എന്തോ വലിയ കാര്യം ചെയ്യുകയാണെന്ന തോന്നൽ ഒരിക്കലും അവർക്കുണ്ടായില്ല. സമൂഹത്തിന്റെ നന്മയ്ക്കുവേണ്ടി സാധാരണക്കാരന്റെ അവകാശങ്ങൾക്കുവേണ്ടി പോരാടേണ്ടത് തന്റെ കർത്തവ്യമാണെന്ന് അവർ വിശ്വസിച്ചു. അതിന് പ്രതിഫലേച്ഛ ഉണ്ടായിരുന്നില്ല. അത് തെളിയിക്കുന്ന ഒരു സംഭവം പറയാം.

കമ്യൂണിസ്റ്റ് പാർട്ടിയുടെ ബാല്യദശയായിരുന്നു അപ്പോൾ. ജനങ്ങൾക്കിടയിലേക്ക് കൂടുതൽ പ്രവർത്തനങ്ങളും ക്ലാസുകളും വ്യാപിപ്പിക്കേണ്ടതുണ്ട്. എന്നാൽ, അതിനുതക്ക ഫണ്ടോ മറ്റു സാമ്പത്തികമോ ഇല്ല. ഈ അവസ്ഥയിൽ ഏതു സമയത്തും സധൈര്യം ഗൗരിയെ ആശ്ര

യിക്കാം. അവിടെ ചെല്ലുന്നവർക്ക് ഒരു നേരത്തെ ആഹാരം ഉറപ്പാണ്. കെ ആർ ഗൗരി അക്കാലത്ത് വക്കീലായി പ്രാക്ടീസു ചെയ്യുന്ന സമയമാണ്. ചേർത്തലയിലെ വാടകവീട്ടിലാണ് താമസവും. ഒരു മുന്നറിയിപ്പും കൂടാതെയാവും സ്റ്റഡി ക്ലാസുകളും കർഷകസമ്മേളനങ്ങളും കഴിഞ്ഞ് സഖാക്കൾ എത്തുക. ഭക്ഷണം, കിടക്കാൻ ഇത്തിരി സ്ഥലം എന്നിവ ഉറപ്പായിരുന്നു. ഒരിക്കലും അവർ ദുർമുഖം കാണിച്ചിരുന്നില്ല. അതിഥികളെ സൽക്കരിക്കുന്നതിൽ ഏറെ മുൻപിലായിരുന്നു ഗൗരി. മരണം വരെയും ആ ശീലത്തിനു മാറ്റമുണ്ടായില്ല. വിശപ്പാണ് ഏറ്റവും വലിയ ദുഃഖം. ആഹാരമാണ് ദൈവം എന്ന പക്ഷമായിരുന്നു അവരുടേത്.

സജീവരാഷ്ട്രീയത്തിലേക്ക്

> "**മീ**ൻ വെള്ളത്തിൽ കഴിയുന്നത് എങ്ങനെയോ അതുപോലെയാകണം ഒരു രാഷ്ട്രീയക്കാരി/രാഷ്ട്രീയക്കാരൻ ജീവിക്കേണ്ടത്; ജനങ്ങൾക്കിടയിലായിരിക്കണം. അതാവണം ശ്വാസം, ആരോഗ്യം, ചിന്ത."

നമ്മൾ ഇതുവരെ പറഞ്ഞുവന്നത് കെ ആർ ഗൗരിയുടെ കഥയാണ്. കേരളം പോലൊരു കൊച്ചു സംസ്ഥാനത്ത് ആലപ്പുഴപോലെ ഗ്രാമീണത നിറഞ്ഞ ജില്ലയിൽനിന്നും ഭരണസിരാകേന്ദ്രത്തിലേക്ക് സധൈര്യം നടന്നുകയറി, തന്റേതായ ഇരിപ്പിടം വലിച്ചിട്ട് ഇരുന്ന വനിതയാണവർ. ഇത്രയും നേരം പറഞ്ഞതെല്ലാം കെ ആർ ഗൗരിയെക്കുറിച്ചായിരുന്നു. കെ ആർ ഗൗരി ഗൗരിയമ്മ ആയ കഥയാണ് ഇനി പറയുന്നത്. എന്തുകൊണ്ടോ അതിന് ഇങ്ങനൊരു ആമുഖം ആകാമെന്നു കരുതി.

കെ ആർ ഗൗരി എന്ന അച്ഛന്റെ ഗൗരിയമ്മാൾ കേരള ജനതയുടെ മുഴുവൻ ഗൗരിയമ്മയായത് ചരിത്രമാണ്. ആ ചരിത്രത്തിന്റെ ചില ഏടുകൾ മാത്രമാണ് ഇവിടെ കുറിക്കുന്നത്.

കെ ആർ ഗൗരിയിൽനിന്നും ഗൗരിയമ്മയിലേക്കുള്ള യാത്ര തുടങ്ങുന്നത് അവർ സജീവ രാഷ്ട്രീയപ്രവർത്തനത്തിൽ ഏർപ്പെടുന്നതു മുതലാണ്. "സജീവരാഷ്ട്രീയം എന്ന് എടുത്തുപറയാൻ കാരണം, കോളേജ് വിദ്യാഭ്യാസകാലം മുതൽക്കേ അവർ പൊതുകാര്യങ്ങളിലും അതിനേക്കാൾ കമ്യൂണിസ്റ്റ് പാർട്ടിയുമായി ബന്ധപ്പെട്ട പ്രവർത്തനങ്ങളിലും പങ്കെടുത്തിരുന്നു. കുറച്ചുകൂടി വ്യക്തമാക്കിയാൽ 22 വയസ്സുമുതൽ കെ ആർ ഗൗരി കമ്യൂണിസ്റ്റ് അനുഭാവിയും സഹചാരിയുമാണ്. എന്നാൽ, ഔദ്യോ

ഗികമായി പാർട്ടി അംഗത്വം സ്വീകരിച്ച് സജീവ രാഷ്ട്രീയപ്രവർത്തകയാകുന്നത് 28 വയസ്സുമുതലാണ്.

1947 ൽ കമ്യൂണിസ്റ്റ് പാർട്ടിയുടെ സ്ഥാപകനേതാക്കളിൽ പ്രമുഖനായ സഖാവ് പി കൃഷ്ണപിള്ളയിൽനിന്ന് പാർട്ടി അംഗത്വം സ്വീകരിച്ചു.

വിദ്യാഭ്യാസകാലത്തു കിട്ടിയ ഉപദേശം, പാപത്തിന്റെ വഴികളിൽനിന്നും മാറി നടക്കണമെന്ന സിസ്റ്ററന്മാരുടെ ഉപദേശം തള്ളിക്കളഞ്ഞ് ആ വഴിയിൽക്കൂടിതന്നെ; വേറിട്ടവഴികൾ സ്വീകരിച്ച്, കനലുകളും തീക്കനലുകളും താണ്ടി ഒരു തികഞ്ഞ കമ്യൂണിസ്റ്റുകാരിയായി മാറി. കോൺഗ്രസുകാരനായ അച്ഛന്റെ പാത ഉപേക്ഷിച്ച് സഹോദരൻ സ. സുകുമാരന്റെ കമ്യൂണിസ്റ്റ് ആദർശങ്ങളിൽ ആകൃഷ്ടയായി ആ വഴി സ്വീകരിക്കാൻ തീരുമാനിച്ചു. ആലപ്പുഴയിലേയും ചേർത്തലയിലേയും കയർ, ചെത്തു തൊഴിലാളികളെ സംഘടിപ്പിക്കാൻ അവർ കാണിച്ച വീറും ധൈര്യവും പുരുഷസഖാക്കളെപ്പോലും അത്ഭുതപ്പെടുത്തി. അടിച്ചമർത്തപ്പെട്ടവർക്കുവേണ്ടി പോരാടാൻ തീരുമാനിച്ച ഗൗരി പിന്നെ തിരിഞ്ഞുനോക്കിയിട്ടേയില്ല. കുറച്ചുനാൾ വക്കീലായി പ്രാക്ടീസു ചെയ്തുവെങ്കിലും മുഴുവൻ സമയ രാഷ്ട്രീയപ്രവർത്തനമാണ് തന്റെ വഴി എന്നവർ തിരിച്ചറിഞ്ഞു. ആലപ്പുഴ എസ് ഡി കോളേജിൽ അന്ന് നടന്ന സമരകോലാഹലങ്ങളിൽ പുറത്തുനിന്ന് നിരാഹാരംവരെ നടത്തി ജയിൽ സൂപ്രണ്ടിന്റെ മകളെ തടഞ്ഞുവച്ചു. ഗത്യന്തരമില്ലാതെ, നിരാഹാരം നടത്തുന്ന ഗൗരിയുടെ ആവശ്യങ്ങൾ എല്ലാം അംഗീകരിച്ചു. 1947 ൽ സ്വാതന്ത്ര്യം ലഭിച്ചുവെങ്കിലും, തൊഴിലാളികളുടെയും സാധാരണക്കാരുടെയും ജീവിതം ദുസ്സഹമായിരുന്നു. അവരുടെ എല്ലാം ഇടയിൽ ഓടിനടന്ന് കൺവെൻഷനുകൾ നടത്തി. ജന്മി, ഫ്യൂഡൽ വ്യവസ്ഥിതിക്കെതിരെ പോരാടാൻ തൊഴിലാളികളെ സജ്ജരാക്കി. തിരുവിതാംകൂറിൽ കമ്യൂണിസ്റ്റു പാർട്ടി ശക്തിപ്പെടാൻ തുടങ്ങി. പാർട്ടിയെ നിരോധിച്ചതിനാൽ പ്രമുഖരായ നേതാക്കളെല്ലാം ഒളിവിലിരുന്നാണ് പ്രവർത്തിച്ചിരുന്നത്. എ കെ ജി, ഗൗരിയുടെ സഹോദരൻ, സുകുമാരൻ, പി കൃഷ്ണപിള്ള, സുഗതൻ, ടി വി തോമസ് തുടങ്ങി എല്ലാവരും ഒളിവിലായി. പാർട്ടി മെമ്പറല്ലാതെ കെ ആർ ഗൗരിയായിരുന്നു അന്നത്തെ താരം. സ്വാതന്ത്ര്യം നേടിയതിനുശേഷം തിരുവിതാംകൂർ ഇന്ത്യൻ യൂണിയനിൽ ലയിക്കുവാൻ തയ്യാറായില്ല. പക്ഷേ, പാർട്ടിയുടെ നിലപാട് ലയിക്കണമെന്നതായിരുന്നു. തിരുവിതാംകൂർ ഇന്ത്യൻ യൂണിയനിൽ ലയിക്കണമെന്നാവശ്യപ്പെട്ട് ആലപ്പുഴ ബാർ അസോസിയേഷൻ ഹാളിനുമുന്നിൽ പതാക ഉയർത്തൽ പരിപാടി. നോട്ടീസിൽ ഗൗരിയുടെ പേര്, അഭിവാദ്യത്തിന്. പരിപാടിയിൽ പങ്കെടുക്കരുതെന്ന് വീട്ടിൽ ചെന്നുവരെ വിലക്കി. വിലക്കുകൾ ലംഘിച്ച് ഗൗരി പതാക ഉയർത്തലിന് അഭിവാദ്യമർപ്പിച്ച് മുദ്രാവാക്യം മുഴക്കി. പ്രാക്ടീസു നിർത്തി മുഴുവൻ സമയ പാർട്ടിപ്രവർത്തകയായി. ഒളിവിലെ നേതാക്കളുടെ അഭാവത്തിൽ ആലപ്പുഴ, ചേർത്തല ഭാഗങ്ങളിൽ ഉഗ്രൻ സമ്മേളനങ്ങളും

പാർട്ടി പ്രവർത്തകർക്കൊപ്പം

റാലികളും സംഘടിപ്പിച്ച് പാർട്ടിയെ മുൻനിരയിലെത്തിക്കാൻ അഹോരാത്രം പണിയെടുത്തു. കയർ, ചെത്തുതൊഴിലാളികളുടെ ഇടയിൽ അവർ നേതാവായിമാറി. പൊലീസ് പിടിയിലാവാതെ അവരെ സംരക്ഷിച്ചിരുന്നത് തൊഴിലാളിസംഘടനകളായിരുന്നു. നേരത്തേ ബ്രിട്ടീഷുഭരണത്തെ നെഞ്ചിലേറ്റി നടന്നിരുന്നവരും കോൺഗ്രസ് ഗുണ്ടകളുമൊക്കെ അന്നത്തെ പൊലീസുകാർക്ക് ഒപ്പമായിരുന്നു. കള്ളക്കേസുകളിൽ പെടുത്തുക, ജയിലിലാക്കുക ഇതുമാത്രമായിരുന്നു പൊലീസിന്റെ പണി. ആറുമാസം കൂടുമ്പോൾ ജയിൽവാസം. വീണ്ടും ഡെറ്റിന്യൂ അറസ്റ്റ്. മിക്ക സമയങ്ങളിലും ഗൗരിതന്നെയായിരുന്നു കേസുവാദിച്ചിരുന്നത്. ഡെറ്റിന്യൂ അറസ്റ്റിൽനിന്നും അവരെ രക്ഷപ്പെടാൻ സഹായിച്ചിരുന്നത് ഗോവിന്ദൻ എന്നൊരു ജഡ്ജിയായിരുന്നു. 1948 ൽ തിരുവിതാംകൂർ നിയമസഭയിലേക്ക് നോമിനേഷൻ നൽകി. അതിനേക്കാൾ പ്രധാനം വിജയിച്ച കൃഷ്ണനയ്യപ്പനേക്കാൾ പേരും പ്രശസ്തിയും ലഭിച്ചത് ഗൗരിക്കായിരുന്നു. 13,000 വോട്ടിന് തോറ്റുപോയി. പക്ഷേ, കെട്ടിവച്ച തുക നഷ്ടമായില്ലെന്നതുതന്നെ വലിയ കാര്യമായിരുന്നു. നാടുനീളം ഗൗരിയമ്മയ്ക്ക് സ്വീകരണങ്ങൾ പ്രകടനങ്ങൾ. എല്ലായിടത്തും പ്രസംഗിക്കാൻ ഗൗരിയമ്മമാത്രം. ഇതിനെ തുടർന്ന് അറസ്റ്റിലായി. പിന്നീട് 1950, 52 കാലഘട്ടത്തിലും തിരുവിതാംകൂർ നിയമസഭയിലേക്കു മത്സരിച്ചു വിജയിച്ചു. 1950 ൽ ജയിൽ വിമോചി

തയായി പുറത്തുവന്നതിനുശേഷം മാത്രമാണ് ജയിലിൽ അവർ അനുഭവിച്ച കൊടിയ ക്രൂരതകൾ പലതും പുറംലോകമറിയുന്നത്. ആലപ്പുഴ ജയിലിലും തിരുവനന്തപുരം പൂജപ്പുര ജയിലിലും അവർ അനുഭവിച്ച കൊടിയദുരിതങ്ങൾ, അവർക്ക് ഏറെ വിലപ്പെട്ട പലതും ഒരുപക്ഷേ, മാതൃത്വം വരെ. "ലാത്തിക്കു ജീവനുണ്ടായിരുന്നെങ്കിൽ ഞാൻ ലാത്തിക്കുഞ്ഞുങ്ങളെ പ്രസവിക്കുമായിരുന്നുവെന്ന്" അവർതന്നെ പറഞ്ഞിട്ടുണ്ട്. ജയിലിൽ അവർ അനുഭവിച്ച പീഡനങ്ങളെക്കുറിച്ച് ഇന്നത്തെ തലമുറയ്ക്ക് അറിവുപകരുന്ന സന്ദർഭങ്ങൾ പലേടത്തും അവർതന്നെ കുറിച്ചിട്ടുണ്ട്. കമ്യൂണിസ്റ്റു പാർട്ടി നിരോധിച്ചിരുന്ന സമയത്ത് പൊലീസുകാരും അവരുടെ നിയന്ത്രണത്തിലുള്ള ഗുണ്ടകളും നാട്ടിൽ വിലസുമ്പോൾ അവരെ എതിർക്കുന്ന കമ്യൂണിസ്റ്റുകാരെ കള്ളക്കേസിൽ കുടുക്കി ജയിലിൽ കൊണ്ടുവരും. ഇത്തരക്കാരായ തടവുപുള്ളികളെ നിരനിരയായി നടത്തി വാർഡന്മാർ കൊണ്ടുപോകുമ്പോൾ, 'ഇങ്ക്യുലാബ് സിന്ദാബാദ്, കമ്യൂണിസ്റ്റു പാർട്ടി സിന്ദാബാദ്' എന്ന മുദ്രാവാക്യം മുഴക്കും സെല്ലിൽ കിടക്കുന്നവർ. കെ ആർ ഗൗരിയെന്ന കറപുരളാത്ത കമ്യൂണിസ്റ്റുകാരിക്ക് മറക്കാൻപറ്റാത്ത ദിവസം അവർ ഓർക്കുന്നത് ഇങ്ങനെ. ഇതുപോലെ പുതുതായിവന്ന തടവുകാരെ എതിരേറ്റ് സിന്ദാബാദ് വിളിച്ച സഹതടവുകാരുടെ മുദ്രാവാക്യംവിളി വാർഡന്മാർക്ക് രസിച്ചില്ല. അതുവഴി കടന്നുപോയ ഗൗരിയെ ലക്ഷ്മിക്കുട്ടിയെന്ന വാർഡൻ മർദ്ദിക്കാൻ തുടങ്ങി. സ്ത്രീത്തടവുകാരുടെ നേരെയും മർദ്ദനം അഴിച്ചുവിട്ട ലക്ഷ്മിക്കുട്ടിയുടെ ലാത്തിയടി സഹിക്കാൻ പറ്റാതെ വന്നപ്പോൾ ഗൗരി അവരുടെ കൈയിൽ ശക്തിയായി കടിച്ചു. അവർ ഉച്ചത്തിൽ നിലവിളിച്ചു. നിമിഷങ്ങൾക്കുള്ളിൽ മറ്റ് വാർഡന്മാർ ഓടിയെത്തി. ഗൗരിയെ തല്ലാൻ തുടങ്ങി. ഗൗരിയെ അസഭ്യവർഷങ്ങൾകൊണ്ട് പൊതിഞ്ഞു. ഉടുതുണി ഊരിയെറിഞ്ഞ് ബ്ലൗസും പാവാടയും വലിച്ചുകീറി. ഒരു വാർഡൻ വയറിൽ ബൂട്ടിട്ട് ചവിട്ടി. 'ഇവളുടെ അണ്ണാക്കിൽ കമ്പി പഴുപ്പിച്ച് കേറ്റെടാ' എന്ന് ആക്രോശിച്ചുകൊണ്ട് ഒരു വാർഡൻ ലാത്തി ഗൗരിയുടെ നാഭിക്കുഴിയിലേക്ക് കുത്തിയിറക്കി. ലാത്തികളെല്ലാം മാറിമാറി ഉപയോഗിച്ചു. അവരുടെ ജീവിതത്തിലെ ഏറ്റവും കറുത്തരാത്രിയായിരുന്നു അത്. സിമന്റ് തറയിൽ ഗൗരി അലമുറയിട്ട് കരഞ്ഞു. വാർഡന്മാർ അട്ടഹസിച്ചു. ലാത്തിപ്രയോഗം കണ്ട് രസിച്ചുനിന്ന വാർഡന്റെ മുഖത്തേക്ക് ഗൗരി തുപ്പി. കലികയറിയ ഭദ്രകാളിയെപ്പോലെ വാർഡൻ തൊണ്ടക്കുഴിയിലൂടെ ലാത്തി കുത്തിയിറക്കി. നിന്റെ അന്ത്യം ജയിലിൽത്തന്നെയാണെന്ന് ആക്രോശിച്ചുകൊണ്ട് മർദ്ദനവും തല്ലും തുടർന്നുകൊണ്ടേയിരുന്നു. തനിക്കെല്ലാം നഷ്ടപ്പെട്ടതായി ഗൗരിക്കു തോന്നി. ക്രൂരമായ മർദ്ദനങ്ങൾക്കൊടുവിൽ അവർക്ക് ബോധം നഷ്ടമായി. ബോധം വീണ്ടെടുത്തപ്പോൾ ദേഹത്താകമാനം രക്തം കട്ടപിടിച്ച് കഠിനമായ വേദന. തന്നെ അകാരണമായി മർദ്ദിച്ചവർക്കെതിരെ നടപടി ആവശ്യപ്പെട്ട് ഗൗരി ജയിലിനുള്ളിൽ നിരാഹാര സമരം ആരംഭി

ച്ചു. 17 ദിവസം നിരാഹാരം നീണ്ടു. ഒടുവിൽ ആശുപത്രിയിലേക്ക് മാറ്റിയെങ്കിലും നിരാഹാരം തുടർന്നു. രക്തം കട്ടപിടിച്ചു കിടന്നതിനാൽ മരുന്നുകളും ഏശാതെവന്നു. ഗൗരി മരിച്ചെന്ന വാർത്ത പുറത്തു പരക്കാൻ തുടങ്ങി. അന്നത്തെ തിരുവിതാംകൂറിലെ മന്ത്രിയായിരുന്ന ആനി മസ്ക്രീൻ വിവരം അറിഞ്ഞ് ജയിലിലെത്തി കാര്യങ്ങൾ നേരിട്ടുകണ്ട് മനസ്സിലാക്കി. ഒടുവിൽ ഗൗരിയമ്മയുടെ ആവശ്യങ്ങളെല്ലാം അംഗീകരിച്ച് ആഗസ്റ്റ് ഒന്നിന് അവരെ ജയിൽമുക്തയാക്കി. കമ്യൂണിസ്റ്റുകാരിയായ ഗൗരിയമ്മയുടെ ഇച്ഛാശക്തിക്കുമുമ്പിൽ ജയിൽ സൂപ്രണ്ടിന് മുട്ടുമടക്കേണ്ടിവന്നു. ജയിലിൽ കിടന്ന് ആ നരകയാതന അനുഭവിക്കുന്ന സമയത്ത് അവരുടെ കൈയിൽ ശ്രീകൃഷ്ണന്റെ പടമുള്ള ഒരു മോതിരം ഉണ്ടായിരുന്നു. ജയിൽ വിമോചിതയായപ്പോൾ ഈ മോതിരം ഏറ്റവും കൂടുതൽ അവരെ മർദ്ദിച്ച വാർഡൻ ലക്ഷ്മിക്കുട്ടിക്ക് നൽകിയത്രെ. ലക്ഷ്മിക്കുട്ടി വാർഡനോടുള്ള ഒരു പ്രതികാരമായിരുന്നു ഈ സമ്മാനം എന്ന് അനുമാനിക്കാം. നിരാഹാരസമരം അവസാനിപ്പിച്ച് ജയിൽ വിമോചിതയായ ഗൗരിക്ക് ഏറെനാളത്തെ ആയുർവേദ ചികിത്സ വേണ്ടിവന്നു ആരോഗ്യം വീണ്ടെടുക്കാൻ. താമസിയാതെ വീണ്ടും അവർ തന്റെ പ്രസ്ഥാനത്തിനുവേണ്ടി, തന്നെ സ്നേഹിക്കുന്ന തൊഴിലാളികൾക്കുവേണ്ടി രംഗത്തിറങ്ങി. ജയിൽ വിമോചിതയായ ഗൗരിയെ സ്വീകരിക്കുവാൻ വൻ ജനാവലി പങ്കെടുത്ത സ്വീകരണയോഗങ്ങൾ എല്ലായിടത്തും നടന്നു. മുഖ്യപ്രഭാഷക ഗൗരിയമ്മതന്നെ. സ്വീകരണ യോഗങ്ങളിലുടനീളം സ്ഥിര സാന്നിദ്ധ്യമായി ഇപ്പോഴും നമ്മുടെ ഇടയിൽ ജീവിക്കുന്ന പഴയ വിപ്ലവ ഗായിക സ. മേദിനി ഉണ്ടായിരുന്നു. റെഡ് സല്യൂട്ട്, റെഡ് സല്യൂട്ട് രക്തസാക്ഷി ഗ്രാമങ്ങളെ എന്ന വിപ്ലവഗാനം പാടുമ്പോൾ അനേകായിരങ്ങളുടെ നിലയ്ക്കാത്ത കൈയടി. പ്രാസംഗികയായിരുന്ന ഗൗരിയമ്മയുടെ പ്രചോദനമായിരുന്നു അവർ. അടിച്ചമർത്തപ്പെട്ടവർക്കുവേണ്ടി പോരാടാൻ ഗൗരിയമ്മയ്ക്ക് കഴിഞ്ഞത് മർദ്ദനവും ക്രൂരതയും നിറഞ്ഞ തടവറ ജീവിതമായിരുന്നു.

കോൺഗ്രസിൽനിന്നും കൃഷ്ണനയ്യപ്പൻ ആയിരുന്നു എതിർ സ്ഥാനാർത്ഥി. കമ്യൂണിസം അക്കാലത്ത് ശൈശവദശയിലാണ്. പിച്ചവച്ചു തുടങ്ങുന്ന കുഞ്ഞ് വീഴുക സ്വാഭാവികമെന്നപോലെ കന്നിയങ്കത്തിൽ ഗൗരിക്കും വീഴ്ചയായിരുന്നു ഫലം. എന്നാൽ, അവിടെയും അഭിമാനത്തിന് വകയുണ്ടായിരുന്നു. കെട്ടിവച്ച കാശ് തിരികെ കിട്ടി. കുഞ്ഞുകുട്ടികൾമുതൽ പ്രായം ചെന്നവർവരെ അവരുടെ കുടുംബത്തിലെ ഒരംഗമെന്നപോലെ അവരെ സ്വീകരിച്ചു. സ്ത്രീകളുടെ ലോകം അടുക്കളപ്പുറങ്ങളും അവളുടെ ജോലി വർഷന്തോറുമുള്ള പ്രസവം മാത്രവുമാണെന്ന് വിധിയെഴുതിയ ജനതയ്ക്കുമുന്നിൽ വേറിട്ട വഴി വെട്ടിത്തുറക്കാൻ കെ ആർ ഗൗരിക്കു കഴിഞ്ഞു. അന്നുവരെ സ്ത്രീകൾ അധികം കടന്നുവരാത്ത അല്ലെങ്കിൽ കടന്നുവരാൻ മടിക്കുന്ന മേഖലയായ രാഷ്ട്രീയം

അവർക്ക് ജീവവായുവായി. ജനങ്ങൾക്കുവേണ്ടി പ്രയത്നിക്കുക, അവരുടെ ഉന്നമനം ലക്ഷ്യമാക്കി സേവിക്കുക, സമൂഹത്തിൽ നിലനിന്നുപോരുന്ന ജാതി-ജന്മി വ്യവസ്ഥകൾക്ക് അറുതിവരുത്തുക തുടങ്ങി ചെറുതും വലുതുമായ ഏതൊരു പ്രശ്നത്തിനെയും സധൈര്യം നേരിടാൻ സഖാവ് കെ ആർ ഗൗരി സന്നദ്ധയായിരുന്നു. രാഷ്ട്രീയത്തിൽ തിരക്കേറിയതോടെ തന്റെ പ്രിയപ്പെട്ട വക്കീൽകുപ്പായത്തോട് എന്നെന്നേക്കുമായി വിട പറയേണ്ടിവന്നു. സാധാരണക്കാരോടുള്ള പ്രതിബദ്ധതയ്ക്കൊപ്പം പ്രസ്ഥാനത്തോടു നീതി പുലർത്താനും ഒരേസമയം ഗൗരിക്കായി. അതുതന്നെയാണ് കെ ആർ ഗൗരിയുടെ വ്യക്തിത്വം. കേരള ജനതയാകെ അവരെ നെഞ്ചേറ്റാനുള്ള കാരണവും ഇതുതന്നെയാണ്. മരണംവരെയും ആ വിശ്വാസം കാത്തുസൂക്ഷിക്കാൻ അവർക്കായി.

ഔദ്യോഗികരംഗത്തേക്ക്

കെ ആർ ഗൗരിയുടെ തിരഞ്ഞെടുപ്പു ചരിത്രം പരിശോധിക്കുന്നത് കേരളരാഷ്ട്രീയ ചരിത്രം മനസ്സിലാക്കുന്നതിന് തുല്യമാണ്. കമ്യൂണിസ്റ്റ് പ്രസ്ഥാനത്തിന്റെ തുടക്കംമുതൽ പ്രസ്ഥാനത്തോടൊപ്പം നടന്ന വനിത എന്ന നിലയിലും കേരളത്തിലെ ആദ്യ വനിതാമന്ത്രി എന്ന നിലയിലും രാഷ്ട്രീയരംഗത്ത് അവരുടെ വിശേഷണങ്ങൾ അനവധിയാണ്. 1948 ലെ പരാജയത്തിനുശേഷം 1952-1954 വർഷങ്ങളിൽ തിരു-കൊച്ചി നിയമസഭാംഗമായി വൻഭൂരിപക്ഷത്തോടെ തിരഞ്ഞെടുക്കപ്പെട്ടു. കേരളം രൂപീകൃതമായശേഷം 1957 മുതലുള്ള നിയമസഭാ തിരഞ്ഞെടുപ്പിലെ 11 എണ്ണത്തിലും അവർ ഭൂരിപക്ഷവിജയം സ്വന്തമാക്കി. 6 തവണ മന്ത്രിയായി. 11-ാം കേരള നിയമസഭയിലെ സീനിയർ അംഗവും കെ ആർ ഗൗരിയായിരുന്നു. ആദ്യത്തെയും രണ്ടാമത്തെയും നിയമസഭാ തിരഞ്ഞെടുപ്പുകളിൽ ചേർത്തല നിയോജകമണ്ഡലത്തെ പ്രതിനിധീകരിച്ച ഗൗരി; തുടർന്നുവന്ന തിരഞ്ഞെടുപ്പുകളിൽ തന്റെ പ്രവർത്തനമണ്ഡലം അരൂർ ആക്കി.

കേരളപ്പിറവിക്കുശേഷം ആദ്യ തിരഞ്ഞെടുപ്പിൽ ചേർത്തലയിൽ നിന്നു ജയിച്ച കെ ആർ ഗൗരി 1957 ൽ ഇ എം എസിന്റെ നേതൃത്വത്തിലുള്ള ആദ്യ കേരളനിയമസഭയിൽ അംഗമായി. തന്റെ 38-ാം വയസ്സിൽ കേരളത്തിന്റെ ആദ്യ വനിതാമന്ത്രിയായി. സത്യപ്രതിജ്ഞ ചെയ്ത് അധികാരമേൽക്കുമ്പോൾ കമ്യൂണിസ്റ്റു പാർട്ടിക്കു മാത്രമല്ല, ലക്ഷങ്ങൾ വരുന്ന കേരളീയ സ്ത്രീസമൂഹത്തിനും അഭിമാനം തോന്നിയ നിമിഷമായിരുന്നു. പത്തുമന്ത്രിമാർ ഉൾപ്പെടുന്ന ആദ്യ മന്ത്രിസഭയിലെ ഏകവനിത. അതിനേക്കാൾ പ്രാധാന്യമർഹിക്കുന്നത് അവർ കൈകാര്യം ചെയ്ത വകു

പ്പിനാണ് - റവന്യൂ. കാലമിത്ര കഴിഞ്ഞിട്ടും പുരുഷന്മാർ കൈകാര്യം ചെയ്യുമ്പോൾക്കൂടി വാദങ്ങൾ വിട്ടൊഴിയാത്ത വകുപ്പാണ് റവന്യൂ. അപ്പോൾ നിങ്ങൾതന്നെ ആലോചിച്ചു നോക്കൂ, സംസ്ഥാനത്തെ ആദ്യമന്ത്രിസഭയിൽ ഒരു വനിത മർമ്മപ്രധാനമായ വകുപ്പ് കൈകാര്യം ചെയ്യണമെങ്കിൽ ആ സ്ത്രീയുടെ നിശ്ചയദാർഢ്യം എത്രത്തോളമായിരിക്കണം? അതെ, നിശ്ചയദാർഢ്യം എല്ലാക്കാലത്തും എല്ലാ കാര്യങ്ങളിലും അവർ പുലർത്തിപ്പോന്നു. അതിന് എത്ര ഉദാഹരണങ്ങൾ വേണമെങ്കിലും പറയാം. എന്നാലും ഏറ്റവും പ്രധാനപ്പെട്ട ഒരെണ്ണം പരാമർശിക്കാതെ പോകുന്നത് ശരിയല്ല എന്നൊരു തോന്നൽ. ഒന്നാം കേരള മന്ത്രിസഭയിൽ റവന്യൂ മന്ത്രി ആയിരിക്കെ അവർ കൊണ്ടുവന്ന ഏറ്റവും വലിയ മാറ്റമാണ് കേരള സ്റ്റേറ്റ് ഓഫ് എവിക്ഷൻ പ്രൊസീഡിങ്സ് ആക്ട് (കുടിയൊഴിപ്പിക്കൽ നടപടി ക്രമനിയമം), ട്രാവൻകൂർ-കൊച്ചിൻ ലാൻഡ് ടാക്സ് (തിരു-കൊച്ചി ഭൂനികുതി നിയമം), കേരള ലാൻഡ് കൺസർവൻസി ആക്ട് (ഭൂസംരക്ഷണ നിയമം) എന്നിവ. 1957 കാലത്തിൽ ജന്മിത്തം അടിയാൻ-കുടിയാൻ ബന്ധങ്ങളിലെ പൊരുത്തക്കേടുകൾ, മുതലാളിത്തത്തിന്റെ സ്വേച്ഛാധിപത്യം എന്നിവയെല്ലാം അരങ്ങുതകർക്കുമ്പോൾ ഇത്തരത്തിലൊരു മാറ്റം നിയമംമൂലം പ്രാബല്യത്തിൽ വരുത്തുക എന്നത് ഏറെ വെല്ലുവിളികൾ സൃഷ്ടിച്ചേക്കാവുന്നതാണ്. പലപ്പോഴും പുരുഷന്മാർപോലും കൈവയ്ക്കാൻ ഭയപ്പെട്ടിരുന്ന ഭൂപരിഷ്കരണം സംബന്ധിച്ച നിയമം നിലവിൽ കൊണ്ടുവരാൻ കഴിഞ്ഞെങ്കിൽ അത് സഖാവ് കെ ആർ ഗൗരി എന്ന ഉരുക്കുവനിതയുടെ കഴിവിന്റെ പ്രതിഫലനമാണ്. സാമൂഹ്യപരമായി ഒട്ടേറെ എതിർപ്പുകളും പ്രശ്നങ്ങളും വന്നേക്കാവുന്ന ഈ പരിഷ്കരണങ്ങളെല്ലാം നിയമത്തിന്റെ വഴിയിലൂടെ അവർ സാർത്ഥകമാക്കിയത്, പണക്കാരേക്കാൾ കൂടുതൽ പാവപ്പെട്ടവരും സാധാരണക്കാരുമാണ് നമുക്ക് ചുറ്റുമുള്ളത് എന്നും അവരുടെ ജീവിതസ്ഥിതി മെച്ചപ്പെടുത്തണം എന്ന അഗാധമായ ആഗ്രഹം ഉള്ളിൽ നിറഞ്ഞിരുന്നതിനാലുമാകണം. എന്തെന്നാൽ, അതുവരെ തുടർന്നുപോന്ന കീഴ്വഴക്കങ്ങളനുസരിച്ച് ജന്മി വീണ്ടും ജന്മിയായും പാവപ്പെട്ടവൻ ആയുഷ്കാലം അടിമയായും നരകിക്കുന്ന അലിഖിതനിയമമായിരുന്നു നമുക്കുചുറ്റും ഉണ്ടായിരുന്നത്. ആലപ്പുഴ പോലൊരു കർഷകഗ്രാമത്തിൽ ജനിച്ചുവളർന്ന ഗൗരിക്ക് പാവപ്പെട്ടവന്റെ സങ്കടവും ദുരിതവും മനസ്സിലാക്കാൻ പ്രത്യേകിച്ചൊരു പരിശീലനത്തിന്റെ ആവശ്യമില്ലല്ലോ. ആജീവനാന്തം മുതലാളിയെ പരിപോഷിപ്പിക്കാൻ ചോര നീരാക്കുന്ന പണിക്കാരൻ (കുടിയാൻ) മരിച്ചാൽ, ജഡം മറവുചെയ്യാൻ ആറടി മണ്ണു വിട്ടുകൊടുക്കാനുള്ള മനഃസ്ഥിതിപോലും ഇല്ലാത്തവരാണ് ജന്മിവർഗ്ഗം. കുടിയാന്മാരെ പറ്റിച്ചും അടിച്ചമർത്തിയും ഇവർ സ്വന്തമാക്കി അനുഭവിക്കുന്ന ഭൂസ്വത്തിന് കൈയും കണക്കുമില്ല. സോഷ്യലിസവും കമ്യൂണിസവും നെഞ്ചോടു

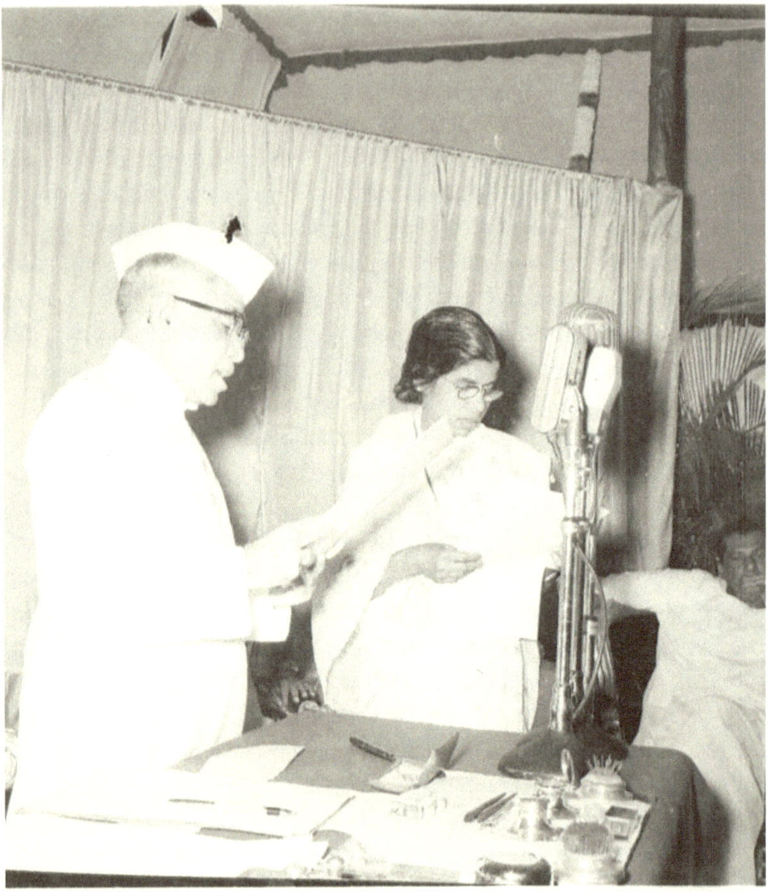

1957 ൽ ഇ എം എസ് മന്ത്രിസഭയിൽ മന്ത്രിയായി സത്യപ്രതിജ്ഞ ചെയ്യുന്നു.

ചേർക്കുന്ന ഒരു വ്യക്തിക്ക് സഹിക്കാൻ കഴിയുന്നതാണോ ഈ വിവേചനം? ഒരിക്കലുമല്ല.

സഹജീവി സ്നേഹമെന്നത് കമ്യൂണിസ്റ്റ് പ്രസ്ഥാനം മുന്നോട്ടു വയ്ക്കുന്ന മനുഷ്യത്വപരമായ ഏറ്റവും വലിയ ആദർശമാണ്. കെ ആർ ഗൗരി ആ ആശയത്തെ അതിപ്രഗത്ഭമായി നടപ്പാക്കി. ഭൂപരിഷ്കരണ നിയമം, ഭൂസംരക്ഷണ നിയമം, കുടിയൊഴിപ്പിക്കൽ നടപടിക്രമ നിയമം തിരു-കൊച്ചി ഭൂനികുതി നിയമം എന്നിവയെല്ലാം അതിന്റെ ഉദാഹരണങ്ങളാണ്. അപ്പോൾ ന്യായമായും ഒരു സംശയം നിങ്ങൾക്കുണ്ടാകാം. മുതലാളിത്തത്തെ വെല്ലുവിളിച്ചുകൊണ്ട് നടപ്പാക്കിയ ഈ നിയമങ്ങൾക്കെതിരെ പ്രതിഷേധസ്വരങ്ങൾ ഉയർന്നില്ലേ എന്ന്. തീർച്ചയായും ഉണ്ടായി

രുന്നു. എന്നാൽ, അതിനേക്കാളേറെ ഗൗരിയെന്ന മന്ത്രിയുടെ ഒപ്പം നിന്ന വരാണ് കേരളജനത. അവർ ഈ നിയമങ്ങളെ ഇരുകൈയും നീട്ടി സ്വീക രിച്ചു.

തന്റെ തീരുമാനങ്ങളിൽ പാറപോലെ ഉറച്ചുനിൽക്കുക എന്നത് ഗൗരി യുടെ സ്വഭാവസവിശേഷതയാണ്. അതിനുകാരണം വെറുതെ ഒരു തീരു മാനം എടുക്കുന്ന വ്യക്തിയല്ല അവർ. ഏതൊരു കാര്യത്തെക്കുറിച്ചും അതിന്റെ നാനാവശങ്ങൾ പഠിച്ചശേഷം ഉചിതമായ തീരുമാനവും നില പാടും കൈക്കൊള്ളുന്ന വ്യക്തിക്ക് അതിൽനിന്നും മാറേണ്ട കാര്യം ഇല്ല ല്ലോ. എന്നാൽ, ഈ സ്വഭാവം രാഷ്ട്രീയത്തിലെന്നപോലെ വ്യക്തിജീവി തത്തിലും അവർക്ക് ഒരുപാട് ശത്രുക്കളെ സമ്പാദിച്ചുകൊടുത്തു. തന്റേ ടി, ധിക്കാരി, അഹങ്കാരി എന്നുതുടങ്ങി അനേകം വിശേഷണങ്ങൾക്ക് പാത്രീഭവിച്ചു കെ ആർ ഗൗരി. എന്നാൽ, ഇതൊന്നിനും ഗൗരിയെ തളർത്താനായില്ല, എന്നുമാത്രമല്ല അവർ കൂടുതൽ കരുത്തയാകുകയാ ണുണ്ടായത്. തനിക്ക് നൂറുശതമാനം ശരി എന്നു തോന്നുന്ന കാര്യത്തിൽ ഉറച്ചുനിൽക്കുന്നതിൽ എന്താണ് തെറ്റ്? പ്രത്യേകിച്ചും ആർക്കു വേണ്ടിയും റെക്കമെന്റേഷൻസ് ചെയ്യാത്ത പ്രകൃതമാണ് ഗൗരിയുടേത്. അത് ആരോ ആയിക്കോട്ടെ നീതിക്കും ന്യായത്തിനും നിരക്കാത്തത്

1958 ലെ ഒരു പട്ടയദാനച്ചടങ്ങിൽ

ഒന്നും അവർ ചെയ്യില്ല. ചെയ്യാൻ പ്രേരിപ്പിക്കുകയും ഇല്ല. മന്ത്രിയായിരുന്ന സമയത്തും അല്ലാതെയും വഴിവിട്ട ഒരു നീക്കത്തിനും അവർ ഒരുക്കമായിരുന്നില്ല. അത് ആർക്കുവേണ്ടിയാണെങ്കിലും. ഇത്തരം കാർക്കശ്യങ്ങളും കടുംപിടിത്തവും പാർട്ടിക്കകത്തും പുറത്തും അവരറിയാതെ തന്നെ ഒരു ശത്രുവലയം സൃഷ്ടിച്ചു. എന്നിരുന്നാലും ഭരണച്ചുമതല നിർവ്വഹിച്ച എല്ലാ വകുപ്പുകളിലൂടെയും അവരുടെ ഭരണമികവ് കേരളക്കര അനുഭവിച്ചറിഞ്ഞതാണ്. വ്യക്തിപരമായോ കുടുംബപരമായോ അവരെ സ്വാധീനിക്കാനോ നേട്ടത്തിനോ വഴിപ്പെടാതെ ജീവിതം മുഴുവൻ കേരള ജനതയ്ക്കായി സമർപ്പിച്ച ധീരവനിതയായിരുന്നു കെ ആർ ഗൗരി. പകരം വയ്ക്കാനില്ലാത്ത വ്യക്തിത്വം എന്ന് സംശയമന്യേ പറയാം.

സാമ്പത്തികമായി ഉയർന്ന ചുറ്റുപാടിൽ ജനിച്ചുവളർന്ന അഭ്യസ്തവിദ്യയായ ഒരു സ്ത്രീക്ക് ജീവിതത്തിന്റെ സേഫ് സോണുകൾ തെരഞ്ഞെടുക്കാമായിരുന്നു. എന്നാൽ, പൊതുപ്രവർത്തനമെന്ന പരുക്കൻ യാഥാർത്ഥ്യത്തെ കൂടെക്കൂട്ടാനാണ് കെ ആർ ഗൗരി ഇഷ്ടപ്പെട്ടത്. അതിനുവേണ്ടി തന്റെ അച്ഛന്റെ ആഗ്രഹാനുസരണം പഠിച്ചു നേടിയ വക്കീൽ ജോലിപോലും അവർ ഉപേക്ഷിച്ചു. സമ്പന്നതയുടെ മടിത്തട്ടിൽനിന്നും കഷ്ടപ്പാടിന്റെ പൊരിവെയിലിലേക്ക് സന്തോഷപൂർവ്വം ഇറങ്ങിവന്നു. ആ വരവ് കേരളക്കരയ്ക്ക് നൽകിയത് പുതിയ മാനങ്ങളാണ്. അവർ ഭരിച്ച എല്ലാ വകുപ്പുകളിലും തന്റേതായൊരു മുദ്ര അവശേഷിപ്പിക്കാൻ ഗൗരിക്കു കഴിഞ്ഞു. ചുമ്മാ വന്നുപോയ ഒരു മന്ത്രി ആയിരുന്നില്ല അവർ. മാറ്റത്തിന്റെ വഴിയിലേക്ക് വെളിച്ചമാകാൻ പാകത്തിൽ താൻ ഭരിച്ച എല്ലാ മേഖലകളിലും ഓരോ വഴിവിളക്കു നാട്ടാൻ കെ ആർ ഗൗരിക്കായി. വരും തലമുറയ്ക്കുള്ള കരുതലായോ, മാറാൻ തുടങ്ങിയ കേരളത്തിന്റെ നേർക്കാഴ്ചകളായോ ഇതിനെ നമുക്ക് മനസ്സിലാക്കാം.

നിയമസഭാംഗമായ കാലംമുതൽക്കേ അവരുടെ സഭയിലുള്ള പെരുമാറ്റം ശ്രദ്ധേയമായിരുന്നു. തികഞ്ഞ ഒതുക്കത്തോടും കാര്യകാരണ വ്യക്തതയോടും കൂടിയ അവതരണശൈലി പലരുടെയും പ്രശംസയ്ക്ക് പാത്രമായിട്ടുണ്ട്. ഇക്കാലയളവിലാകെ താൻ ഭരിച്ച വകുപ്പുകളുമായി ബന്ധപ്പെട്ട് ധാരാളം ബില്ലുകൾ നിയമസഭയിൽ അവതരിപ്പിക്കാനും അവയെല്ലാം നിലവിൽ വരുത്താനും കഴിഞ്ഞുവെന്നത് ഒട്ടും നിസ്സാര കാര്യമല്ല. അതിൽ ആദ്യത്തേതും ഏറ്റവും പ്രാധാന്യത്തോടെ കേരളം ഓർക്കുന്നതും 1957 ൽ നിലവിൽ വന്ന കേരള സ്റ്റേറ്റ് ഓഫ് എവിക്ഷൻ പ്രൊസീഡിങ്സ് ആക്ട് ആണ്. അനധികൃത ഭൂമികൈയേറ്റം സംബന്ധിച്ച് ഏകീകൃത നിയമമെന്ന നിലയിൽ നിലവിൽവന്ന കേരള ലാന്റ് കൺസർവൻസി ആക്ട്, നിലനിന്നുപോന്ന ജന്മിക്കരം നിർത്തലാക്കുന്നതിനും കുടിയാന്മാർക്ക് അവർ കൈവശം വച്ച് അനുഭവിക്കുന്ന ഭൂമിയിൽ ഉടമസ്ഥാവകാശം നൽകുന്നതുമായ ജന്മിക്കര പേയ്മെന്റ് (അബോളിഷൻ) ആക്ട്, തിരുവിതാംകൂർ പ്രദേശങ്ങളിലെ ജന്മിമാർക്കുമാത്രം പര്യാപ്തമായിരുന്ന

1957 ലെ ഇ എം എസ് മന്ത്രിസഭ നെഹ്റുവിനോടൊപ്പം

ചില പ്രത്യേക അവകാശങ്ങൾ കാർഷികപരിഷ്കരണത്തിന്റെ ഭാഗമായി നിർത്തലാക്കിക്കൊണ്ട് രൂപീകരിച്ച തിരുപ്പുവാരം പേയ്മെന്റ് (അബോ ളിഷൻ) എന്നിവ അക്കാലത്തെ പ്രമാദമായ നിയമനിർമ്മാണങ്ങളായിരു ന്നു. അവിടംകൊണ്ടും കഴിഞ്ഞില്ല. പാവപ്പെട്ടവന്റെ ജീവിതവ്യഥകളും ദുരിതങ്ങളും നേരിട്ട് അനുഭവിച്ചറിഞ്ഞ വ്യക്തിക്ക് അവർക്കൊപ്പം നിൽക്കാനല്ലേ കഴിയൂ. അങ്ങനെ നിലവിൽവന്ന നിയമങ്ങളാണ് 1958 ലെ ഭൂമിപതിവ് നിയമം (ലാന്റ് അസസ്മെന്റ് ആക്ട്), 1990 ലെ കേരള റിലീഫ് അണ്ടർ ടേക്കിങ്സ് (സ്പെഷ്യൽ പ്രൊവിഷൻസ് അമെന്റ്മെന്റ് ആക്ട്) എന്നിവ. സർക്കാർ ഭൂമിയിൽ കൃഷിചെയ്തു ജീവിച്ചിരുന്ന സാധുക്കളായ കൃഷിക്കാർക്കും കുത്തക പാട്ടവ്യവസ്ഥയിൽ കൃഷിചെയ്തുപോന്ന കൃഷിക്കാർക്കും ആശ്വാസമാകാൻ ഈ നിയമങ്ങൾക്കായി.

കേവലം ഭൂമിസംബന്ധമായ നിയമവ്യവസ്ഥകളിൽ മാത്രമായിരു ന്നില്ല ഗൗരിയുടെ ഇടപെടൽ ഉണ്ടായിട്ടുള്ളത്. ആറുതവണ മന്ത്രിയായ

പ്പോൾ വിവിധ വകുപ്പുകൾ കൈകാര്യം ചെയ്തപ്പോൾ എല്ലാം ജനക്ഷേമപരമായ അനവധി പ്രവർത്തനങ്ങൾക്ക് ചുക്കാൻ പിടിക്കാൻ അവർക്കു കഴിഞ്ഞു. മന്ത്രി അല്ലാത്ത കാലയളവിൽ നിയോജകമണ്ഡല വികസനത്തിനുവേണ്ടി പ്രവർത്തിക്കാനും അവർ ഉത്സുകയായിരുന്നു. റവന്യൂ വകുപ്പു കൂടാതെ വിജിലൻസ്, വ്യവസായം, ഭക്ഷ്യം, കൃഷി, എക്സൈസ്, സാമൂഹ്യക്ഷേമം, ദേവസ്വം, മൃഗസംരക്ഷണം തുടങ്ങിയ വകുപ്പുകളും അവർ കൈകാര്യം ചെയ്തിട്ടുണ്ട്. അവിടെല്ലാം ജനനന്മയ്ക്കായി തന്റേതായ വ്യക്തിമുദ്ര പതിപ്പിക്കാനും സാധിച്ചുവെന്നത് അധികമാർക്കും ലഭിക്കുന്ന ഭാഗ്യമല്ല. വ്യവസായമന്ത്രിയായിരിക്കെ പൂട്ടിക്കിടന്നതും നഷ്ടത്തിൽ പ്രവർത്തിച്ചുപോന്നതുമായ ധാരാളം സ്ഥാപനങ്ങളെ പുനരുദ്ധരിപ്പിക്കാൻ അവർക്ക് കഴിഞ്ഞു. മാവൂർ ഗ്വാളിയർ റയോൺസ് തുറന്ന് പ്രവർത്തിക്കുന്നത് അങ്ങനെയാണ്. മറ്റൊരു അഭിമാനനേട്ടം ടെക്നോപാർക്ക് ആണ്. കേരളത്തിലെ ഐ ടി ഹബ്ബായി വിശേഷിപ്പിക്കുന്ന ടെക്നോപാർക്ക് തിരുവനന്തപുരത്തിന്റെ മുഖച്ഛായതന്നെമാറ്റി എന്നു പറഞ്ഞാൽ ആർക്കും നിഷേധിക്കാനാവില്ല. ആയിരക്കണക്കിന് ആളുകൾക്ക് തൊഴിൽസാദ്ധ്യതയാണ് ഈയൊരു സംരംഭത്തിലൂടെ ലഭിച്ചത്. അതിനു പിന്നിലെ സ്ഥാപകശക്തിയും അന്നത്തെ വ്യവസായവകുപ്പ് മന്ത്രി കെ ആർ ഗൗരിയായിരുന്നു. വെറുതെ ഒരു സ്റ്റാർട്ടപ്പ് എന്ന രീതിയിൽനിന്നും ഏറെ ദീർഘവീക്ഷണത്തോടെയാണ് ടെക്നോപാർക്കും സ്ഥാപിച്ചത്. കുറച്ചുകൂടി വിശദീകരിച്ചാൽ യൂണിവേഴ്സിറ്റിയുടെ റിസർച്ച് വിങ്ങും അമേരിക്കയിലെ സിലിക്കോൺ വാലിയിലെ വ്യവസായ സ്ഥാപനങ്ങളും തമ്മിലുള്ള ബന്ധം മനസ്സിലാക്കി; അവ ടെക്നോളജി അപ്ഗ്രഡേഷന് എങ്ങനെ സഹായകമാകും എന്ന് വിശദമായി പഠിച്ച ശേഷമാണ് കേരള സർവ്വകലാശാലയുടെ ക്യാമ്പസിൽത്തന്നെ ടെക്നോപാർക്ക് സ്ഥാപിച്ചത്. അതുപോലെ എടുത്തുപറയേണ്ടുന്ന ഒന്നാണ് കെൽട്രോണിന്റെ കാര്യവും. ഇ ആർ ആൻഡ് ഡി സി (E R & D C) നഷ്ടമായതിനാൽ ഒരുകാലത്ത് അടച്ചുപൂട്ടലിന്റെ വക്കോളമെത്തിയ സ്ഥാപനമായിരുന്നു കെൽട്രോൺ. അന്ന് നൂറുകണക്കിന് സാധാരണക്കാരുടെ വരുമാനമാർഗ്ഗമാണ് അടഞ്ഞുപോകുക എന്ന് മനസ്സിലാക്കി കേന്ദ്ര സർക്കാരിനു വിട്ടുകൊടുക്കാൻ ഗൗരിക്കു കഴിഞ്ഞു. ആ തീരുമാനം നന്നായി എന്ന് കാലം തെളിയിച്ചു. കെൽട്രോൺ പൂട്ടിയില്ല. അതിൽ പ്രവർത്തിച്ചിരുന്ന സാധാരണക്കാരുടെ ജീവിതം വഴിമുട്ടിയില്ല. ഇന്ന് ഇലക്ട്രോണിക് രംഗത്തും പുതിയ പുതിയ ടെക്നോളജി അവതരിപ്പിച്ച് നടപ്പാക്കുന്നതിലും മാതൃകാപരമായി ആ സ്ഥാപനം നിലനിൽക്കുന്നു.

അടച്ചുപൂട്ടലിന്റെ വക്കിലെത്തിയ ധാരാളം വ്യവസായ സ്ഥാപനങ്ങൾക്ക് പുനർജന്മം നൽകാൻ കഴിഞ്ഞു. ഗൗരിയമ്മയുടെ മാസ്റ്റർ പ്ലാനായിരുന്നു എല്ലാം. അത് പൂർണ്ണമായും ഫലവത്തായി എന്നുമാത്രമല്ല, ഗൗരിയമ്മയും

അവരുടെ പ്രവർത്തനവും അഖിലേന്ത്യാ വ്യവസായ പുനരുദ്ധാരണ ട്രിബ്യൂണലിന്റെ പ്രശംസയും പിടിച്ചുപറ്റി. ഇന്ത്യൻ പ്രധാനമന്ത്രിയായിരുന്ന ഇന്ദിരാഗാന്ധിപോലും ഒരിക്കൽ മനംനിറഞ്ഞ് അഭിനന്ദിച്ചിട്ടുണ്ട് ഗൗരിയമ്മയെ. ഗൗരിയമ്മ സാമൂഹ്യക്ഷേമ വകുപ്പ് മന്ത്രിയായിരിക്കുന്ന കാലത്താണ് കേരളത്തിൽ വനിതാ കമിഷൻ ആക്ടും നിലവിൽ വരുന്നത്. ഒരു സ്ത്രീക്കല്ലാതെ മറ്റാർക്കാണ് സ്ത്രീകളുടെ പ്രശ്നങ്ങൾ മനസ്സിലാക്കാൻ കഴിയുന്നത്? കേരളത്തിലെ സ്ത്രീജീവിതം നേരത്തേ പറഞ്ഞല്ലോ. ഇതുമാത്രമല്ല, കാലം പുരോഗമിക്കുന്നതിനനുസരിച്ച് മാറ്റങ്ങൾ ഉണ്ടായെങ്കിലും സ്ത്രീകളുടെ നേർക്കുള്ള കുറ്റകൃത്യങ്ങൾക്ക് ഇന്നും വലിയ മാറ്റം സംഭവിച്ചിട്ടില്ല. എൺപതുകളിലും തൊണ്ണൂറുകളിലും സ്വന്തം കുടുംബത്തിൽപ്പോലും സ്ത്രീ സുരക്ഷിതയല്ല എന്ന സാഹചര്യവും സംജാതമായിട്ടുണ്ട്. ഗാർഹികപീഡനങ്ങൾ, അതിനെത്തുടർന്നുള്ള ആത്മഹത്യകൾ, കൊലപാതകങ്ങൾ, പീഡനം, സ്ത്രീധന പ്രശ്നങ്ങൾ തുടങ്ങി തൊഴിലിടങ്ങളിലെ പ്രശ്നങ്ങൾവരെ പരിഹരിക്കാൻ ഒരിടം എന്ന നിലയ്ക്കാണ് വനിതാ കമിഷൻ ആക്ട് കൊണ്ടുവരുന്നത്. അതിന്റേയും ശിൽപ്പി ഗൗരിയമ്മയായിരുന്നു.

ആദ്യ സംസ്ഥാന മന്ത്രിസഭയിലെ ഏക സ്ത്രീസാന്നിദ്ധ്യമാകുക. പുരുഷന്മാർപോലും ശങ്കിച്ചുനിൽക്കുന്ന രംഗങ്ങളിൽ സധൈര്യം കടന്നുചെന്ന് അതുവരെ തുടർന്നുപോന്ന സാമൂഹ്യ അനീതിക്കെതിരെ നിയമം കൊണ്ട് സുരക്ഷ ഒരുക്കുക. സാധാരണക്കാരെ സംരക്ഷിക്കാൻ ഇത്രയുമധികം നിയമനിർമ്മാണങ്ങൾ നടത്തിയ മറ്റൊരു മന്ത്രി ഉണ്ടോയെന്നും നമ്മൾ ആലോചിക്കേണ്ടിയിരിക്കുന്നു. വിദ്യാഭ്യാസത്തിന്റെ ഗുണം ഏറ്റവും പ്രകടമാക്കിയ മന്ത്രിയും കെ ആർ ഗൗരിയാണെന്നുപറയാം. നിയമം പഠിച്ചതിന്റെ എല്ലാ ഗുണങ്ങളും അവർ തന്റെ രാഷ്ട്രീയജീവിതത്തിൽ പരിപാലിച്ചുപോന്നിരുന്നു. ഏതൊരു പ്രശ്നം കൈകാര്യം ചെയ്യുമ്പോഴും നിയമത്തിന്റെ നൂലാമാലകളെ അഭിമുഖീകരിക്കാൻ അതിനാൽ അവർക്കു കഴിഞ്ഞു. വക്കീൽജോലി ചെയ്തിരുന്ന കാലത്ത് ജന്മി-കുടിയാൻ കേസുകൾ ധാരാളം കൈകാര്യം ചെയ്യേണ്ടിവന്നിട്ടുണ്ട്. ആ കേസു

ടെക്നോപാർക്ക് ശിലാസ്ഥാപനം

കളുടെ എല്ലാം അടിസ്ഥാനം ഭൂമിയാണ്. പാവപ്പെട്ട കുടിയാന്മാരെ നിർദ്ദയം കുടിയൊഴിപ്പിക്കുന്നതും അവർ കുടുംബസമേതം തെരുവിലാകുന്നതും ധാരാളം കണ്ട വ്യക്തി എന്ന നിലയിൽ ഭൂപരിഷ്കരണ നിയമം ഉൾപ്പെടെയുള്ള നിയമനിർമ്മാണം അവർക്കുമുന്നിൽ ഒരേസമയം വെല്ലുവിളി ഉയർത്തുകയും എന്നാൽ, ജനസമ്മതികൊണ്ട് മന്ത്രിയെന്ന നിലയിൽ കെ ആർ ഗൗരിക്കും കമ്യൂണിസ്റ്റ് പ്രസ്ഥാനത്തിനും ഏറെ അഭിമാനാർഹമായ നേട്ടവുമാണ് സമ്മാനിച്ചത്. ഇന്ത്യയിൽത്തന്നെ ഇത്തരത്തിലൊരു നിയമനിർമ്മാണം ആദ്യം നടപ്പാക്കുന്നത് കേരളത്തിലാണ്. ഇടതുസർക്കാരിന്റെ നേതൃത്വത്തിൽ ഒരു വനിതാമന്ത്രി അതിന്റെ സാരഥ്യം വഹിക്കുക എന്നത് ചെറിയ കാര്യമല്ല. കെ ആർ ഗൗരി എന്ന സ്ത്രീയുടെ ഇച്ഛാശക്തിയാണ് അന്ന് കേരളം കണ്ടത്. ഒപ്പം നിയമത്തിലുള്ള അവരുടെ പരിജ്ഞാനവും. നിയമസഭയിൽ അവർ അവതരിപ്പിച്ച എല്ലാ ബില്ലുകളും തയ്യാറാക്കിയിരുന്നത് സ്വയമായിരുന്നു. താൻ പഠിച്ച നിയമം, താൻ വിശ്വസിക്കുന്ന ആദർശങ്ങൾ, പ്രസ്ഥാനം ഇവയെല്ലാം സാധാരണ ജനങ്ങൾക്ക് എങ്ങനെ പ്രയോജനപ്രദമാക്കാം എന്ന ചിന്തയുടെ ഉൽപ്പന്നങ്ങൾ കൂടിയാണ് കെ ആർ ഗൗരി പ്രാബല്യത്തിൽ കൊണ്ടുവന്ന എല്ലാ ബില്ലുകളുടെയും അന്തഃസത്ത. ജനങ്ങളെ, അവരുടെ പരാധീനതകളെ, ആവശ്യങ്ങളെ തൊട്ടറിഞ്ഞ ഒരു ജനപ്രതിനിധിക്കുമാത്രമേ ഇത്രയും ആഴത്തിൽ ഉറച്ച തീരുമാനങ്ങൾ എടുക്കാനും അത് സധൈര്യം നടപ്പാക്കാനും സാധിക്കൂ. ആ നിലയ്ക്ക് കെ ആർ ഗൗരി എന്ന മന്ത്രി കേരളീയർക്ക് വെറുമൊരു മന്ത്രി എന്നതിലുപരി അവരുടെയെല്ലാം ഉള്ളറിയുന്ന മകളും സഹോദരിയും അമ്മയുമാണ്. സ്ത്രീയെന്ന നിലയിൽ രാഷ്ട്രീയപ്രവർത്തകരായ മറ്റു സ്ത്രീകളിൽനിന്നും ഏറെ വിഭിന്നയാണവർ. കേരളത്തിൽ വനിതാ കമിഷൻ ആക്ട് ആദ്യമായി കൊണ്ടുവരുന്നതും കെ ആർ ഗൗരിയാണ്. വെറുതെയല്ല അവർക്ക് കേരളം മറ്റാർക്കും കൊടുക്കാത്ത ബഹുമാനം നൽകുന്നത്.

വ്യവസായവകുപ്പ് കൈയാളുന്ന സമയത്ത് തന്റെ നാട്ടിലെ ജനങ്ങൾ ഉപജീവനത്തിനായി ഏറ്റവും കൂടുതൽ ആശ്രയിക്കുന്ന കയർ, കൈത്തറി, കശുവണ്ടി മേഖലകളെ കൈപിടിച്ചുയർത്താനും അവർ മറന്നില്ല. കേരളരാഷ്ട്രീയത്തിലെ നിറഞ്ഞ സ്ത്രീസാന്നിദ്ധ്യമായിരുന്നു, കെ ആർ ഗൗരി. മന്ത്രി എന്നതിനോടൊപ്പം മറ്റ് ധാരാളം പദവികൾ വഹിക്കാൻ അവർക്കു കഴിഞ്ഞിട്ടുണ്ട്. കേരള കർഷകസംഘം പ്രസിഡന്റ്, കേരള മഹിളാസംഘം സെക്രട്ടറി, സി പി ഐ (എം) സംസ്ഥാന കമ്മിറ്റി അംഗം, പ്രതിപക്ഷ ഉപനേതാവ്, ഗവൺമെന്റ് അഷ്വറൻസ് കമ്മിറ്റി ചെയർപേഴ്സൺ, പബ്ലിക് അക്കൗണ്ട്സ് കമ്മിറ്റി ചെയർപേഴ്സൺ, സ്ത്രീകളുടെയും കുട്ടികളുടെയും ക്ഷേമകാര്യ സമിതി ചെയർപേഴ്സൺ, സോഷ്യൽ സർവ്വീസ് സബ് കമ്മിറ്റി അദ്ധ്യക്ഷ എന്നിവയെല്ലാം അതിൽ

ചിലതുമാത്രമാണ്. കാലാന്തരത്തിൽ പാർട്ടി പിളർപ്പിനെത്തുടർന്ന് സി പി ഐ (എം) ൽ നിലകൊണ്ട അവർ 1995 ൽ പാർട്ടിയിൽനിന്നും പുറത്താക്കിയതിനെത്തുടർന്ന് ജനാധിപത്യ സംരക്ഷണ സമിതി (ജെ എസ് എസ്) എന്ന പാർട്ടി രൂപീകരിച്ചു. തുടർന്നുവന്ന തിരഞ്ഞെടുപ്പുകളിൽ ജെ എസ് എസ് സ്ഥാനാർത്ഥിയായി മത്സരിച്ചു വിജയിച്ച ഗൗരി വീണ്ടും മൂന്നുതവണ മന്ത്രിപദം അലങ്കരിച്ചു. എന്നാൽ, 2006 മുതലുള്ള തിരഞ്ഞെടുപ്പുകളിൽ നിർഭാഗ്യവശാൽ അവർക്ക് പച്ചതൊടാനായില്ല. പ്രായത്തിന്റെ അവശതകൾക്കും അപ്പുറത്ത് താൻ അടിയുറച്ചു വിശ്വസിക്കുന്ന കമ്യൂണിസ്റ്റ് പാർട്ടിയിൽനിന്നുമുള്ള പുറത്താക്കൽ അവരെ അലട്ടിയിരുന്നു. അവസാനനാളുകളിൽ മാതൃസംഘടനയിലേക്ക് തിരിച്ചെത്താൻ അവർ ആഗ്രഹിച്ചിരുന്നു. പാർട്ടി ആ പരിഗണന എന്നും അവർക്ക് നൽകിയിരുന്നു. 2016 മുതൽ ഇടതുമുന്നണി ക്ഷണിതാവ് എന്ന രീതിയിൽ അവർ പാർട്ടി സഹയാത്രികയായി.

പ്രണയം വിവാഹം

"നഷ്ടപ്പെടാം പക്ഷേ,
പ്രണയിക്കാതിരിക്കരുത്."

മാധവിക്കുട്ടി

മലയാളത്തിന്റെ സ്വന്തം മാധവിക്കുട്ടി പ്രണയത്തെ വീക്ഷിച്ചത് ഇങ്ങനെയായിരുന്നു. കെ ആർ ഗൗരിയുടെ പ്രണയത്തെ അറിയുന്നവർക്ക് ഒരിക്കലെങ്കിലും സമ്മതിക്കാതിരിക്കാൻ കഴിയില്ല മാധവിക്കുട്ടി പറഞ്ഞ വാക്കുകളിൽ അർത്ഥമുണ്ടെന്ന്. കേരളം കണ്ടതിൽവച്ച് ഏറ്റവും ശക്തയായ മന്ത്രിക്കും പ്രണയമോ എന്ന് അത്ഭുതംകൂറുന്നവരുണ്ടെങ്കിൽ അവർക്കുവേണ്ടി പറഞ്ഞുകൊള്ളട്ടെ, ഉപ്പില്ലാത്ത വീടുണ്ടോ സുഹൃത്തേ? അതുപോലെത്തന്നെയാണ് പ്രണയവും. പ്രണയിക്കാത്ത അല്ലെങ്കിൽ പ്രണയമില്ലാത്ത മനുഷ്യരില്ല. കെ ആർ ഗൗരിയുടെ കാര്യവും മറിച്ചായിരുന്നില്ല. പക്ഷേ, ഇവിടെ ചെറിയൊരു വ്യത്യാസമുള്ളത് അവരുടെ ജീവിതം പാർട്ടിയുമായി എത്രത്തോളം ഇഴപിരിയാത്തതാണെന്ന് മനസ്സിലാക്കാൻ ആ പ്രണയകഥ കേട്ടാൽ മതിയാകും. ജീവനേക്കാളേറെ അവർ തന്റെ പ്രണയത്തിന് വിലമതിച്ചു. എന്നാൽ, അതും പാർട്ടിക്കുള്ളിൽ നിന്നുകൊണ്ട് ഒരു സഖാവിനെത്തന്നെയായിരുന്നു. നെഞ്ചുറപ്പുള്ള സഖാവ് ടി വി തോമസ്.

കേരളരാഷ്ട്രീയവും ജനതയും ഏറെ ചർച്ച ചെയ്ത സംഭവമായിരുന്നു കെ ആർ ഗൗരി - ടി വി തോമസ് പ്രണയവും പ്രണയവിവാഹവും. കെ ആർ ഗൗരി എങ്ങനെയോ അതുപോലെ കരുത്തുറ്റ പാർട്ടി നേതാവായിരുന്നു ടി വി തോമസ്. പാർട്ടിയുടെ ആദ്യകാലങ്ങളിലും വളർച്ചയിലും എല്ലാം ടി വി തോമസ് ഒപ്പം നടന്നിരുന്നു. കമ്യൂണിസ്റ്റ് പ്രസ്ഥാനത്തെ ജീവ

ശ്വാസമാക്കിയ രണ്ടു സഖാക്കൾ അതായിരുന്നു ആദ്യകാലത്ത് ടി വി തോമസും കെ ആർ ഗൗരിയും. രണ്ടുപേരും പാർട്ടിയുടെ നെടുംതൂണുകളുമായിരുന്നു. ആദ്യത്തെ ഇ എം എസ് മന്ത്രിസഭയിൽ രണ്ടുപേരും മന്ത്രിമാരായി സത്യപ്രതിജ്ഞ ചെയ്ത് അധികാരമേറ്റു. കെ ആർ ഗൗരി റവന്യൂ കൈകാര്യം ചെയ്തപ്പോൾ ടി വി തോമസ് തൊഴിൽമന്ത്രിയായി പ്രാഗത്ഭ്യം തെളിയിച്ചു.

ഒരുകാലത്ത് പാർട്ടിയിലും കേരളത്തിലാകമാനവും ചർച്ചാവിഷയമായ പ്രണയമായിരുന്നു കെ ആർ ഗൗരി - ടി വി തോമസ്. പ്രണയത്തിന്റെ തുടക്കം ചികഞ്ഞുപോയാൽ അത് പ്രസ്ഥാനത്തോടൊപ്പം വളർന്നു പന്തലിച്ചതാണെന്ന് വേണമെങ്കിൽ ഒറ്റവാക്കിൽ പറയാം. എന്നാൽ, യഥാർത്ഥത്തിൽ ഒരു സിനിമാക്കഥയ്ക്കുള്ള സ്കോപ്പുണ്ട് ആ പ്രണയത്തിൽ. ടി വി തോമസിനെ കെ ആർ ഗൗരി ആദ്യമായി കാണുന്നത് ബി എയ്ക്ക് പഠിക്കുമ്പോഴാണ്. എറണാകുളം മഹാരാജാസ് കോളേജിൽ ചേർന്ന വർഷം, അതേ കോളേജിൽ സഹോദരി ത്രേസ്യയുടെ അഡ്മിഷന് കൂടെ വന്നത് ടി വി തോമസായിരുന്നു. ടി വിയും അന്ന് എറണാകുളത്ത് പഠിക്കുകയാണ്. ഒപ്പം അറിയപ്പെടുന്ന കമ്യൂണിസ്റ്റ് പ്രവർത്തകനും. ഇന്നത്തെ ജനറേഷന്റെ ഭാഷയിൽ പറഞ്ഞാൽ അത്യാവശ്യം നല്ലൊരു സെലിബ്രിറ്റി. അതുകൊണ്ടുതന്നെ കുട്ടികളിലാരോ കെ ആർ ഗൗരിക്കും ആളെ കാണിച്ചുകൊടുത്തുകൊണ്ട് പറഞ്ഞു അതാണ് ടി വി തോമസ് എന്ന്. ദൂരെനിന്നാണ് ഗൗരി ടി വിയെ കണ്ടത്. തിരിച്ച് കണ്ടോ എന്നറിയില്ല. കോളേജ് മുറ്റത്ത് കൂടിനിന്ന കുറച്ചു കുട്ടികളോട് കുശലാന്വേഷണം നടത്തി ഗേറ്റ് കടന്നുപോകുന്ന ഒരു ചെറുപ്പക്കാരൻ അത്രയേ അന്ന് ഗൗരിക്കു തോന്നിയുള്ളൂ. തിരിച്ച് ഹോസ്റ്റലിൽ എത്തിയപ്പോഴാണ് ആലപ്പുഴനിന്നും ഒരു ത്രേസ്യ കോളേജിൽ ജോയിൻ ചെയ്തതും ഹോസ്റ്റലിൽ ചേർന്നതും എല്ലാം അറിയുന്നത്. ഒരേ നാട്ടുകാരായതുകൊണ്ട് വേഗം പരിചയപ്പെടാനായി. ടി വി തോമസിന്റെ സഹോദരിയാണെന്ന് അറിഞ്ഞു. ഒരേ കോളേജിലും ഹോസ്റ്റലിലുമുള്ള ഒരേ നാട്ടുകാരായ രണ്ടു നല്ല സുഹൃത്തുക്കൾ, അതായിരുന്നു കെ ആർ ഗൗരിയും ത്രേസ്യാമ്മയും. അന്നൊന്നും അവർക്കിടയിലേക്ക് ടി വി എന്ന മനുഷ്യൻ കടന്നുവന്നിട്ടേയില്ല. കാലങ്ങൾക്കുശേഷം അതേ കൂട്ടുകാരിയുടെ ജ്യേഷ്ഠനെ വിവാഹം കഴിക്കേണ്ടിവന്നത് യാദൃച്ഛികം മാത്രം. അതും പ്രണയിച്ച് വിവാഹം കഴിക്കുക. 'പ്രണയിച്ച്' എന്ന് ഇവിടെ എടുത്തുപറയാൻ കാരണമുണ്ട്. കോളേജ് കാലത്തൊക്കെ ധാരാളം പ്രേമാഭ്യർത്ഥനകൾ ലഭിച്ചിരുന്നു ഗൗരിക്ക്. പഠിക്കാൻ മിടുക്കി. കാണാൻ സുന്ദരി, ഊർജ്ജസ്വലയായ കുട്ടി. അങ്ങനെ പ്രേമാഭ്യർത്ഥന നടത്തിയവരിൽ മലയാളത്തിന്റെ പ്രിയ കവി ചങ്ങമ്പുഴയും ഉണ്ടായിരുന്നു. ചങ്ങമ്പുഴ അന്ന് മഹാരാജാസിൽ പഠിക്കുന്ന സമയമാണ്. എന്നാൽ, ഗൗരിക്ക് എല്ലാവരോടും 'നോ' എന്ന ഒറ്റ

ടി വി തോമസും ഗൗരിയമ്മയും വിവാഹവേളയിൽ

ഉത്തരമേ ഉണ്ടായിരുന്നുള്ളൂ. നന്നായി പഠിക്കുക, അച്ഛൻ ആഗ്ര ഹിക്കുംപോലെ വക്കീൽ ആവുക എന്നിവയായിരുന്നു ആ കൗമാരക്കാ രിയുടെ മനസ്സിൽ. എന്നാൽ, കാലം, വിധി ഇവ രണ്ടും മനുഷ്യനെ ഒരു പാട് മാറ്റങ്ങൾക്ക് വിധേയമാക്കും; അവർപോലുമറിയാതെ. അതുപോലെ യാണ് ഗൗരിക്കും ടി വിക്കും ഇടയിൽ പ്രണയം മൊട്ടിടുന്നത്. വിദ്യാഭ്യാസ കാലത്തിനുശേഷം വക്കീലായി പ്രാക്ടീസ് ചെയ്യുന്ന സമയത്താണല്ലോ കെ ആർ ഗൗരി പാർട്ടി പ്രവർത്തനങ്ങളിൽ സജീവമാകുന്നത്. എന്നാൽ, അവരുടെ ജ്യേഷ്ഠൻ കെ ആർ സുകുമാരൻ വളരെ മുന്നേ പാർട്ടി പ്രവർത്തകനായിക്കഴിഞ്ഞിരുന്നു. പ്രസ്ഥാനത്തിനുവേണ്ടി മീറ്റിങ്ങുകൾ സംഘടിപ്പിക്കുക, സ്റ്റഡി ക്ലാസ് എടുക്കുക തുടങ്ങിയ കാര്യങ്ങളിൽ മുൻപന്തി യിലായിരുന്നു അദ്ദേഹം. ടി വിക്കും ഇതേ ഡ്യൂട്ടി ഉണ്ടായിരുന്നു. ഒരേസമയം പാർട്ടിയെ വളർത്താൻ കൂടെനിന്ന സഖാക്കൾ സുഹൃത്തു ക്കളാകുക സ്വാഭാവികമാണല്ലോ. ആ അടുപ്പം ടി വിയും കെ ആർ സുകു മാരനും തമ്മിൽ ഉണ്ടായിരുന്നു. ഗൗരിയുടെ ഏറ്റവും പ്രിയപ്പെട്ട ജ്യേഷ്ഠനും സുകുമാരനാണ്. അദ്ദേഹത്തിന്റെ ചുവടുപിടിച്ചാണ് അവർ രാഷ്ട്രീയരംഗത്തേക്ക് ആദ്യമായി വരുന്നതും. അന്നൊക്കെ ജ്യേഷ്ഠ നൊപ്പം സ്റ്റഡി ക്ലാസുകളിലും മീറ്റിങ്ങുകളിലും പങ്കെടുക്കുമ്പോൾ ഒന്നോ രണ്ടോ തവണ ടി വിയും സന്നിഹിതനായിരുന്നു. ജ്യേഷ്ഠനാണ് അവരെ തമ്മിൽ പരിചയപ്പെടുത്തിയത്. ഗൗരിയുടെ കൂട്ടുകാരി ത്രേസ്യാമ്മയുടെ ജ്യേഷ്ഠൻ എന്ന നിലയ്ക്കും സ്വന്തം സഹോദരന്റെ സഹപ്രവർത്തക നായ കൂട്ടുകാരൻ എന്ന നിലയ്ക്കും ഗൗരിക്കും ടി വിയെ ബഹുമാനമാ

യിരുന്നു. എന്നാൽ, അതിനെക്കാളേറെ അവരെ തമ്മിൽ അടുപ്പിച്ചത് പ്രസ്ഥാനവും പ്രസ്ഥാനത്തോടുള്ള അടിയുറച്ച കൂറുമായിരുന്നു. അതിൽ ടി വിയാണോ കെ ആർ ഗൗരിയാണോ മുന്നിൽ എന്നു ചോദിച്ചാൽ തീർത്ത് ഒരു ഉത്തരം പറയുക അസാദ്ധ്യമാണ്.

സഹോദരൻ വഴി പരിചയപ്പെടുമ്പോഴും രണ്ടു സഖാക്കൾ എന്ന തിനപ്പുറത്തേക്ക് ഒന്നുമുണ്ടായിരുന്നില്ല. പിന്നീട് ഗൗരിയും സജീവ പാർട്ടി പ്രവർത്തകയായി. ജ്യേഷ്ഠൻ കെ ആർ സുകുമാരൻ ഒളിവുജീവിതം നയിച്ച സമയങ്ങളിലെല്ലാം പാർട്ടിക്കൊപ്പം നിൽക്കാൻ അവർക്ക് യാതൊരു മടിയും ഉണ്ടായിരുന്നില്ല. അന്നൊക്കെ ഏതെങ്കിലും സഖാ ക്കൾവഴി രഹസ്യമായിട്ടാവും ജ്യേഷ്ഠന്റെ വിവരങ്ങൾ അറിയാൻ കഴി യുക. പിന്നീടങ്ങോട്ട് ഗൗരിപോലും അറിയാതെ ഗൗരിയുടെ വീട് പാർട്ടി ഓഫീസായി മാറുകയായിരുന്നു. ഈ സംഭവം മുൻ അദ്ധ്യായത്തിൽ വിവരിച്ചിട്ടുണ്ട്. പാർട്ടി പ്രവർത്തകരുടെ സാമ്പത്തികപ്രശ്നംമുതൽ അവ രുടെ ആഹാരത്തിനുവരെ ബുദ്ധിമുട്ടിയിരുന്ന സമയം ഗൗരി പാർട്ടി ക്കൊപ്പംനിന്ന് തന്നാൽ കഴിയുന്ന എല്ലാ സഹായവും ചെയ്തു. ക്രമേണ അവരുടെ വീടും പാർട്ടി ഓഫീസായി. പ്രധാനപ്പെട്ട മീറ്റിങ്ങുകൾ, തീരു മാനങ്ങൾ എല്ലാത്തിനും ആ വീട് സാക്ഷിയായി. ആ സമയത്താണ് ടി വിയും ഗൗരിയും ഏറ്റവും കൂടുതൽ കാണുന്നതും. അന്ന് സൗഹൃദം ആയി. എങ്കിലും അതിനപ്പുറമുള്ള എന്തോ ഒന്ന് ഇവർക്കിടയിൽ ഇല്ലേ എന്ന് ചിലരൊക്കെ ചിന്തിച്ചു. അതിനു കാരണവുമുണ്ട്. രണ്ടുപേരും വിദ്യാ സമ്പന്നർ, വക്കീൽ ഭാഗം പഠിച്ചവർ, പുരോഗമനപരമായ ആശയത്തെ മുറുകെപ്പിടിക്കുന്നവർ, ആലപ്പുഴയിലെ സമ്പന്നമായ രണ്ടു തറവാടുക ളിലെ യുവതലമുറയെ പ്രതിനിധാനം ചെയ്യുന്നവർ, ആ സമ്പന്നമായ ചുറ്റുപാട് വെടിഞ്ഞ് സാധാരണ ജനങ്ങൾക്കിടയിലേക്കിറങ്ങി അവരിലൊ രാളായി ജീവിക്കുന്നു. അതിനേക്കാൾ പാർട്ടിയുടെ അടിയുറച്ച പ്രവർത്ത കർ, പാർട്ടിയുടെ നാളത്തെ പ്രതീക്ഷ, അങ്ങനെ എന്തുകൊണ്ടും ഇവർ തമ്മിൽ ചേരും എന്നൊരു കണക്കുകൂട്ടൽ പലരിലും ഉടലെടുത്തിരുന്നു. അതിന്റെ ഒരു ഉദാഹരണം പറയാം. പാർട്ടി യോഗങ്ങൾക്ക് വേദിയാവുക ഗൗരിയുടെ വീടാണെന്നു പറഞ്ഞിരുന്നല്ലോ. മിക്കപ്പോഴും ഇതിന് മുൻകൂ ട്ടിയുള്ള അറിയിപ്പോ ഒന്നും ലഭിക്കാറില്ല. അക്കാലത്ത് അവർ ചേർത്തല കോടതിയിൽ പ്രാക്ടീസ് ചെയ്യുകയാണ്. ഒരുദിവസം കോടതിയിൽ നിന്നു വരുമ്പോഴാണ് അറിയുന്നത് അന്നവിടെ പാർട്ടിയുടെ യോഗമു ണ്ടെന്ന്. മുറ്റം നിറയെ സഖാക്കൾ. എല്ലാം പാർട്ടിയിലെ ഉയർന്ന സഖാക്കളാണ്. പി കൃഷ്ണപിള്ളയുടെ നേതൃത്വത്തിലായിരുന്നു അന്നത്തെ യോഗം. ഇത്രയും ആൾക്കാരെ കണ്ടതോടെ ഇവർക്കെല്ലാം ആഹാരത്തിനുള്ള ഏർപ്പാടാണ് ഗൗരി ആദ്യം ചെയ്തത്. അന്നേരം ആരൊക്കെയോ യോഗത്തിനു വന്നവർ ഇന്നാര് ഇന്നാരാണ് എന്നൊക്കെ

ടി വി തോമസ്, ഗൗരിയമ്മ

പറയുന്നുണ്ടായിരുന്നു. കൂട്ടത്തിൽ വർഗ്ഗീസ് വൈദ്യനും ഉണ്ട്. അക്കാലത്ത് ക്രൈസ്തവർ വൈദ്യന്മാരാകുന്നത് അപൂർവ്വമാണ്. അങ്ങനെ ആരെയും ഗൗരിക്ക് അറിയില്ല. ആ കൗതുകത്തിന് മുൻവശത്തേക്കു ചെന്ന അവർ അവിടെ ഇരുന്ന സഖാക്കളെ ആകെ പരതിനോക്കി. ഇതു കണ്ട ആരോ പറഞ്ഞു ടി വി തോമസിനെയാണ് ഗൗരി അന്വേഷിക്കുന്നത് എന്ന്. പാവം ടി വി എണീറ്റുനിന്നു. കാര്യം ഇങ്ങനൊക്കെയാണ് എന്നറിയാതെ ഗൗരി ഉള്ള സത്യം പറഞ്ഞു, "ഞാൻ നോക്കിയത് വർഗ്ഗീസ് വൈദ്യനെയാണ്. ഈ പ്രദേശത്തൊന്നും ക്രിസ്ത്യാനി വൈദ്യന്മാരെക്കുറിച്ച് കേട്ടിട്ടില്ല. അതുകൊണ്ട് അന്വേഷിച്ചതാണ്." വേദിയിലാകെ ഒരു ചിരി പടർന്നു എന്ന് ഊഹിക്കാമല്ലോ. അന്നും ഗൗരിയും ടി വിയും പ്രണയത്തിൽ ആയിട്ടില്ല. എന്നാൽ, അത് ചുറ്റുമുള്ളവർ ആഗ്രഹിച്ചിരുന്നു എന്നതിന് ഈ സംഭവം ഒരു തെളിവാണ്.

യഥാർത്ഥ ടി വി-ഗൗരി പ്രണയം പൂവിടുന്നതും പന്തലിക്കുന്നതും ജയിലിനുള്ളിൽ വച്ചാണ്. 1949 ൽ പ്രകോപനപരമായി പ്രസംഗിച്ചു എന്ന കുറ്റത്തിന് കെ ആർ ഗൗരി ജയിലിലായി. അക്കാലത്ത് പ്രസ്ഥാനത്തോടൊപ്പം നിൽക്കുന്നവരെയും പ്രവർത്തിക്കുന്നവരെയും ഗവൺമെന്റ് തിരഞ്ഞുപിടിച്ചു ദ്രോഹിക്കുന്ന സമയമായിരുന്നു. ടി വി തോമസും അന്ന് ജയിലിൽ തടവുകാരനായി കഴിയുന്നു. തടവുപുള്ളികളോട് ജീവന

ക്കാർക്ക് ഉണ്ടായിരുന്നത് തികച്ചും നികൃഷ്ടമായ സമീപനമായിരുന്നു. ഒരിക്കൽ ആഹാരം കൊണ്ടുവരുന്ന ജീവനക്കാരൻ കറികളിൽ കൈയിട്ട് ഇളക്കിവിളമ്പുന്നതുകണ്ട ഗൗരി അന്നുമുതൽ ആഹാരം കഴിക്കാതായി. ഈ സംഭവം തൊട്ടടുത്ത പുരുഷന്മാരുടെ ജയിലിലും ചർച്ചാവിഷയമായി. ടി വി തോമസായിരുന്നു ജയിൽ കമ്മിറ്റി കൺവീനർ. അദ്ദേഹം ഗൗരിക്കുള്ള ഭക്ഷണം പ്രത്യേകമായി പുരുഷന്മാരുടെ ജയിലിൽനിന്ന് എത്തിച്ചുതുടങ്ങി. പ്രണയത്തിന്റെ ആരംഭം അവിടംമുതലാണ്. പിന്നീട് അങ്ങോട്ടും ഇങ്ങോട്ടും കത്തുകൾ എഴുതിത്തുടങ്ങി. ആറുമാസത്തെ ജയിൽജീവിതം ഗൗരിക്കും ടി വിക്കും പ്രണയത്തിന്റെ തുടക്കകാലമായിരുന്നു. ജയിലിൽനിന്നും പുറത്തുവന്നതിനുശേഷം ഒരു സംഭവമുണ്ടായി. പുന്നപ്ര-വയലാർ സമരത്തിൽ പങ്കെടുത്തതിന്റെ പേരിൽ നാലു പേരെ വധശിക്ഷയ്ക്ക് വിധിച്ചിരുന്നു. അവരെ കാണാനായി ഗൗരിയും ടി വിയും ഒരുമിച്ചാണ് പോയത്. ഇത് ഇവർ തമ്മിൽ പ്രണയമാണെന്ന അഭ്യൂഹങ്ങൾക്കും ഊഹാപോഹങ്ങൾക്കും അറുതിവരുത്തി. എല്ലാവരും ആ വാർത്ത സ്ഥിരീകരിച്ചു. 1951 ൽ ഇരുവരും വീണ്ടും ജയിലിലായി. ഇത്തവണ അടുത്തടുത്ത സെല്ലുകളിലായിരുന്നു. അന്ന് പരസ്പരം സംസാരിക്കാനായി കല്ലുകൾ എറിഞ്ഞുള്ള ഒരു കോഡ്ഭാഷപോലും ഉണ്ടാക്കി രണ്ടാളും. ഇത്തവണ ജയിൽവാസം രണ്ടരവർഷത്തിലേറെ നീണ്ടുപോയി. ഇക്കാലമത്രയും ഗൗരിയും ടി വിയും പ്രണയിച്ചു. വെറുമൊരു നേരമ്പോക്കോ ചാപല്യമോ ആയിരുന്നില്ല അവർക്കു പ്രണയം. പക്വത വന്നശേഷമുള്ള തീവ്രമായ പ്രണയം. പാർട്ടിക്കും അറിയാമായിരുന്നു ഇവരുടെ പ്രണയം. അതുകൊണ്ട് കൂടിയാകണം ജയിലിൽനിന്നിറങ്ങിയ സഖാക്കൾക്ക് ഒരുമിച്ചാണ് പാർട്ടി സ്വീകരണം നൽകിയത്.

1957 ൽ ഒന്നാം കേരള മന്ത്രിസഭയിൽ അംഗമായ ഗൗരിയും ടി വിയും അതേവർഷം മേയ് 30 ന് വിവാഹിതരായി. തികച്ചും പാർട്ടിക്കുള്ളിൽ നിന്നുകൊണ്ടുള്ള മാതൃകാപരമായ വിവാഹം. അടുത്തടുത്ത രണ്ട് മന്ത്രിമന്ദിരങ്ങളിൽനിന്നും രണ്ടു കാറുകളിൽ രാവിലെ പോയവർ വൈകിട്ട് ഒരുമിച്ച് ഒരു കാറിൽ വന്നു. ഇത്രേയുള്ളൂ ഗൗരി-ടി വി വിവാഹത്തിലെ ആർഭാടവും ആലങ്കാരികതയും. അത്രകണ്ട് ലളിതമായിരുന്നു ആ വിവാഹം. പൂർണ്ണമായും പാർട്ടിയോടും പ്രസ്ഥാനത്തോടും ലയിച്ചു ജീവിച്ച രണ്ടു സഖാക്കളിൽനിന്നും അതിൽക്കൂടുതൽ എന്താണ് വേണ്ടത്? വിവാഹംപോലും പാർട്ടി ആദർശങ്ങളെ മാനിച്ചായിരുന്നു. ഔദ്യോഗികമായി വിവാഹം രജിസ്റ്റർ ചെയ്തു. ശേഷം മിതമായ രീതിയിൽ സുഹൃത്തുക്കൾക്കായി ചെറിയൊരു ചായ സൽക്കാരം. മറ്റു ചടങ്ങുകൾ യാതൊന്നുമില്ല. ഒരു മതത്തെയും ജാതിയെയും അവർ ആശ്രയിച്ചില്ല. മനുഷ്യനാണെന്ന കമ്യൂണിസ്റ്റ് ആദർശത്തെ മുൻനിർത്തിയുള്ള വിവാഹം. വിവാഹശേഷം മേൽപ്പറഞ്ഞപോലെ രാവിലെ രണ്ടുകാറുകളിൽ സെക്രട്ടേറി

യറ്റിൽ പോകുന്നവർ ഉച്ചയ്ക്ക് ഒരു കാറിൽ വരും. ടി വിയുടെ ഔദ്യോഗിക വസതിയായ റോസ് ഹൗസിൽ ഒരുമിച്ചിരുന്ന് ഊണു കഴിക്കും. ടി വിക്ക് താൻതന്നെ ഊണ് വിളമ്പിക്കൊടുക്കണമെന്ന് ഗൗരിക്ക് നിർബന്ധമായിരുന്നു. ഒരു സംസ്ഥാനം ബഹുമാനിക്കുന്ന മന്ത്രിയായിട്ടും ടി വിക്ക് മുന്നിൽ അവർ സ്നേഹമതിയായ ഭാര്യയായിരുന്നു. അദ്ദേഹത്തിന് ഇഷ്ടപ്പെട്ട ഭക്ഷണം ഉണ്ടാക്കുന്നതിലും അത് മതിയാവോളം കഴിപ്പിക്കുന്നതിലും ഏതൊരു ഭാര്യയെയുംപോലെ ഗൗരിയും സന്തോഷിച്ചു.

1959 ൽ മന്ത്രിപദവിയിൽനിന്നും മാറിയതോടെ ഇരുവരും സ്വദേശമായ ആലപ്പുഴയിലേക്കു പോയി. അവിടെ പഴയ മെഡിക്കൽ കോളേജിനു സമീപമുള്ള വാടകവീട്ടിലും പിന്നീട് ആറാട്ടുവഴിയിലെ വാടകവീട്ടിലുമായി താമസം. വിവാഹം രണ്ടുപേരുടെ വീട്ടിലും പ്രശ്നങ്ങൾ സൃഷ്ടിച്ചിരുന്നു. എന്നാൽ, തങ്ങൾ തെരഞ്ഞെടുത്ത തീരുമാനം ഉറച്ചത് എന്ന നിലപാടായിരുന്നു ടി വിക്കും ഗൗരിക്കും. വാടകവീടുകളിലെ താമസത്തിന് ഒരറുതി എന്നോണം ചിത്തനാട്ട് ഒരു വീടും പറമ്പും വാങ്ങി. ഗൗരിയുടെ കുടുംബവീടിന്റെ പേരായ 'കളത്തിപ്പറമ്പിൽ' എന്ന പേരുതന്നെ മതി പുതിയ വീടിനും എന്ന നിർദ്ദേശത്തെ പൂർണ്ണമനസ്സോടെ അംഗീകരിച്ചത് ടി വിയായിരുന്നു.

1964 ലെ പാർട്ടി പിളർപ്പ് ടി വി - ഗൗരി ദാമ്പത്യത്തിലും വിള്ളൽ ഉണ്ടാക്കി. ടി വി തോമസ് മാതൃസംഘടനയിൽ ഉറച്ചുനിന്നപ്പോൾ ഗൗരി തെരഞ്ഞെടുത്തത് സി പി ഐ (എം)ന്റെ വഴിയായിരുന്നു. പാർട്ടിക്കുള്ളിലെ അഭിപ്രായഭിന്നതകൾ ക്രമേണ വീടിനകത്തും എത്തിയതോടെ ഒരു കാലത്ത് ജീവനുതുല്യം സ്നേഹിച്ചവർ പതുക്കെപ്പതുക്കെ അകലാൻ തുടങ്ങി. ആ അകൽച്ച വേർപിരിയലിൽ കലാശിച്ചു. തീർച്ചയായും ഈ സംഭവം അവരെ ആകെയുലച്ച ഒന്നാണ്. പൊതുജീവിതരംഗത്തും വ്യക്തിജീവിതത്തിലും ഒരേസമയമുണ്ടായിരുന്ന തിരിച്ചടി ചെറുതല്ലല്ലോ. എന്നാൽ, അതിലൊന്നും തളർന്നിരിക്കാൻ ഗൗരി ഒരുക്കമായിരുന്നില്ല. അവർ തന്റെ പ്രവർത്തനരംഗത്ത് കൂടുതൽ ഊർജ്ജം കൊടുത്ത് പ്രവർത്തിച്ചു. എന്നാലും ജീവിതത്തിൽ ടി വിയുടെ സ്ഥാനം ഒഴിഞ്ഞുതന്നെ കിടന്നു. അവിടെ മറ്റൊരു രൂപം സങ്കൽപ്പിക്കുക അസാദ്ധ്യമായിരുന്നു. വേർപിരിഞ്ഞെങ്കിലും അവർ മാറിനിന്ന് സ്നേഹിച്ചു; ഉള്ളുകൊണ്ട്. 1976 ൽ അർബുദ രോഗബാധയെത്തുടർന്ന് ചികിത്സയ്ക്കായി ടി വിക്ക് പാർട്ടിയിൽനിന്നും വിശ്രമജീവിതത്തിലേക്കു മാറേണ്ടിവന്നു. തുടർ ചികിത്സയ്ക്കായി അദ്ദേഹത്തെ മുംബൈയിലേക്കു കൊണ്ടുപോയി. വിവരം അറിഞ്ഞ ഗൗരിക്ക് അദ്ദേഹത്തെ പോയി കാണണമെന്ന നല്ല ആഗ്രഹം ഉണ്ടായിരുന്നു. പാർട്ടിയുടെ അനുവാദമില്ലാതെ വ്യക്തിജീവിതത്തിലായാലും ഒന്നും ചെയ്യില്ല എന്ന തീരുമാനമായിരുന്നു അവർ കൈക്കൊണ്ടത്. ഒടുവിൽ പാർട്ടി അനുമതിയോടെ ഗൗരി ടി വിയെ കണ്ടു. അത്യന്തം വികാരഭരിതമായിരുന്നു ആ കൂടിക്കാഴ്ച എന്ന് ആ ദൃശ്യത്തിന് സാക്ഷ്യം

തിരുവനന്തപുരം,
23—5—1957.

സുഹൃത്തേ,

ഞാനും സ: കെ. ആർ. ഗൗരിയും തമ്മിലുള്ള വിവാഹം 1957 മേയ് മാസം 30-ാംനു- വ്യാഴാഴ്ച വൈകുന്നേരം 4 മണിക്ക് വധുവിൻെറ തിരുവനന്തപുരം വസതിയായ 'സനഡു'വിൽ വച്ചു നടത്താൻ തീരുമാനിച്ചിരിക്കുന്നതിനാൽ തദവസരത്തിൽ താങ്കൾ സന്നിഹിതനായിരുന്നു ഞങ്ങളെ അനുഗ്രഹിക്കാൻ താല്പര്യപ്പെട്ടുകൊള്ളുന്നു.

എന്ന് വിധേയൻ

ടി. വി. തോമസ്

ഉപചാരപൂർവ്വം:—

കെ. ആർ. ഗൗരി

എം. എൻ. ഗോവിന്ദൻനായർ

കെ ആർ ഗൗരിയും, ടി വി തോമസും തമ്മിലുള്ള വിവാഹത്തിന്റെ ക്ഷണക്കത്ത്

വഹിച്ചവർ പറഞ്ഞുകേട്ടിട്ടുണ്ട്. അനേകം ചികിത്സയ്ക്കും വേദനകൾക്കും ഒടുവിൽ 1977 മാർച്ച് 26 ന് ടി വി തോമസ് ഓർമ്മയായി.

ദാമ്പത്യബന്ധത്തിലെ തകർച്ചയിൽ ഗൗരിയെ അനുകൂലിച്ചും പ്രതികൂലിച്ചും വിവാദങ്ങൾ ഉണ്ടായി. എന്തിനേറെ പറയുന്നു വെള്ളിത്തിരയിൽവരെ വളച്ചൊടിക്കപ്പെട്ട കഥകൾ ഉടലെടുത്തു. ഒന്നിനോടും ഒരു പരിധിക്കപ്പുറം പ്രതികരിക്കാൻ ഗൗരി മിനക്കെട്ടില്ല എന്നതാണ് യാഥാർത്ഥ്യം. കാരണം ടി വിയെ എത്രത്തോളം താൻ സ്നേഹിച്ചിരുന്നു എന്നത് അവർക്കറിയാം. അതിന് ആർക്കും ഒരു വിശദീകരണം കൊടുക്കേണ്ട കാര്യമില്ലല്ലോ. പക്ഷേ, അത്ഭുതപ്പെടുത്തുന്ന ഒന്നുണ്ട്. ഗൗരിയുടെ ബെഡ്റൂം. അവിടെ ചുവർ മുഴുവൻ ടി വിയുടെയും ഗൗരിയുടെയും ഒന്നിച്ചുള്ള ഫ്രെയിം ചെയ്ത ഫോട്ടോകൾകൊണ്ട് നിറച്ചിരിക്കയാണ്. ഭൗതികമായി പിരിഞ്ഞെങ്കിലും മനസ്സുകൊണ്ട് മരണംവരെയും അവർ ഒന്നായിരുന്നു. ടി വിയെ കണ്ടുകൊണ്ട് ഉറങ്ങണം. ഉണരുമ്പോൾ ആദ്യം കാണുന്നതും ആ മുഖമായിരിക്കണം. കേൾക്കുമ്പോൾ ബാലിശമെന്നു തോന്നുന്നവരുണ്ടാകാം. കരുത്തിന്റെ സ്ത്രീരൂപമായ ഗൗരിക്ക് ഇങ്ങനെയും ഒരു മുഖമോ? അതെ അതാണ് ഗൗരി.

ഗൗരിയമ്മയും തൊഴിലെടുക്കുന്ന സ്ത്രീകളും

ആയിരത്തിത്തൊള്ളായിരത്തി അറുപത്തിനാലിലെ പാർട്ടിയുടെ പിളർപ്പും ഗൗരിയമ്മയും ടി വി തോമസും രണ്ടു ചേരിയിലാകുകയും തുടർന്നുള്ള അവരുടെ ലീവിൽ പോക്കുമെല്ലാം അവരുടെ പൊതുപ്രവർത്തനത്തെ ബാധിച്ചുവെങ്കിലും 1968 ൽ മഹിളാ ഫെഡറേഷൻ രൂപീകൃതമായപ്പോൾ അവർ അതിന്റെ സെക്രട്ടറിയായി. പ്രസിഡന്റ് ദേവകി വാര്യരും. രണ്ടുപേരും സംഘടനയുടെ മുന്നേറ്റത്തിനായി തങ്ങളാലാവും വിധം പ്രവർത്തിച്ചു. സംഘടനാ പ്രവർത്തനവും ട്രേഡ് യൂണിയൻ പ്രവർത്തനവും മുന്നോട്ടു കൊണ്ടുപോകാൻ, കമ്യൂണിസ്റ്റ് പാർട്ടി ഏറെ പ്രയാസപ്പെട്ട ഒരു കാലഘട്ടമായിരുന്നു. ഇതിനിടെ 1973 ൽ സേവനവേതന പരിഷ്കരണത്തിനായി സംസ്ഥാന ജീവനക്കാരും അദ്ധ്യാപകരും സമരത്തിലായി. ഏജീസ് ഓഫീസ് സംഘടനയുടെ സെക്രട്ടറിയെ പിരിച്ചുവിട്ടതിനെതിരെ കേന്ദ്രസർക്കാർ ജീവനക്കാരും സമരത്തിലായി. ജീവനക്കാരായി അന്യസ്ഥലങ്ങളിൽനിന്നും ഹോസ്റ്റലിൽ താമസിക്കുന്ന പെൺകുട്ടികളെ അവിടെനിന്നും പുറത്താക്കി. മഹിളാ ഫെഡറേഷന്റെ നേതാക്കൾ മുൻകൈ എടുത്ത് ഒരു വീട് വാടകയ്ക്കെടുത്ത് ശമ്പളമില്ലാതെ കഷ്ടപ്പെടുന്ന വനിതാജീവനക്കാരെ സഹായിച്ചു. മഹിളാ ഫെഡറേഷന്റെ നേതാക്കളും സമരത്തിൽ ഏർപ്പെട്ട ജീവനക്കാരും വീടുവീടാന്തരം കയറിയിറങ്ങി പൈസ പിരിച്ചാണ് ഇവരെ എല്ലാവരെയും തലസ്ഥാനത്ത് സംരക്ഷിച്ചുനിർത്തിയത്. 53 ദിവസം നീണ്ട സമരത്തിനിടയ്ക്ക് തിരുവനന്തപുരത്തുള്ള വിവിധ ഓഫീസുകളിൽ തൊഴിലെടുക്കുന്ന സ്ത്രീകളെ സംഘടിപ്പിച്ച് കേരള വർക്കിങ് വിമൻസ് അസോസിയേഷൻ എന്ന സംഘടനയ്ക്കു രൂപംനൽകി ഒരു ഹോസ്റ്റൽ ഉണ്ടാക്കാനുള്ള പരി

ശ്രമം ആരംഭിച്ചു. 1979 ൽ മദ്രാസിൽ വച്ച് ചേർന്ന സി ഐ ടി യു 5-ാം അഖിലേന്ത്യാ സമ്മേളനം ആണ് ഈ സംഘടനയ്ക്ക് അംഗീകാരം നൽകിയത്. തുടർന്ന് 1980 ൽ അധികാരത്തിൽവന്ന ഇടതുപക്ഷ മന്ത്രി സഭയിലെ സാമൂഹ്യക്ഷേമവകുപ്പിന്റെ ചുമതല ഉണ്ടായിരുന്ന ഗൗരിയമ്മ, വർക്കിങ് വിമൻസ് അസോസിയേഷൻ എന്ന സംഘടനയ്ക്ക് പാളയത്ത് 26 സെന്റ് സ്ഥലവും 5 ലക്ഷം രൂപയും നൽകിയത് തൊഴിലെടുക്കുന്ന സ്ത്രീകളോടുള്ള കരുതലിന്റെയും സംരക്ഷണത്തിന്റെയും ഉത്തമ ഉദാഹരണമാണ്. ഇന്നും കന്റോൺമെന്റ് റോഡിൽ തല ഉയർത്തി നിൽക്കുന്ന മൂന്നു നില കെട്ടിടത്തിൽ പ്രവർത്തിക്കുന്ന ഹോസ്റ്റലിൽ അന്യപ്രദേശങ്ങളിൽനിന്നും തൊഴിലെടുക്കാൻ തിരുവനന്തപുരത്ത് എത്തുന്ന സ്ത്രീകൾക്ക് മതിയായ നിരക്കിൽ ഭക്ഷണവും താമസവും സംരക്ഷണവും നൽകുന്നു. ബി ടി ആറിന്റെ മുൻകൈയോടെ ആരംഭിച്ച വർക്കിങ് വിമൻസ് കോ-ഓർഡിനേഷൻ സംസ്ഥാനത്ത് എല്ലാ സംഘടനകളുടെയും നേതൃത്വത്തിൽ പ്രവർത്തനമേഖല കേന്ദ്രീകരിച്ച് വനിതാ കമ്മിറ്റികളും പ്രത്യേകം രൂപീകരിക്കാൻ സാധിച്ചു. ഇങ്ങനെ രൂപംകൊണ്ട സബ്കമ്മിറ്റികൾ, ഇടപെടാനും പരിഹാരം ഉണ്ടാക്കാനും ആരംഭിച്ചു. ഈ സമയത്തുതന്നെയാണ് 1981 ൽ അന്നത്തെ മന്ത്രിസഭയിലെ മന്ത്രിയായിരുന്ന ഗൗരിയമ്മ ഉൾപ്പെടെ പങ്കെടുത്തുകൊണ്ട് മദ്രാസിൽ യോഗം ചേർന്ന് അഖിലേന്ത്യാ ജനാധിപത്യ മഹിളാ അസോസിയേഷൻ എന്ന സംഘടനയ്ക്കു രൂപംനൽകിയത്. ഈ സംഘടനയുടെ സമ്മേളനം തിരുവനന്തപുരത്ത് നടന്നപ്പോൾ, സമ്മേളനം ഉദ്ഘാടനം ചെയ്തുകൊണ്ട് ചെയ്ത പ്രസംഗം ഇന്നും ഓർമ്മയിൽ സൂക്ഷിക്കുന്നവർ ധാരാളം ഉണ്ട്. അഖിലേന്ത്യാ ജനാധിപത്യ മഹിളാ അസോസിയേഷൻ എന്ന സംഘടന ഇന്ന് ഇന്ത്യയിലെ വനിതകളുടെ ഏറ്റവും വലിയ പോരാട്ടസംഘടനയായി വളർന്നുകഴിഞ്ഞു. സ്ത്രീസംവരണത്തിനും ലിംഗസമത്വത്തിനും അതിക്രമ വിരുദ്ധ നിയമനിർമ്മാണത്തിനും സംഘടന നിരന്തരം ശബ്ദം ഉയർത്തിക്കൊണ്ടിരിക്കുന്നു. ഇതിന്റെ എല്ലാം പിന്നിൽ ഗൗരിയമ്മയുടെ പങ്ക് ചരിത്രത്തിൽ രേഖപ്പെടുത്തേണ്ട വസ്തുതയാണ്.

1979 ൽ രൂപംകൊണ്ട കേരള വർക്കിങ് വിമൻസ് കോ-ഓർഡിനേഷൻ കമ്മിറ്റിയുടെ നേതൃത്വത്തിൽ, സംഘടിത സർവ്വീസ് മേഖലയിൽ രൂപംകൊണ്ട വനിതാ സബ് കമ്മിറ്റികളുടെ നേതൃത്വത്തിൽ സ്ത്രീജീവനക്കാരുടെ ആവശ്യങ്ങൾ ഉന്നയിച്ചുകൊണ്ട് ഒപ്പുശേഖരിച്ച് ഭീമഹർജി നൽകാൻ തീരുമാനിച്ചതിന്റെ ഭാഗമായി 1981-82 കാലഘട്ടത്തിൽ തൊഴിലെടുക്കുന്ന സ്ത്രീകൾ കൂട്ടായിട്ടും സംഘടന തിരിച്ചും നിവേദനങ്ങൾ സർക്കാരിനു നൽകുവാനുള്ള വലിയൊരു ശ്രമം നടത്തി. സെക്രട്ടേറിയറ്റ് എംപ്ലോയീസ് അസോസിയേഷൻ, എൻ ജി ഒ യൂണിയൻ തുടങ്ങി നിരവധി സംഘടനകൾ നിവേദനങ്ങൾ നൽകി. നിവേദനങ്ങളെല്ലാം

മഹിളാ പ്രവർത്തക യോഗത്തിൽ സംസാരിക്കുന്നു

അന്നത്തെ ഏക വനിതാ മന്ത്രിയായിരുന്ന ഗൗരിയമ്മയ്ക്കാണ് നൽകിയത്. തൊഴിലിടങ്ങളിൽ സ്ത്രീകൾക്ക് അവരുടെ കുഞ്ഞുങ്ങളെ സംരക്ഷിക്കുന്നതിനുവേണ്ടി ക്രഷേ, നേഴ്സറികൾ ആരംഭിക്കുക, പ്രസവാവധി പ്രമോഷൻ പിരീഡിൽ ഉൾപ്പെടുത്താതിരിക്കുക, തൊഴിലിടങ്ങളിൽ സ്ത്രീകൾക്ക് സംരക്ഷണം നൽകുക തുടങ്ങിയ ആവശ്യങ്ങൾ ഉന്നയിച്ചിരുന്നു. ഏതായാലും 1982 ൽ കൂടുതൽ സ്ത്രീജീവനക്കാർ പണിയെടുത്തിരുന്ന സെക്രട്ടേറിയറ്റ്, പബ്ലിക് ഹെൽത്ത് ഡിപ്പാർട്ട്മെന്റ്, യൂണി

വേഴ്സിറ്റി, പി എസ് സി തുടങ്ങിയ ഓഫീസുകൾക്ക് നേഴ്സറി ആരംഭിക്കാൻ ഉത്തരവായി. പല സംഘടനകളും വനിതാജീവനക്കാരുടെ നേതൃത്വത്തിൽ ശിശുവിഹാറുകൾ ആരംഭിച്ചു. സാമൂഹ്യക്ഷേമ വകുപ്പിന്റെ ഗ്രാന്റും നൽകിയിരുന്നു. പിന്നീട് നിർത്തലാക്കിയെങ്കിലും ആ കാലത്ത് തുച്ഛശമ്പളം ലഭിച്ചിരുന്ന ജീവനക്കാരെ സംബന്ധിച്ചിടത്തോളം അതൊരു അനുഗ്രഹമായിരുന്നു. പിന്നീട് പല സ്ഥലങ്ങളിലും കൂണുപോലെ മുളച്ചുപൊങ്ങിയ പ്രൈവറ്റ് സ്ഥാപനങ്ങളും ഇന്റർനാഷണൽ സ്കൂളുകളും സർക്കാർ ക്രഷേകളുടെ പ്രസക്തി നഷ്ടപ്പെടുത്തിയെങ്കിലും, സെക്രട്ടേറിയറ്റ് അനക്സിലും നിയമസഭാ സെക്രട്ടേറിയറ്റിലുമൊക്കെ പ്രവർത്തിക്കുന്ന ശിശുവിഹാറുകളെ കാണുമ്പോൾ ഗൗരിയമ്മയെ ഓർത്ത് അഭിമാനം തോന്നും. 100-ാം വയസ്സിലും കാണാൻ ചെന്നപ്പോൾ ഓർത്തുവച്ച് ഈ സ്ഥാപനങ്ങളെക്കുറിച്ച് അന്വേഷിച്ചപ്പോൾ അവരുടെ ഓർമ്മശക്തിക്കു മുമ്പിൽ നമിച്ചുപോയി.

കെ ആർ ഗൗരിയിൽനിന്നും ഗൗരിയമ്മയിലേക്ക്

"കരയാത്ത ഗൗരി
തളരാത്ത ഗൗരി
കലികൊണ്ടു നിന്നാൽ
അവൾ ഭദ്രകാളി.
ഇതു കേട്ടുകൊണ്ടേ
ചെറുബാല്യമെല്ലാം
പതിവായി ഞങ്ങൾ
ഭയമാറ്റി വന്നു."

(ബാലചന്ദ്രൻ ചുള്ളിക്കാട്)

ഒരുകാലത്ത്, മലയാളികൾ പാടിനടന്ന കവിതാശകലമാണ്. 'ഗൗരി' ആരാണെന്ന് പ്രത്യേകം പറയേണ്ടല്ലോ. ഒരു മന്ത്രി എന്നതിനപ്പുറം മലയാളക്കരയെ വളരെയധികം സ്വാധീനിച്ച വ്യക്തികൂടിയാണ് കെ ആർ ഗൗരി. ജനാധിപത്യസംവിധാനം നിലവിൽവന്നശേഷം എത്രയോ മന്ത്രിമാർ വന്നുപോയി. അതിൽ വേറെയും സ്ത്രീസാന്നിദ്ധ്യം ഉണ്ടായിരുന്നു. എന്നിട്ടും ഗൗരി മാത്രമെന്തേ ഓർമ്മിക്കപ്പെടുന്നു? അവർക്കുവേണ്ടി കവിതകൾ എഴുതപ്പെട്ടു? സിനിമകൾ ഉണ്ടായി? പുതുതലമുറ ഏറ്റവുമധികം അറിയാൻ ആഗ്രഹിക്കുന്നതും ഗൗരിയുടെ ജീവിതമാണ്. വ്യക്തിജീവിതവും പൊതുജീവിതവുമായി അത്രകണ്ട് ഇഴചേർന്ന ഒരു ജീവചരിത്രം മറ്റൊരാളിലും നമുക്ക് കാണാൻ കഴിയില്ല. ഗൗരി ഒരിക്കലും അവർക്കായി

ജീവിച്ചിട്ടില്ല. നാടിനും ജനങ്ങൾക്കുംവേണ്ടി ജീവിച്ചു. പാർട്ടിയിൽ അടിയുറച്ചു വിശ്വസിച്ചു. ആ വിശ്വാസം ജനങ്ങൾക്കും അവരോട് ഉണ്ടായിരുന്നു. ഇതേ വിശ്വാസത്തിൽനിന്നാണ് കെ ആർ ഗൗരി 'ഗൗരിയമ്മ' ആകുന്നത്. കേരളത്തിന്റെ സ്വന്തം ഗൗരിയമ്മ.

കെ ആർ ഗൗരി, ഗൗരിയമ്മ ആയ കഥ പറയുന്നത് കേരളത്തിലെ രാഷ്ട്രീയചരിത്രം ഓർമ്മിക്കപ്പെടുന്നതിന് തുല്യമാണ്. ഒന്നുകൂടി വ്യക്തമാക്കിയാൽ ഗൗരി ഗൗരിയമ്മയായി മാറിയതിന് കമ്യൂണിസ്റ്റ് പാർട്ടി പ്രവർത്തനത്തോളം വിലമതിക്കാനാവാത്ത ചരിത്രമുണ്ട്. 1947 ൽ പി കൃഷ്ണപിള്ളയിൽനിന്നും പാർട്ടി അംഗത്വം സ്വീകരിക്കുമ്പോൾ അവർ കെ ആർ ഗൗരിയായിരുന്നു. തുടർന്ന് ഒന്നാം കേരള മന്ത്രിസഭയിൽ സത്യപ്രതിജ്ഞ ചെയ്ത് അധികാരമേറ്റതും കെ ആർ ഗൗരി എന്ന പേരിലാണ്. കുഞ്ഞുനാളിൽ അച്ഛൻ വിളിച്ച ചെല്ലപ്പേരുണ്ട്, ഗൗരിഅമ്മാൾ എന്ന്. അതിനുശേഷം എല്ലായിടത്തും അവർ കെ ആർ ഗൗരിയായിരുന്നു. കളത്തിപ്പറമ്പിൽ രാമൻ മകൾ ഗൗരി. സ്കൂൾ-കോളേജ് വിദ്യാഭ്യാസകാലം, പാർട്ടി പ്രവർത്തനകാലം, ഗൗരി-ടി വി പ്രണയകാലം, അപ്പോഴെല്ലാം കെ ആർ ഗൗരി എന്നുതന്നെയായിരുന്നു അവരുടെ പേര്. ഔദ്യോഗിക രേഖകളിലും ജനങ്ങൾക്കിടയിലും എല്ലാം. ആദ്യമായി ആ പേരിന് മാറ്റം സംഭവിക്കുന്നത് ടി വി തോമസുമായുള്ള വിവാഹശേഷമാണ്. വിവാഹശേഷം ഔദ്യോഗികരേഖകളിൽ കെ ആർ ഗൗരി എന്ന പേരുമാറി കെ ആർ ഗൗരി തോമസ് എന്നുവന്നു. ഈ മാറ്റം ഏതാണ്ട് 1965-67 കാലം വരെ തുടർന്നു. ഹ്രസ്വമായ ദാമ്പത്യംപോലെ ആ പേരും ഹ്രസ്വമായി അവസാനിച്ചു. പിന്നീടുള്ള എല്ലാ രേഖകളിലും അത് ഔദ്യോഗികമായാലും അനൗദ്യോഗികമായാലും കെ ആർ ഗൗരി എന്നുതന്നെയായിരുന്നു. 1987 ലെ തിരഞ്ഞെടുപ്പുകാലം ഒരിക്കലും കേരളക്കര മറക്കാനിടയില്ല. അന്ന് മുഖ്യമന്ത്രി സ്ഥാനത്തേക്ക് പരിഗണിച്ചിരുന്നതും കെ ആർ ഗൗരിയെയാണ്. "കേരം തിങ്ങും കേരളനാട്ടിൽ കെ ആർ ഗൗരി ഭരിച്ചീടും" എന്ന് പാടി നടക്കാത്തവർ അക്കാലത്തില്ല. അത്രയ്ക്കും ജനപ്രീതി ഉണ്ടായിരുന്നു അവർക്ക്. വിശ്വാസമായിരുന്നു അവരുടെ മുഖമുദ്ര. മക്കൾക്ക് അമ്മയോടു തോന്നുന്ന ഒരു വിശ്വാസ്യത ഉണ്ടല്ലോ. മറ്റെങ്ങും കിട്ടാത്ത സുരക്ഷിതത്വവും സമാധാനവും ലഭിക്കുക അമ്മയ്ക്കരികിൽ എത്തുമ്പോഴാണ്. അമ്മയോട് നമുക്ക് എന്തു വിഷമവും പറയാം. എന്തിനും ഒരു പരിഹാരമായി അമ്മയുണ്ടാകും. ഇനി കുറച്ച് ദേഷ്യപ്പെട്ടാലും അമ്മമാരുടെ ദേഷ്യത്തിന്റെ ആയുസ്സ് എത്രത്തോളമായിരിക്കും? അതുതന്നെയാണ് കെ ആർ ഗൗരിയെ ഗൗരിയമ്മയാക്കിയതിനുപിന്നിലും. ഗൗരിയമ്മ എന്ന പേര് ആദ്യം ഉപയോഗിച്ച് തുടങ്ങിയത് പാർട്ടി പ്രവർത്ത

1967 ലെ മന്ത്രിസഭാംഗങ്ങൾ ഗവർണർ ഭഗവാൻ സഹായിയോടൊപ്പം

കരാണ്. അതിനു കാരണമായത് അവരുടെ മേൽപ്പറഞ്ഞ സ്വഭാവംകൂടിയാണ്. പൊതുവേ ഗൗരിയമ്മയ്ക്ക് മൂക്കിൻതുമ്പിലാണ് ദേഷ്യം എന്നൊരു ഖ്യാതി ഉണ്ട്. അതൊരു പരിധിവരെ ശരിയുമാണ്. എന്നാൽ, ഒരമ്മയ്ക്കുണ്ടാവുന്ന ദേഷ്യമേ അവർക്കും ഉണ്ടാകാറുള്ളൂ. വരുന്നതിനേക്കാൾ വേഗത്തിൽ അലിഞ്ഞുതീരുന്ന ദേഷ്യം. ആ സ്വഭാവം ആദ്യം തിരിച്ചറിഞ്ഞത് പാർട്ടി സഹയാത്രികരും അനുയായികളുമാണ്. ഒപ്പം പാർട്ടിയിലെ മുതിർന്ന വനിതാ അംഗമെന്ന നിലയ്ക്കും കെ ആർ ഗൗരി ഗൗരിയമ്മയായി.

ഔദ്യോഗികരേഖകൾ പ്രകാരം 1991 മുതലാണ് കെ ആർ ഗൗരിയമ്മ എന്ന പേര് സ്ഥിരമാകുന്നത്. അതിനും വളരെ മുന്നേ ഗൗരിയമ്മ എന്നാണ് കെ ആർ ഗൗരിയെ സംബോധന ചെയ്തുവരാറെങ്കിലും, നിയമസഭാരേഖകളിൽ ഉൾപ്പെടെ 'ഗൗരിയമ്മ' എന്നു പതിയുന്നത് 1991 മുതൽക്കാണ്. പക്ഷേ, അവർ സ്വയം എല്ലാക്കാലത്തും കെ ആർ ഗൗരിയായിരുന്നു. കെ ആർ ഗൗരി എന്ന വ്യക്തിയായിത്തന്നെ നിലകൊണ്ടു. ഒരിക്കലും ഒരിടത്തും ഞാൻ ഗൗരിയമ്മയാണ് എന്നവർ സ്വയം സംബോധന ചെയ്തതായി കേട്ടിട്ടില്ല. ഞാൻ കെ ആർ ഗൗരി, ഇതായിരുന്നു അവർ അവർക്കു നൽകിയ സ്ഥാനം. സ്വയം തയ്യാറാക്കിയിരുന്ന ഔദ്യോഗിക അനൗദ്യോഗികരേഖയിലെല്ലാം കെ ആർ ഗൗരി എന്നാണ് വയ്ക്കാറ്. ടി വി തോമസ് - കെ ആർ ഗൗരി വിവാഹക്ഷണക്കത്തിലും ഉപചാര

പൂർവ്വം കെ ആർ ഗൗരി എന്നാണ് വച്ചത്.

മറ്റൊരു സംഭവം, ടി വിയുമായി വേർപിരിഞ്ഞശേഷം അദ്ദേഹം അസുഖബാധിതനായി കഴിയുമ്പോൾ ഗൗരിയമ്മ പാർട്ടിയുടെ അനുവാദത്തോടെ അദ്ദേഹത്തെ കാണാൻ പോവുകയുണ്ടായി. മുംബൈയിലെ ആശുപത്രിയിൽ ഗൗരിയമ്മയ്ക്കുവേണ്ട സഹായമൊക്കെ ചെയ്തുകൊടുത്തത് ടി വിയുടെ കൂടെയുണ്ടായിരുന്ന പുഷ്പാകർ എന്നയാളായിരുന്നു. അന്നതിൽ വളരെ സംതൃപ്തയായിരുന്നു ഗൗരിയമ്മ. തിരിച്ച് നാട്ടിലെത്തിയശേഷം പുഷ്പാകറിന് നന്ദി അറിയിച്ചുകൊണ്ട് സ്വന്തം കൈപ്പടയിലെഴുതിയ ഒരു കത്ത് അയച്ചിരുന്നു. അതിൽ കെ ആർ ഗൗരി എന്നാണ് എഴുതി ഒപ്പിട്ടിരുന്നത്.

ഗൗരിയമ്മയ്ക്ക് അധികം ആർക്കും അറിഞ്ഞുകൂടാത്ത മറ്റൊരു പേരും ഉണ്ടായിരുന്നു, 'കുഞ്ഞമ്മ.' ഈ പേരിന്റെ ഉറവിടം കുറെ തിരക്കിയെങ്കിലും എന്ന്, എവിടെ വച്ച്, ആര് വിളിച്ചുതുടങ്ങി എന്ന കാര്യത്തിൽ ഇപ്പോഴും വ്യക്തത കൈവന്നിട്ടില്ല. ഗൗരിയമ്മയോട് ഏറെ അടുപ്പമുള്ളവർക്ക് അവർ കുഞ്ഞമ്മയായിരുന്നു. പ്രായഭേദമന്യേ എല്ലാവരും അവരെ കുഞ്ഞമ്മ എന്ന വിളിപ്പേരിൽ സംബോധന ചെയ്തുപോന്നു. അടുത്ത ബന്ധുക്കൾ മാത്രമല്ല, ഈ വിളിക്കു പിന്നിലുള്ളത് എന്നറിയുമ്പോഴാണ് ഗൗരിയമ്മ എന്ന വടവൃക്ഷത്തിന്റെ വ്യാപ്തി മനസ്സിലാകുന്നത്. വീട്ടുകാർ മുതൽ പാർട്ടി സഖാക്കൾ, അണികൾ, നാട്ടുകാർ തുടങ്ങി അക്കാലത്തെ ഗൗരിയമ്മയുടെ പ്രിയപ്പെട്ട സ്റ്റാഫ് അംഗങ്ങൾക്കുവരെ അവർ കുഞ്ഞമ്മയായിരുന്നു. ഒരമ്മയുടെ വാത്സല്യവും കരുതലും ശിക്ഷയുമെല്ലാം അവരിൽ നിറഞ്ഞിരുന്നു.

ടി വി തോമസുമായുള്ള ദാമ്പത്യബന്ധത്തിൽ ഉണ്ടായിരുന്ന മറ്റൊരു

1987 ലെ ഇടതുപക്ഷ ജനാധിപത്യ മുന്നണി മന്ത്രിസഭ

ദുഃഖമാണ് അവർക്ക് കുഞ്ഞുങ്ങൾ ഇല്ലാതിരുന്നത്. രണ്ടുതവണ ഗർഭിണിയായെങ്കിലും അലസിപ്പോവുകയാണുണ്ടായത്. ഒരു സ്ത്രീയെന്ന നിലയിൽ മരണംവരെയും ആ ദുഃഖം ഗൗരിയമ്മയിൽ ഉണ്ടായിരുന്നു. തിരക്കേറിയ പൊതുജീവിതവും യാത്രകളും കൂടാതെ ജയിൽതടവുകാരിയായിരിക്കെ അനുഭവിച്ച ക്രൂരമർദ്ദനങ്ങളുടെയും കയ്പുനീർ ആയിരുന്നു കൈവന്നിട്ടും നഷ്ടമായ മാതൃത്വം. പല ഇന്റർവ്യൂകളിലും ഈ വിഷയം ഒരു ചോദ്യമായി അവർക്കുനേരെ ഉയർന്നിട്ടുണ്ട്. അന്നെല്ലാം ഗൗരിയമ്മ പറഞ്ഞ മറുപടി ഇതായിരുന്നു: "ലാത്തികൾക്കു ജീവനുണ്ടായിരുന്നെങ്കിൽ ഞാൻ അനേകം ലാത്തിക്കുഞ്ഞുങ്ങളെ പ്രസവിച്ചേനെ." ശരിയാണ് മൂന്നുകോടിക്കുമേൽ വരുന്ന കേരളജനതയെന്ന മക്കളെ സംരക്ഷിക്കാൻ മുന്നിട്ടിറങ്ങിയപ്പോൾ അവർ അനുഭവിച്ച കൊടുംപീഡനങ്ങൾ അത്രത്തോളമാണ്. ജയിലിൽ കിട്ടിയ അടിക്കും തൊഴിക്കും കണക്കില്ല. മാതൃത്വംപോലും ജനങ്ങളെ സേവിക്കുന്നതിലും വലുതാണെന്ന് അവർ കരുതിയില്ല. ഒരു സാധാരണ സ്ത്രീയായി കുടുംബം, മക്കൾ എന്ന നാലു ചുവരുകൾക്കുള്ളിൽ ഒതുങ്ങാതെ പോരാട്ടഭൂമിയിൽ ഇറങ്ങി സധൈര്യം പോരാടുകയാണ് അവർ ചെയ്തത്. ഒരു കുടുംബിനി ആയിരുന്നെങ്കിൽ അക്കാലത്തെ പതിവുപോലെ നാലോ അഞ്ചോ മക്കളുടെ അമ്മ ആകാമായിരുന്നു അവർക്ക്. എന്നാൽ, ഇന്ന് അവർ കേരളീയരുടെ മുഴുവൻ അമ്മയാണ്, ഗൗരിയമ്മ. മലയാളികൾ ഉള്ളിടത്തോളം ആ വിളി മാറാൻ പോകുന്നില്ല. നഷ്ടപ്പെട്ടത് എന്തോ അത് ഇരട്ടിയിലധികമായി അവർക്കു ലഭിച്ചു എന്നതിന് ഒരു ഉദാഹരണമല്ലേ ഇത്. രണ്ടു കുഞ്ഞുങ്ങളെ നഷ്ടമായി. ശരിയാണ്. എന്നാൽ, ഒരു സംസ്ഥാനത്തിന്റെ മുഴുവൻ അമ്മയാകാൻ ആരെക്കൊണ്ടുകഴിയും, ഗൗരിയമ്മയ്ക്കല്ലാതെ?

അല്ലെങ്കിലും പ്രസവിക്കുന്നതിനുള്ളതാണ് സ്ത്രീ, പ്രസവിച്ചെങ്കിലേ അമ്മയാകൂ എന്നെല്ലാമുള്ള പരമ്പരാഗത അന്ധവിശ്വാസങ്ങളെ തന്റെ പ്രവൃത്തികൊണ്ടു മറികടന്നവളാണ് ഗൗരി. സ്ത്രീയെന്നാൽ ഒരിക്കലും അടിമവർഗ്ഗമല്ലെന്നും മനസ്സുവച്ചാൽ, പരിശ്രമിച്ചാൽ പുരുഷനൊപ്പമോ അതിലധികമായോ മുന്നേറാൻ അവൾക്കാവും എന്നതിന് ഗൗരിയമ്മയെക്കാൾ വലിയൊരു മാതൃക ആവശ്യമുണ്ടോ? 100 വർഷം മുൻപ് പെണ്ണല്ലേ പഠിക്കേണ്ട കാര്യമില്ലല്ലോ എന്ന ക്ലീഷേ ചിന്തയിൽ അവരെ വളർത്താൻ അച്ഛൻ തുനിയാതിരുന്നതുതന്നെ അക്കാലത്തെ വിപ്ലവമാണ്. അതിന്റെ തുടർച്ചയായിരുന്നു പിന്നീടുള്ള ഗൗരിയമ്മയുടെ ജീവിതം. താനൊരു പെണ്ണാണ് അതിനാൽ ഒരു മൂലയ്ക്ക് ഒതുങ്ങിക്കൂടി ഇരിക്കണം എന്ന നിലപാടിനോട് മരണംവരെയും യോജിക്കാൻ അവർക്കായില്ല. ഒരു സ്ത്രീക്ക് തന്റെ ഇച്ഛാശക്തിയും കഴിവും പ്രയത്നവുംകൊണ്ട് ഏത് പദ

വിയും സ്വന്തമാക്കാം, എവിടെയും ശോഭിക്കാം എന്നിവയെല്ലാം തന്റെ ജീവിതംകൊണ്ട് അവർ ജീവിച്ചുകാണിച്ചു. ദാമ്പത്യം തകർന്നതിന്റെ പേരിൽ, കുട്ടികൾ ഇല്ലാത്തതിന്റെ പേരിൽ, പാർട്ടിയിൽനിന്നും പുറത്തായതിന്റെ പേരിൽ ഒന്നും കരഞ്ഞ് തളർന്നിരിക്കാൻ അവർ തയ്യാറായിരുന്നില്ല. തന്റെ പരമമായ ലക്ഷ്യമെന്തോ അതു മാത്രമായിരുന്നു അവർക്കു മുന്നിൽ. ജനസേവനം ആ ലക്ഷ്യത്തിനു മുന്നിൽ മറ്റൊന്നുമില്ല.

ഒരു നൂറ്റാണ്ടിന്റെ ചരിത്രം

കെ ആർ ഗൗരി എന്ന ഗൗരിയമ്മയെക്കുറിച്ച് പറയുന്നത് ഒരു നൂറ്റാണ്ടിന്റെ ചരിത്രം പറയുന്നതിന് തുല്യമാണ്. 100 വർഷം മുമ്പത്തെ കേരളം എന്തായിരുന്നു, ഇവിടത്തെ രീതികൾ എങ്ങനെയായിരുന്നു, സ്ത്രീകളുടെയും കുട്ടികളുടെയും അവസ്ഥ, സമൂഹത്തിൽ അവർക്കുണ്ടായിരുന്ന സ്ഥാനം, ജന്മി-കുടിയാൻ വ്യവസ്ഥയിലെ ഗുണങ്ങളും ദോഷങ്ങളും, രാഷ്ട്രീയസാഹചര്യം, കമ്യൂണിസ്റ്റ് പാർട്ടിയുടെ വളർച്ച, ഐക്യകേരള രൂപീകരണം, ആദ്യ കമ്യൂണിസ്റ്റ് മന്ത്രിസഭ, ഭൂപരിഷ്കരണ നിയമം, കാർഷിക നിയമഭേദഗതി, പാർട്ടിയുടെ പിളർപ്പ്, 21-ാം നൂറ്റാണ്ടിൽ കൈവന്ന മാറ്റങ്ങൾ തുടങ്ങി ഒരു നൂറ്റാണ്ടിന്റെ സാക്ഷികൂടിയാണ് ഗൗരിയമ്മ. ഒരു കുഞ്ഞിന്റെ വളർച്ച അമ്മ നോക്കിക്കാണുന്നതുപോലെ കേരളത്തെ അവർ വീക്ഷിച്ചിട്ടുണ്ട്. കറന്റോ മറ്റു വിനിമയസൗകര്യങ്ങളോ ഇല്ലാതിരുന്ന കാലവും ഇന്റർനെറ്റ് സെൽഫി യുഗവും ഒരുപോലെ കാണാൻ ഭാഗ്യം സിദ്ധിച്ച അപൂർവ്വ വ്യക്തികൂടിയാണ് ഗൗരിയമ്മ. അതിനാൽ അവരുടെ ജീവിതവഴികൾ പറഞ്ഞുതരുന്നത് കേരളത്തിന്റെ, അല്ലെങ്കിൽ നമ്മുടെ മുൻതലമുറകളുടെ ചരിത്രംകൂടിയാണ്. കേരളരാഷ്ട്രീയ-സാംസ്കാരിക ചരിത്രം പരിശോധിച്ചാൽ അവിടെ ഗൗരിയമ്മയ്ക്കുപകരം വയ്ക്കാൻ മറ്റൊരാളില്ല എന്ന സത്യം മനസ്സിലാകും. ആ വ്യക്തിയിലൂടെ തന്നെ നമുക്ക് കേരളത്തിന്റെ ഒരു നൂറ്റാണ്ടുകാലം അപഗ്രഥിച്ചാലോ!

1919 ലാണ് ഗൗരിയമ്മ ജനിക്കുന്നത്. കേരള സാമൂഹ്യസ്ഥിതി ഇക്കാലത്ത് ഒട്ടും നല്ല നിലയിൽ ആയിരുന്നില്ല. ജനാധിപത്യം എന്ന വാക്ക്

ഇ എം എസ്, നായനാർ, സുശീലാ ഗോപാലൻ, പ്രകാശ് കാരാട്ട് എന്നിവരോടൊപ്പം

അന്നത്തെ നിഘണ്ടുവിൽപ്പോലും ഉണ്ടായിരുന്നില്ല എന്നുതന്നെ പറയേണ്ടിവരും.

രാജഭരണം, അതിന്റെ ബാക്കിപത്രംപോലെ നാടുവാഴിത്തം, ദേവസ്വം-ബ്രഹ്മസ്വങ്ങൾ, ജന്മി-കുടിയാൻ തുടങ്ങിയ കേരളത്തിലെ ഇരുണ്ട കാലം കണ്ടാണ് കുഞ്ഞുഗൗരി വളർന്നത്. കേരള സംസ്ഥാനംതന്നെ അന്നുണ്ടായിരുന്നില്ല. തിരുവിതാംകൂർ, കൊച്ചി, മലബാർ എന്നിങ്ങനെ മൂന്നായി ചിതറിക്കിടന്നിരുന്ന നാട്ടുരാജ്യങ്ങളായിരുന്നു അന്നത്തെ കേരളം. ഇതിൽ പൊതുസ്വഭാവമുണ്ടായിരുന്നത് അവരെല്ലാം ഉപയോഗിച്ചിരുന്നത് മലയാളഭാഷ എന്നത് മാത്രമാണ്. പിന്നെയുള്ളത് അയിത്തം തൊട്ടുകൂടായ്മ, തീണ്ടിക്കൂടായ്മ എന്നിങ്ങനെയുള്ള ദുരാചാരങ്ങളും. വിദ്യാഭ്യാസ സമ്പ്രദായം അത്രകണ്ട് പ്രചാരത്തിലുണ്ടായിരുന്നില്ല. സമൂഹത്തിൽ ഉച്ചനീചത്വം കൊടികുത്തിവാണിരുന്നു. മാനുഷികമൂല്യങ്ങളേക്കാൾ പ്രധാനം ജാതിക്കായിരുന്നു. ഒരു മനുഷ്യന്റെ ജാതിയും കുലവും നോക്കിയാണ് അയാളുടെ പിന്നീടുള്ള ജീവിതവഴി നിശ്ചയിക്കപ്പെടുന്നത്. അവൻ/അവൾ ധരിക്കേണ്ടുന്ന വസ്ത്രം, ആഭരണം, കഴിക്കേണ്ടുന്ന ഭക്ഷണം, ആ ഭക്ഷണത്തിന്റെ അളവ്, ഗുണം, നടക്കേണ്ടുന്ന വഴി, താമസിക്കേണ്ടുന്ന പുര, ചെയ്യേണ്ട തൊഴിൽ ഇതെല്ലാം ഒരുവന്റെ ജാതിയെ അടിസ്ഥാനപ്പെടുത്തിയാണ് തീരുമാനിക്കുക. ഇവയിൽ വിദ്യാഭ്യാസത്തിന് സ്ഥാനമില്ല. സമൂഹത്തിലെ ഉന്നത ജാതി/വർഗ്ഗമായി കണക്കാക്കിയിരു

ന്നത് ബ്രാഹ്മണരെയായിരുന്നു. വിദ്യാഭ്യാസവും അവർക്കു മാത്രമായിരുന്നു. നല്ല ഭക്ഷണം, വസ്ത്രം, വീട് തുടങ്ങിയ എല്ലാ സുഖഭോഗങ്ങളും ആസ്വദിച്ച് മേലാളവർഗ്ഗമെന്ന പേരിൽ സസുഖം ജീവിച്ചുപോന്ന ഒരുവിഭാഗം മനുഷ്യർ. കണ്ണെത്താത്ത ദൂരത്തോളം ഭൂസ്വത്തിന് ഉടമകൾ. (ബ്രഹ്മസ്വം, ദേവസ്വം എന്നിവയെല്ലാം ഈ വരേണ്യവർഗ്ഗത്തിന്റെ സൃഷ്ടികളാണ്). ഇവർക്കങ്ങനെ പ്രത്യേകിച്ച് പണിയൊന്നുമില്ല. രാവിലെ എണീക്കുക, മൃഷ്ടാന്നം കഴിക്കുക, സരസ വിനോദങ്ങളിൽ ഏർപ്പെടുക. വിദ്യാഭ്യാസത്തോട് താൽപ്പര്യം ഉള്ളവരെങ്കിൽ പഠിത്തവുമായി മുന്നോട്ടുപോകും. കാരണവന്മാർ അഥവാ ജന്മിമാർക്ക് കൃഷിസംബന്ധമായ നിർദ്ദേശങ്ങൾ കൊടുക്കുക, കരപ്രമാണിയായി സൗഹൃദ സദസ്സുകളിൽ ഞെളിഞ്ഞിരിക്കുക ഇതൊക്കെയാണ് പണികൾ. കൗമാരം മുതൽ യൗവനം വരെയുള്ള നമ്പൂതിരിമാരുടെ കാര്യത്തിൽ പ്രത്യേകം തൊഴിൽ ഒന്നുമില്ല. പാരമ്പര്യത്തിന്റെയും കുടുംബപ്പേരിന്റെയും ലേബലിൽ അദ്ധ്വാനമില്ലാതെ ജീവിക്കാം. അവരുടെ സമയംപോക്കിനുള്ള ഉപാധിയായിരുന്നു സാമ്പത്തികമായും ജാതീയമായും പിന്നോക്കം നിൽക്കുന്ന പെൺകുട്ടികൾ. ഇത്രയും പറഞ്ഞത് വരേണ്യവർഗ്ഗത്തിന്റെ രീതിയാണ്. ഇതിന്റെ നേർവിപരീതമായിരുന്നു താഴേക്കിടയിലുള്ള സാധാരണക്കാരന്റെ ജീവിതം. ഗൗരിയമ്മയുടെ കുഞ്ഞുനാളിലൊന്നും ഇടത്തരക്കാർ/മധ്യവർഗ്ഗം, എന്നൊരു വിഭാഗമേ ഉണ്ടായിരുന്നില്ല. സമ്പന്നരും അവരെ ആജീവനാന്തം സേവിക്കാൻ വിധിക്കപ്പെട്ട പാവപ്പെട്ടവരും. ഇവരെയാണ് ചരിത്രം അടിയാൻ, കുടിയാൻ എന്നീ പേരുകൾകൊണ്ട് അടയാളപ്പെടുത്തിയത്.

എല്ലാത്തരത്തിലും അടിമജീവിതമായിരുന്നു അടിയാന്മാർക്ക്. സ്വന്തം ബുദ്ധിപോലും ഉപയോഗിക്കാനുള്ള അനുവാദമില്ലാതെ ജീവിക്കാൻ വിധിക്കപ്പെട്ട കുറെ മനുഷ്യർ. മൃഗങ്ങളേക്കാൾ ദുരിതമായിരുന്നു അവരുടെ ജീവിതം. മേൽപ്പറഞ്ഞ നമ്പൂതിരിവർഗ്ഗത്തിന്റെ കീഴിൽ അവരുടെ ഏക്കറു കണക്കിനുള്ള (മൂന്നോ നാലോ ഏക്കർ അല്ല കേട്ടോ. ഓരോ ജന്മി/നമ്പൂതിരി/കരപ്രമാണിക്കും അയ്യായിരം ഏക്കറിൽ കുറയാതെ കാണും) ഭൂമിയിലെ പണിക്കാരാണ് ഇവർ. ഈ ജന്മിവക ഭൂമിയിൽ എവിടെയെങ്കിലും ഓലപ്പുര കെട്ടിയാകും ഇവരുടെ താമസം. അതിനും പ്രത്യേക ഉദ്ദേശ്യമുണ്ട്, കൃഷിക്ക്, പ്രത്യേകിച്ചും നെൽകൃഷിക്ക് കാവലായിട്ടാണ് അടിയാന് ഔദാര്യംപോലെ താമസസൗകര്യം അനുവദിക്കുക. ഈ ഭൂമി മിക്കപ്പോഴും താമസയോഗ്യമായിരിക്കില്ല. ഒന്നുകിൽ തരിശുഭൂമി അല്ലെങ്കിൽ വെള്ളക്കെട്ട്. തരിശുഭൂമിയാണെങ്കിൽ അവിടം വാസയോഗ്യമാക്കിയെടുക്കാനും കൂടിയുള്ള ഒരു ഉദ്ദേശ്യം ഇതിനു പിന്നിൽ കാണും. പാവപ്പെട്ട കുടിയാനും കുടുംബവും മുതലാളിക്കു കീഴിലുള്ള

ബി ടി ആർ, ബസവ പുന്നയ്യ, ഇ എം എസ്, പി സുന്ദരയ്യ, ജ്യോതിബസു, സി എച്ച് കണാരൻ, സുശീലാ ഗോപാലൻ, ഗോദാവരി പരുലേക്കർ എന്നിവരോടൊപ്പം പാർട്ടി വേദിയിൽ

പണി പോരാഞ്ഞ് അവന് താമസത്തിനെന്ന പേരിൽ അനുവാദം കൊടുത്ത ഭൂമിയിലും അത്യദ്ധ്വാനം ചെയ്യണം. ഒടുവിൽ അത് വാസ യോഗ്യമാകുമ്പോൾ കുടിയാനെയും കുടുംബത്തെയും നിഷ്കരുണം അടിച്ചിറക്കും. കുടിയൊഴിപ്പിക്കൽ എന്നുപറയുന്നത് ഈ കിരാതകൃത്യ ത്തെയാണ്. ഒഴിപ്പിക്കപ്പെടുന്ന കുടുംബത്തിൽ പിഞ്ചുകുട്ടികൾ മുതൽ പ്രായമായ പെൺകുട്ടികളും എണീറ്റിരിക്കാൻ പോലുമാകാത്ത വൃദ്ധരും കാണും. ഇതൊന്നും കണ്ട് മനസ്സലിയുന്നവരല്ല അന്നത്തെ ജന്മിമാർ. ചുരുക്കത്തിൽ പട്ടിക്കു സമാനമായ ദുരിതജീവിതം. ഈ അവസ്ഥ കേര ളത്തിലുടനീളം നിലനിന്നിരുന്നെങ്കിലും കുട്ടനാട് ഉൾപ്പെടുന്ന ആലപ്പുഴ യിൽ അതിന്റെ പാരമ്യത്തിലായിരുന്നു തൊഴിലാളികൾ അനുഭവിച്ചിരു ന്നത്. ആലപ്പുഴക്കാരിയായ ഗൗരിയമ്മയ്ക്ക് ഓർമ്മവച്ച നാൾമുതൽ സമൂ ഹത്തിലെ ഈ കൊള്ളരുതായ്മ അവരുടെ മനസ്സിനെ ഉലച്ചിരുന്നു. സാമ്പ ത്തികഭദ്രതയുള്ള കുടുംബത്തിലായിരുന്നു ഗൗരിയമ്മ ജനിച്ചത്. അച്ഛൻ കരപ്രമാണിയുമാണ്. എന്നിട്ടും ഇത്തരത്തിലുള്ള ക്രൂരതകൾ അദ്ദേഹം ചെയ്തിരുന്നില്ല. എന്നാൽ, മറ്റു കരപ്രമാണിമാരും ജന്മിമാരും അങ്ങനെയാ യിരുന്നില്ല. മിക്കപ്പോഴും കുടിയാന്മാരുടെ ദുരിതവും സങ്കടവും കേട്ടാണ്

കളത്തിപ്പറമ്പിൽ വീട് പുലരുന്നത്. അന്ന് അവർക്കൊപ്പംനിന്ന് പ്രശ്നങ്ങൾ പരിഹരിക്കാൻ ഗൗരിയമ്മയുടെ അച്ഛൻ രാമന് ഒരു മടിയും ഉണ്ടായിരുന്നില്ല. എന്നാൽ, ഇതെല്ലാം നിശ്ശബ്ദമായി വീക്ഷിച്ചിരുന്ന കുഞ്ഞുഗൗരിയുടെ ഉള്ളിൽ നൂറുനൂറു ചോദ്യങ്ങൾ ഉയരുകയായിരുന്നു. മനുഷ്യരെ രണ്ടായി കാണുന്ന ലോജിക്കിനോട് അവർക്ക് അന്നേ പൊരുത്തപ്പെടാൻ കഴിഞ്ഞില്ല. ഗൗരി വളരുന്തോറും ഉള്ളിലെ അന്തഃസംഘർഷങ്ങളും വളർന്നുകൊണ്ടിരുന്നു. വീട്ടിലെ പുരോഗമനചിന്തയിലൂന്നിയ അന്തരീക്ഷവും വിദ്യാഭ്യാസമെന്ന വിശാലലോകവും അവർക്ക് തന്റെ സംശയങ്ങൾ ദൂരീകരിക്കാനുള്ള ഇടത്താവളങ്ങളായി. അവയിലൂടെ പുതിയൊരു ലോകം സ്വപ്നം കണ്ടുതുടങ്ങി. മനുഷ്യനെ മനുഷ്യനായി കാണുകയും അംഗീകരിക്കുകയും ചെയ്യാനൊരു ലോകം അത്യാവശ്യമായിരുന്നു. അത്രയ്ക്കും അധഃപതിച്ച നിലയിലായിരുന്നു അന്നത്തെ കേരളം. വിവേകാനന്ദൻ പറഞ്ഞതുപോലെ 'ഒരു ഭ്രാന്താലയം.' ഇത്തരമൊരു അവസ്ഥയിലാണ് കേരളത്തിൽ കമ്യൂണിസവും കടന്നുവരുന്നത്. മനുഷ്യനെ ജാതി-മത, വർണ്ണ, വർഗ്ഗ ചിന്തകൾക്കതീതമായി ഒന്നായിക്കാണാനും സ്നേഹിക്കാനും ആഹ്വാനംചെയ്യുന്ന കമ്യൂണിസ്റ്റ് ആശയങ്ങൾ ഗൗരിയമ്മയുടെ ഉള്ളിൽ പ്രതീക്ഷകൾ വിരിയിച്ചു. കുട്ടനാടുപോലെയുള്ള ഉൾനാടൻ ഗ്രാമത്തിലെ ജനങ്ങൾക്ക് അന്നും തങ്ങൾ അനുഭവിക്കുന്നത് അടിമത്തമാണെന്ന തിരിച്ചറിവ് വന്നിട്ടുണ്ടായിരുന്നില്ല. അതിന് ഒന്നാമത്തെ കാരണം വിദ്യാഭ്യാസമില്ലായ്മയാണ്. സ്കൂളിൽ പോയവർ വിരളമാണ്. നാലാം ക്ലാസ് എങ്കിലും പാസായവരുടെ എണ്ണം അതിലും താഴെ. കൂടാതെ സമൂഹത്തിൽ നിലനിന്നുപോരുന്ന അനാചാരങ്ങൾ, അന്ധവിശ്വാസങ്ങൾ, അതിരുകവിഞ്ഞ ജന്മിവിധേയത്വം എന്നിവ കമ്യൂണിസ്റ്റ് പാർട്ടി പ്രവർത്തനങ്ങൾക്കും തടസ്സമായി നിലകൊണ്ടു. സമാന ആശയമുള്ള യുവജനത മുന്നോട്ടുവന്നെങ്കിൽ മാത്രമേ പുതിയൊരു കേരളം കെട്ടിപ്പടുക്കാനാവൂ എന്ന സ്ഥിതിയായി.

ഇതിനിടയിൽ നമ്മുടെ നാട്ടിലെ തീണ്ടലും ജന്മിത്തവും ശക്തിപ്രാപിച്ചുകൊണ്ടിരുന്നു. ക്രമേണ മുതലാളിയെ ദൈവംപോലെ കണ്ടിരുന്ന ജനതയ്ക്കുള്ളിൽത്തന്നെ കാഴ്ചപ്പാടിൽനിന്നുണ്ടായ മുറുമുറുപ്പുകൾ ഉടലെടുത്തു. അൽപ്പമെങ്കിലും വിദ്യാഭ്യാസം നേടിയവരും, അതിലുപരി സ്വന്തം ബുദ്ധി ഉപയോഗിച്ച് സ്വതന്ത്രമായി ചിന്തിക്കാൻ തുടങ്ങിയ അന്നത്തെ യുവതലമുറ അന്നുവരെ തുടർന്നുപോന്ന സാമൂഹ്യവ്യവസ്ഥിതിയെ പരസ്യമായി ചോദ്യംചെയ്തു. ഇക്കാലയളവിൽ ഗൗരി കോളേജ് വിദ്യാർത്ഥിനിയാണ്. തന്റെ നാടായ കുട്ടനാട്ടിൽനിന്നും ഉത്ഭവിക്കുന്ന സമരജ്വാലയുടെയും തൊഴിലാളിസമരങ്ങളുടെയും അന്തഃസത്ത

മനസ്സിലാക്കാൻ അവർക്ക് രണ്ടാമതൊന്ന് ആലോചിക്കേണ്ടിവന്നില്ല. തനിക്കും ഇതിലെല്ലാം ഭാഗഭാക്കാകണം എന്ന ചിന്തയായിരുന്നു ഗൗരിയുടെ ഉള്ളിൽ. അക്കാലത്താണ് അവർ ആദ്യമായി ഒരു പൊതുയോഗത്തിൽ പങ്കെടുക്കുന്നതും (ഈ സന്ദർഭം മുൻ അധ്യായങ്ങളിലൊന്നിൽ വിവരിച്ചതിനാൽ ആവർത്തിക്കുന്നില്ല).

കഷ്ടപ്പെടുന്നവരുടെ കൂടെ നിൽക്കണം എന്നത് ഗൗരിയുടെ ഉള്ളിൽ ഒരു ദൃഢനിശ്ചയമായി വളർന്നു. അതിന് ഉപോൽബലകമായ ഒരു സംഭവം കൂടിയുണ്ട്. ഒരിക്കൽ കോളേജ് വെക്കേഷൻ സമയത്ത് വീട്ടിൽ എത്തിയതായിരുന്നു ഗൗരി. അന്ന് സഹോദരൻ കെ ആർ സുകുമാരൻ കമ്യൂണിസ്റ്റ് പാർട്ടിയുടെ സജീവ പ്രവർത്തകനാണ്. ഒരു പറമ്പിൽവച്ച് കർഷകത്തൊഴിലാളികൾക്കായി സംഘടിപ്പിച്ച യോഗത്തിൽ അദ്ദേഹം പ്രസംഗിച്ചുകൊണ്ടിരിക്കുകയായിരുന്നു. ചേട്ടന്റെ പ്രസംഗം കേൾക്കാനും കമ്യൂണിസത്തോടുള്ള മതിപ്പുകൊണ്ടും ഗൗരിയും അന്നവിടെ ഉണ്ടായിരുന്നു. യോഗം നടന്നുകൊണ്ടിരിക്കെ പെട്ടെന്ന് കുറച്ചുപേർ കരഞ്ഞുകൊണ്ട് ഓടിവന്നു. ആ നാട്ടിലെ മറ്റൊരു ജന്മിയുടെ കുടികിടപ്പുകാരാണ്. അവിടത്തെ ഗൃഹനാഥൻ കുറച്ചുദിവസമായി അസുഖബാധിതനായി കിടപ്പിലായിരുന്നു. ഇപ്പോഴിതാ മരിച്ചിരിക്കുന്നു. ജഡം മറവുചെയ്യാൻ സ്ഥലമില്ല. അവർ താമസിക്കുന്നത് ജന്മിയുടെ ഉടമസ്ഥതയിലുള്ള ഭൂമിയിലാണ്. വർഷങ്ങളായി, പാരമ്പര്യമായി ഇതേ ജന്മിയുടെ കുടികിടപ്പുകാരുമാണ്. എന്നാൽ, ആ ഭൂമിയിൽ ജഡം മറവുചെയ്യാൻ ജന്മി സമ്മതിക്കില്ലത്രെ. കാരണം അവർ കീഴാളവർഗ്ഗമാണ്; അയിത്തവും പുലയും ആയിപ്പോകും. ഒന്നോർത്തു നോക്കൂ, എത്ര ക്രൂരമായ ന്യായമാണ് അതെന്ന്. ഒരായുഷ്കാലം മഴയെന്നോ മഞ്ഞെന്നോ തണുപ്പെന്നോ വെയിലെന്നോ നോക്കാതെ, മുതലാളിക്കുവേണ്ടി ജീവിച്ചു മരിച്ച ഒരു മനുഷ്യൻ. അയാളുടെ ജഡം മറവുചെയ്യാൻ ആറടിമണ്ണ് കൊടുക്കാൻ അയിത്തം കൽപ്പിക്കുന്നവർക്ക് അവൻ അദ്ധ്വാനിച്ചുണ്ടാക്കുന്നതിന്റെ ഫലം അനുഭവിക്കുമ്പോൾ എന്തേ ഈ അയിത്തം തോന്നാത്തത്? ഈ ചിന്തയാണ് അന്ന് ഗൗരിയുടെ മനസ്സിനെ മഥിച്ചത്. പാർട്ടി പ്രവർത്തകൻ എന്ന നിലയിലും മനുഷ്യസ്നേഹി എന്ന നിലയിലും കെ ആർ സുകുമാരൻ പ്രസ്തുത ജന്മിയുമായി സംസാരിച്ചു. എന്നാൽ, ലവലേശം അയയാത്ത കഠിനഹൃദയനായ ആ മനുഷ്യനുമുന്നിൽ എന്തുപറഞ്ഞിട്ടും കാര്യമുണ്ടായിരുന്നില്ല. പോരാത്തതിന് മരണം നടന്ന കുടുംബത്തെ ഒഴിപ്പിക്കാനുംകൂടി അയാൾ ഒരുക്കം തുടങ്ങിയിരുന്നു. വാവിട്ട് നിലവിളിക്കാനല്ലാതെ ആ പാവങ്ങൾക്ക് മറ്റൊന്നിനും കഴിയുമായിരുന്നില്ല. ഈ ദയനീയ ദൃശ്യം കണ്ടുനിൽക്കാൻ ഗൗരിക്കുമായില്ല. അവർ സഹോദരനോട് സംസാരിച്ചു. രണ്ടുപേരും

വനിതാ സഖാക്കളോടൊപ്പം

ചേർന്ന് ഒരു തീരുമാനത്തിലെത്തി. തങ്ങളുടെ പുരയിടത്തിൽ മറവു ചെയ്തോട്ടെ. അച്ഛൻ കളത്തിപ്പറമ്പിൽ രാമനോടും കാര്യത്തിന്റെ ഗൗരവം അറിയിച്ചു. അദ്ദേഹത്തിനും മറ്റ് എതിർപ്പുകളുണ്ടായിരുന്നില്ല. പോരാഞ്ഞിട്ട് ശവമടക്കിന് ആവശ്യമായ സഹായങ്ങളും ചെയ്തുകൊടുത്തു. ഇതാണ് ഗൗരി എന്ന ഗൗരിയമ്മ. തനിക്കു ചുറ്റുമുള്ളവരുടെ കണ്ണീരൊപ്പാൻ അവർ സദാ സന്നദ്ധയായിരുന്നു. കുട്ടനാട്ടിൽ ഇത്തരം സംഭവങ്ങൾ ധാരാളമാണ്.

പാഴ്ഭൂമികൾ മാത്രമല്ല, വെള്ളക്കെട്ടുകളും കുടിയാന്മാർക്ക് കൂര പണിയാൻവേണ്ടി കൊടുക്കും. അവിടെ വളരെ കഷ്ടപ്പെട്ട് ചെളി പയച്ചു വച്ചും കല്ലുകെട്ടിയും കുത്തിപ്പൊക്കി കൂര വച്ച് വാസയോഗ്യമാക്കി എടുക്കുമ്പോൾ ജന്മിത്തം ഉണരും. നിഷ്കരുണം കുടിയൊഴിപ്പിച്ച് ആ നിലത്ത് മറ്റെന്തെങ്കിലും കൃഷി തുടങ്ങും. ശരിക്കും പറഞ്ഞാൽ പാഴ്നിലങ്ങളെ പരുവപ്പെടുത്തിയെടുക്കുന്നതിനുള്ള ഒരു ഉപായം മാത്രമായിരുന്നു കുടിയാന്മാർക്ക് കൂര വയ്ക്കാൻ അനുവാദം കൊടുക്കൽ. ഏത് പാതിരാത്രിക്കും അവരെ ഇറക്കിവിടാനുള്ള അധികാരം ജന്മിക്കുണ്ട്. ചോര നീരാക്കി ഒരായുഷ്കാലം പണിയെടുത്തു മരിക്കുന്ന യഥാർത്ഥ കർഷകന് ഒരു തുണ്ടു ഭൂമിയോ കയറിക്കിടക്കാൻ അടച്ചുറപ്പുള്ള വീടോ കഴിക്കാൻ വയറുനിറയെ ഭക്ഷണമോ ഇല്ല. ഇതെല്ലാം ഗൗരി കണ്ടറിഞ്ഞ സത്യങ്ങളാണ്. പാവപ്പെട്ടവനെ എന്നും പാവപ്പെട്ടവനും പണക്കാരനെ

പ്രഭുവുമാക്കുന്ന സാമൂഹ്യനീതിയോട് അന്നേ അവർക്കു പുച്ഛമായിരുന്നു. റവന്യൂ മന്ത്രിയായിരിക്കെ ഭൂപരിഷ്കരണ നിയമം, കുടിയൊഴിപ്പിക്കൽ നടപടിക്രമ നിയമം, തിരു-കൊച്ചി നികുതി നിയമം, ഭൂസംരക്ഷണ നിയമം, പാട്ടക്കുടിയാൻ നിയമം, ജന്മിക്കരം പേയ്മെന്റ് തുടങ്ങിയ ഭൂമി സംബന്ധമായ നിയമങ്ങൾ നിർമ്മിക്കാനും അവ നിയമസഭയിൽ ബില്ലുകളായി അവതരിപ്പിച്ച് പ്രാബല്യത്തിൽ കൊണ്ടുവരാനും ഗൗരിയമ്മ തുനിഞ്ഞിറങ്ങിയത് ഇത്തരം നേർക്കാഴ്ചകളുടെ പിൻബലത്തിലാണ്. കേരള സംസ്ഥാനം ഉണ്ടായശേഷം ആദ്യം നിലവിൽവന്ന മന്ത്രിസഭ. കമ്യൂണിസ്റ്റ് മന്ത്രിസഭ. ഏക സ്ത്രീസാന്നിദ്ധ്യം. ഏറ്റവും പ്രധാനപ്പെട്ട വകുപ്പ്. അതിൽത്തന്നെ അഴിച്ചുപണി നടത്തുക. ഇന്ത്യയിൽ മറ്റൊരു വനിതാ രാഷ്ട്രീയപ്രവർത്തകയ്ക്കും പാർട്ടിക്കും അവകാശപ്പെടാൻ കഴിയാത്ത നേട്ടമാണ് ആദ്യ മന്ത്രിപദത്തിലൂടെ ഗൗരിയമ്മ കൈവരിച്ചത്.

ജന്മിമാരുൾപ്പെടുന്ന ഒരു വിഭാഗം അന്ന് എതിർക്കാൻ ശ്രമിച്ചെങ്കിലും ഭൂരിപക്ഷം ജനങ്ങളുടെ പിന്തുണയിൽ ഗൗരിയമ്മ ഭൂനിയമങ്ങളെല്ലാം നടപ്പിൽവരുത്തി. അതോടെ കാലാകാലങ്ങളായി വരേണ്യവർഗ്ഗം കൈയടക്കി വച്ചിരുന്ന ഭൂസ്വത്ത് വീതിക്കപ്പെട്ടു. ഒപ്പം സർക്കാരിന്റെ ഭൂമി പതിച്ചുകൊടുക്കൽ നിയമം (ഈ നിയമവും ഗൗരിയമ്മ പാസാക്കിയതാണ്) കൂടിയായപ്പോൾ കേരളത്തിൽ 90% പേർക്കും സ്വന്തമായി ഒരു തുണ്ട് ഭൂമി എന്ന സ്വപ്നം സാക്ഷാൽക്കരിച്ചു. പണക്കാരൻ, പാവപ്പെട്ടവൻ എന്ന നിലയിൽനിന്നും ഇടത്തരക്കാർ എന്നൊരു ശ്രേണികൂടി നിലവിൽവന്നു. പാവപ്പെട്ടവരെ അഥവാ സാധാരണക്കാരെ ജീവിതത്തിലേക്ക് കൈപിടിച്ചുയർത്തിയ ധീരവനിതയായി ഗൗരിയമ്മ. അതോടെ കെ ആർ ഗൗരിക്ക് വിശ്വാസത്തിന്റെയും ഉറപ്പിന്റെയും പരിവേഷമായി.

ഈയൊരു വിശ്വാസമായിരുന്നു ഓരോ തിരഞ്ഞെടുപ്പുകളിലും വോട്ടുകളായി ജനം തിരികെ നൽകിയത്. ആ വിശ്വാസത്തെ ഹനിക്കുന്ന യാതൊന്നും ഗൗരിയമ്മയുടെ ഭാഗത്തുനിന്നും ഉണ്ടായിട്ടില്ല എന്നതും ശ്രദ്ധേയമാണ്. ഓരോ തിരഞ്ഞെടുപ്പിനെ അഭിമുഖീകരിക്കുമ്പോഴും ജനങ്ങൾക്ക് കപടവാഗ്ദാനങ്ങൾ നൽകി വോട്ടുനേടാൻ അവർ ശ്രമിച്ചിട്ടില്ല. എന്നാൽ, തന്നെക്കൊണ്ട് ജനനന്മയ്ക്കുവേണ്ടി ചെയ്യാൻ സാധിക്കുന്നതെന്തോ അത് പരമാവധി ചെയ്യാൻ ഗൗരിയമ്മയ്ക്ക് കഴിഞ്ഞിട്ടുണ്ട്. മന്ത്രിയായിരുന്ന കാലയളവിലും അല്ലാതെയും അവരെക്കുറിച്ച് പറഞ്ഞുകേട്ടിരുന്നത് തന്റേടിയും ധാർഷ്ട്യക്കാരിയുമായ സ്ത്രീ എന്നാണ്. അതിൽ കുറെയൊക്കെ സത്യമുണ്ട്. ആരുടെയും വ്യക്തിതാൽപ്പര്യങ്ങൾക്കുവേണ്ടി തന്റെ നിലപാടുകളെയും ആദർശങ്ങളെയും ബലികഴിക്കാൻ മരണംവരെയും അവർ ഒരുക്കമായിരുന്നില്ല. ശരിയെന്നുറപ്പുള്ള ഒരു

കാര്യം ചെയ്യാൻ രണ്ടാമതൊന്ന് ആലോചിക്കാറും ഇല്ല. അതുപോലെ ജനങ്ങൾക്ക് അനിവാര്യമായ മാറ്റം കൊണ്ടുവരാൻ, ഏതു പ്രതിബന്ധങ്ങളെ അതിജീവിച്ചും അവ നടപ്പാക്കാൻ ഗൗരിയമ്മയോളം പോന്ന മറ്റൊരു നേതാവ് നമുക്കില്ല. ആർക്കുവേണ്ടിയും ശിപാർശകൾ ചെയ്യാത്ത മന്ത്രി എന്നൊരു ചീത്തപ്പേരും ഗൗരിയമ്മയ്ക്കുണ്ടായിരുന്നു. ഒരു പരിചയത്തിന്റെ പേരിലോ ബന്ധുത്വത്തിന്റെ പേരിലോ ആനുകൂല്യങ്ങളും സേവനങ്ങളും കൈപ്പറ്റുന്ന രീതിയോട് അവർക്ക് ഒരിക്കലും യോജിക്കാൻ കഴിഞ്ഞിരുന്നില്ല. കഴിവുള്ളവർ എവിടെയായാലും എത്തും. അതിന് നിയമം വിട്ട് ഒരു സഹായത്തിനും അവർ ഒരുക്കമായിരുന്നില്ല. ഈ സ്വഭാവം ധാരാളം ശത്രുക്കളെ സമ്പാദിക്കുന്നതിനും കാരണമായി. കൂടെനിന്നവർത്തന്നെ ഗൗരിയമ്മയെ ചതിച്ച സംഭവങ്ങൾ ഉണ്ട്. പാലുകൊടുത്തു വളർത്തിയവർത്തന്നെ തിരിഞ്ഞുകൊത്തുമ്പോഴുള്ള വേദന എത്രയാണെന്ന് അനുഭവിച്ചവർക്ക് അറിയാമല്ലോ. ആ വേദനയെപ്പോലും നിസ്സാരമായിക്കണ്ട് സഹിക്കാനുള്ള സഹനശക്തി അവർക്കുണ്ടായിരുന്നു. ഒരു കാലത്തും പ്രതികാരചിന്ത വച്ചുപുലർത്താത്ത വ്യക്തിത്വവും അവരുടെ മാത്രം പ്രത്യേകതയാണ്. രാഷ്ട്രീയവും പൊതുപ്രവർത്തനവും അവരുടെ ജീവിതത്തോട് അത്രയ്ക്കും ഇഴുകിച്ചേർന്നിരുന്നു. ദൈനംദിന കർത്തവ്യം പോലെയാണ് ജനസേവനത്തെയും ഗൗരിയമ്മ കണ്ടിരുന്നത്. ദിവസവും കുളിക്കാത്ത മലയാളിയില്ല എന്നു പറയുന്നതുപോലെയാണ് ഗൗരിയമ്മയ്ക്ക് രാഷ്ട്രീയവും. ജീവിതത്തെ രാഷ്ട്രീയമായും രാഷ്ട്രീയത്തെ ജീവിതമായും കണ്ടവർ. ഇവ തമ്മിൽ ഒരിക്കലും വേർതിരിച്ചു കണ്ടിട്ടില്ല.

ഒരു സ്ത്രീ എന്ന നിലയിൽ ഗൗരിയമ്മയെക്കുറിച്ചു ചിന്തിക്കുമ്പോൾ നമുക്കു മനസ്സിലാക്കാനും പകർത്താനും ഒരുപാടുണ്ട്. ഗൗരിയമ്മ എന്ന സ്ത്രീയെക്കുറിച്ച് അറിയുന്നതും നൂറുവർഷത്തെ സ്ത്രീജീവിതം അറിയുന്നതിന് തുല്യമാണ്. 19-ാം നൂറ്റാണ്ടിലെ കേരളീയജീവിതത്തെക്കുറിച്ച് സൂചിപ്പിച്ചല്ലോ. തികച്ചും മൃഗതുല്യമായ ജീവിതം. അതിനേക്കാൾ പരിതാപകരമായിരുന്നു അക്കാലത്തെ സ്ത്രീകളുടെ ജീവിതം. യാതൊരു സുരക്ഷയും അന്ന് സ്ത്രീക്ക് ഉണ്ടായിരുന്നില്ല. മാനുഷികപരിഗണന സ്വന്തം കുടുംബത്തിൽനിന്നോ സമൂഹത്തിൽനിന്നോ ലഭിക്കില്ല. സ്ത്രീകളുടെ കാര്യത്തിൽ മേൽജാതിയെന്നോ കീഴ്ജാതിയെന്നോ വ്യത്യാസമില്ലാതെ, എല്ലാവർക്കും പാരതന്ത്ര്യമായിരുന്നു സമൂഹം കൽപ്പിച്ചുകൊടുത്തിരുന്നത്. ആ കോട്ട പൊളിച്ചു പുറത്തിറങ്ങാൻ ആഗ്രഹിച്ചവരാണ് ഓരോ സ്ത്രീയും. പലർക്കും അതിനു കഴിഞ്ഞില്ല. ചിലർ പാതിവഴിയിൽ വാടിവീണു. മറ്റു ചിലർക്ക് ലഭിച്ചത് കാരാഗൃഹമായിരുന്നു. എന്നാൽ, എല്ലാ പ്രതിസന്ധികളെയും അതിജീവിച്ച് കേരളീയ സ്ത്രീസമൂഹത്തിനു

തന്നെ അഭിമാനമായി, മാതൃകയായി മാറിയ ആദ്യ വനിതയും കെ ആർ ഗൗരിയമ്മയാണ്. എന്നാൽ, നാം മനസ്സിലാക്കേണ്ട ഒരു കാര്യമുണ്ട്, കേരള രാഷ്ട്രീയത്തിലെയോ തൊഴിലാളിപ്രസ്ഥാനത്തിലെയോ ആദ്യ വനിതാനേതാവല്ല ഗൗരിയമ്മ. എന്നാൽ, രാഷ്ട്രീയനേതാവായ സ്ത്രീ എന്ന സ്ഥാനം ആധുനിക കേരളത്തിൽ സ്ഥാപിച്ചെടുത്തത് ഗൗരിയമ്മയാണ്. അക്കാമ്മ ചെറിയാൻ, ആനി മസ്ക്രീൻ തുടങ്ങിയ സ്വാതന്ത്ര്യസമര നേതാക്കളും കമ്യൂണിസ്റ്റുകാരായ മീനാക്ഷി, ദേവയാനി, കാളിക്കുട്ടി തുടങ്ങിയ തൊഴിലാളിനേതാക്കളും പുരുഷാധിപത്യ രാഷ്ട്രീയ നേതൃത്വങ്ങളോട് പടവെട്ടി പിൻവാങ്ങിയപ്പോൾ, തന്റെ നൂറ്റിരണ്ടാം വയസ്സിലും കേരളരാഷ്ട്രീയത്തിൽ സ്വന്തമായി ഒരു ഇരിപ്പിടം സൃഷ്ടിച്ചെടുക്കാൻ ഗൗരിയമ്മയ്ക്കു കഴിഞ്ഞു. ഇവിടെയാണ് മറ്റുള്ളവരിൽനിന്നും അവർ വ്യത്യസ്തയാകുന്നത്. പറയത്തക്ക രാഷ്ട്രീയപാരമ്പര്യമില്ലാതെ കമ്യൂണിസ്റ്റ് പ്രസ്ഥാനത്തിലേക്കു കടന്നുവന്നതാണ് ഗൗരിയമ്മ. ഗൗരിയമ്മയ്ക്കുശേഷമെത്തിയ തലമുറകൾക്ക് അവർ ശരിക്കും വീരമാതാവായി. പാർട്ടി വിട്ടുപോയപ്പോഴും അതിലൊരു മാറ്റവും ഉണ്ടായില്ല. ഇന്നത്തെ മുൻനിര നേതാക്കൾക്കും ഗൗരിയമ്മ വൈകാരികമായ ആവേശം സമ്മാനിക്കുന്നത് അവരുടെ പൂർവ്വകാല ചരിത്രംകൊണ്ടായിരിക്കാം. ഒരു രാഷ്ട്രീയനേതാവ് എന്നതിലുപരി നിഷ്കളങ്ക മനുഷ്യരുടെ വ്യക്തിനിഷ്ഠാശീലങ്ങളാണ് അവർക്കു പരിചിതം. ഇതാവാം പെട്ടെന്നു പൊട്ടിത്തെറിക്കുകയും അതുപോലെ ആറിത്തണുക്കുകയും ചെയ്യുന്ന പ്രകൃതത്തിനും കാരണം. പലപ്പോഴും വൈകാരികമായി ചിലതിനോടൊപ്പം പ്രതികരിക്കുന്ന ശീലം അവർക്കുണ്ടായിരുന്നു. ആ പ്രകൃതമാണ് ശത്രുതകൾക്ക് വഴിവച്ചതും.

"ഞാൻ വെറുമൊരു സാധാരണക്കാരി, ഉള്ളത് ഉള്ളതുപോലെ ആരുടെ മുന്നിലും പച്ചയ്ക്ക് വെട്ടിത്തുറന്നുപറയുകയും അതനുസരിച്ച് പ്രവർത്തിക്കുകയും ചെയ്യുന്ന പ്രകൃതക്കാരി. ഇന്നത്തെ രാഷ്ട്രീയക്കാർക്ക് ഉണ്ടായിരിക്കേണ്ട മെയ്വഴക്കങ്ങളോ പോളിഷോ എനിക്കില്ല. വെറും പരുപരുത്ത സ്വഭാവം. ഇത് പലപ്പോഴും ഒരുപാട് ശത്രുക്കളെയും മിത്രങ്ങളെയും ഉണ്ടാക്കിയിട്ടുണ്ട്."

തന്റെ ആത്മകഥയിൽ ഗൗരിയമ്മ തന്നെ പറഞ്ഞ വാക്കുകളാണ്. ഒരാൾ തന്റെ സ്വഭാവത്തിലെ പോസിറ്റീവ് വശങ്ങളെ മനസ്സിലാക്കുകയും അംഗീകരിക്കുകയും ചെയ്യുന്നതുപോലെ പ്രധാനമാണ് നെഗറ്റീവുകളെയും മനസ്സിലാക്കുന്നത്. ഇവിടെ ഗൗരിയമ്മയ്ക്ക് തന്റെ സ്വഭാവത്തിലെ നെഗറ്റീവ് വശങ്ങളെക്കുറിച്ച് നന്നായറിയാം. അങ്ങനൊരാളെ തളർത്താനും തകർക്കാനും ആരാലും കഴിയില്ല. അതവർ ജീവിതം

സുശീലാ ഗോപാലൻ, എം എം ലോറൻസ്, സരോജിനി ബാലാനന്ദൻ, ടി ദേവി എന്നിവരോടൊപ്പം

കൊണ്ട് തെളിയിക്കുകയും ചെയ്തു.

ഗൗരിയമ്മയുടെ പോരാട്ടവീര്യം ആരംഭിക്കുന്നതുപോലും കുട്ടനാടൻ ഗ്രാമങ്ങളിലെ സ്ത്രീത്തൊഴിലാളികൾക്കു വേണ്ടിയാണ് എന്നതാണ് മറ്റൊരു വസ്തുത. പാടത്തും പറമ്പിലും മാത്രമല്ല, കയർതൊഴിലാളിയായാലും സ്ത്രീകൾക്ക് കൂലി കുറവായിരുന്നു. പുരുഷൻ ചെയ്യുന്ന അതേ ജോലി അവനോടൊപ്പം പകലന്തിയോളം ചെയ്താലും കിട്ടുന്ന കൂലി നാലിലൊന്ന്. അന്നൊക്കെ പാടത്ത് പണി ചെയ്യുമ്പോൾ പണിയെടുപ്പിക്കാനായിമാത്രം ഒരു കാര്യസ്ഥൻ ഉണ്ടാകും. ഈ കക്ഷിയുടെ ഭരണമാണ് സഹിക്കാൻ വയ്യാത്തത്. പ്രത്യേകിച്ച് സ്ത്രീകളുടെ അടുത്തെത്തുമ്പോൾ ഭരണം കൂടും. കൂലി കൊടുക്കുന്നതും ഇയാളുടെ മേൽനോട്ടത്തിലാണ്. ഇല്ലാത്ത കാരണങ്ങൾ ഉണ്ടാക്കി ഉള്ള കൂലിയും കുറയ്ക്കാനേ ഇത്തരക്കാർ ശ്രമിക്കൂ. ഇതൊന്നും പോരാഞ്ഞിട്ടാണ് ലൈംഗിക ചൂഷണം. പണ്ടത്തെ സിനിമയിലൊക്കെ കാണുംപോലെ അടിയാത്തിപ്പെണ്ണിനെ മോഹിച്ച് കീഴ്പ്പെടുത്തിയശേഷം കൈയൊഴിയുന്ന ജന്മിയുടെ മകനും അവിഹിതഗർഭം പേറി ആയുസ്സ് ഒടുക്കേണ്ടിവരുന്ന പെണ്ണും നാട്ടിൻപുറങ്ങളിലെ നിത്യസംഭവമായിരുന്നു. സിനിമയെക്കാൾ ഭീകരമായിരുന്നു യാഥാർത്ഥ്യം. തൊഴിലിടങ്ങളിലെ കൂലിവിവേചനവും ശാരീരിക ഉപദ്രവവും സമൂഹം കൽപ്പിച്ച അതിർവരമ്പുകളുംകൂടി അന്നത്തെ സ്ത്രീജീവിതം നരകതുല്യമാക്കി. കൂലിപ്പണികളിൽ കൂടുതലും ഏർപ്പെ

ടുക പട്ടികജാതി-പട്ടികവർഗ്ഗ ജനതയാണ്. അവർക്ക് അന്ന് സമൂഹത്തിൽ ഏറ്റവും താഴേക്കിടയിലായിരുന്നു സ്ഥാനം. മുൻ അദ്ധ്യായങ്ങളിൽ പറഞ്ഞതുപോലെ നല്ല ആഹാരമോ താമസസൗകര്യമോ ഇല്ല. ചെയ്യുന്ന ജോലിക്ക് നിരക്കാത്ത കൂലി. സ്ത്രീകൾക്കുള്ളിലെ പ്രശ്നങ്ങൾ ഇതുമാത്രമല്ല. സമയത്ത് ഭക്ഷണം കഴിക്കാൻ പറ്റില്ല. എന്നാൽ, പ്രാഥമിക ആവശ്യങ്ങൾ നിറവേറ്റാതിരിക്കാൻ കഴിയുമോ? അതിനുള്ള സൗകര്യം തൊഴിലിടങ്ങളിൽ ഉണ്ടായിരുന്നില്ല. പാടത്തു ജോലി ചെയ്യുന്ന സ്ത്രീകൾ രാവിലെമുതൽ വൈകുന്നേരംവരെ അരയ്ക്കൊപ്പം വെള്ളത്തിൽനിന്നാണ് ജോലി ചെയ്യേണ്ടത്. അവരുടെ പ്രാഥമിക ആവശ്യങ്ങൾ നിറവേറുന്നതും ഈ വെള്ളത്തിലാണ്. അതിദയനീയം എന്നു പറഞ്ഞാൽ വിശന്ന് പൊരിയുമ്പോൾ കോരിക്കുടിക്കേണ്ടിവരുന്നതും ഇതേ വെള്ളമാണ്. ഒന്നോർത്തുനോക്കൂ മൃഗങ്ങൾക്ക് തുല്യമോ അതിനു താഴെയോ അല്ലേ അന്നത്തെ സ്ത്രീയുടെ അവസ്ഥയെന്ന്? ഇത്രയും സഹിക്കുന്നത് ഒരു ചാൺ വയറിന്റെ വിശപ്പടക്കാനല്ലേ. കൂലി തരുമ്പോൾ അതിലും കൃത്രിമം. ഇതൊന്നും പോരാതെയാണ് ശാരീരിക ഉപദ്രവം. പണിസ്ഥലത്തെ നോട്ടക്കാരൻ വക ചൂരലിനടിമുതൽ പലതരം മർദ്ദനമുറകളും അനുഭവിക്കേണ്ടിവരും. കയർ, ബീഡി ഫാക്ടറികളിലെ തൊഴിലാളിജീവിതവും വ്യത്യസ്തമല്ല. കൂലിയിലെ വേർതിരിവ് അന്നത്തെ സാധാരണ സംഭവംപോലെയായിരുന്നു. എതിർക്കാനുള്ള ബുദ്ധിയോ ബോധമോപോലും നശിച്ചൊരു ജനജീവിത വ്യവസ്ഥിതിയായിരുന്നു കേരളത്തിൽ നിലനിന്നു പോന്നത്. എന്നാൽ, ചിലരെങ്കിലും മറിച്ച് ചിന്തിച്ചു തുടങ്ങി. കൂടുതലും യുവജനങ്ങളായിരുന്നു. ആദ്യമാദ്യം പ്രതികരിച്ചവർക്കും ചോദ്യം ചെയ്തവർക്കുമുള്ള മറുപടി ആറടി മണ്ണായിരുന്നു. ജന്മിക്ക് എന്ത് അനീതിയും ചെയ്യാം. അവനെ ചോദ്യം ചെയ്യാൻ ആരുമില്ല എന്ന അലിഖിത നിയമവ്യവസ്ഥിതി സമൂഹത്തിൽ ഉണ്ടായിരുന്നു. ഈ സാഹചര്യമാണ് കമ്യൂണിസമെന്ന ആദർശത്തിന് നമ്മുടെ മണ്ണിൽ വേരോട്ടം ഉണ്ടാക്കിയത്. മനുഷ്യനെ മനുഷ്യനായി കാണുകയും മനുഷ്യത്വത്തോടെ പെരുമാറുകയും ചെയ്യുന്ന പാർട്ടി തുടക്കകാലത്ത് ജനങ്ങൾക്കും കൗതുകമായിരുന്നു. പുതിയതിനെ സ്വീകരിക്കാനുള്ള മടി അന്നും ഉണ്ടായിരുന്നു. എന്നാൽ, കമ്യൂണിസം എന്താണെന്ന് മനസ്സിലാക്കുകയും അതിലെ നന്മ തിരിച്ചറിഞ്ഞ് ജനങ്ങളിലേക്കെത്തിച്ചതും അന്നത്തെ യുവതലമുറയാണ്. ഗൗരിയമ്മ ഉൾപ്പെടുന്ന യുവതലമുറ. നിറത്തിന്റെയും ജാതിയുടെയും പേരിൽ മനുഷ്യനെ വേർതിരിക്കുന്ന ദുഷ്പ്രഭുത്വത്തിനെതിരെ ഉയർത്തിയ പടവാളായിരുന്നു കമ്യൂണിസ്റ്റ് ആശയങ്ങൾ. സ്ത്രീകൾക്ക് മാന്യമായ സ്ഥാനവും പരിഗണനയും നൽകാനും അവർക്കായി. ഇക്കാരണങ്ങളാൽത്തന്നെ പീഡനമനുഭവി

ക്കുന്ന സാധാരണക്കാരുടെ അത്താണിയായി മാറി കമ്യൂണിസ്റ്റ് പാർട്ടി. സാധാരണക്കാർക്കുവേണ്ടി പ്രവർത്തിക്കണം, ജീവിക്കണം എന്ന മനസ്സോടെ വളർന്നുവന്ന ഗൗരിയമ്മ ഉൾപ്പെടുന്ന യുവസമൂഹത്തിന് ഏറ്റവും വലിയ വേദിയാവുകയായിരുന്നു പാർട്ടി. പാർട്ടിയുടെ ആരംഭകാലംമുതൽ നിന്നവരിൽ പ്രധാനിയാണ് കെ ആർ ഗൗരിയമ്മ. ആരംഭകാലത്ത് എല്ലാ പാർട്ടിയും അനുഭവിക്കുന്ന കഷ്ടപ്പാടുകൾ നമുക്കും ഉണ്ടായിരുന്നു. സ്ത്രീപ്രാതിനിധ്യം അതിലൊരു പ്രധാനഘടകമായിരുന്നു. സ്ത്രീകൾക്ക് സ്വാതന്ത്ര്യക്കുറവ് സമൂഹം കൽപ്പിച്ചിരുന്നതിനാലും പൊതുവെ രാഷ്ട്രീയരംഗത്ത് സ്ത്രീകൾ കുറവായിരുന്നതിനാലും ഏറ്റവും പ്രയാസപ്പെട്ടത് സ്ത്രീകളായിരുന്നു. പാർട്ടി മീറ്റിങ്ങുകൾക്ക് എത്താൻ കഴിയുന്ന സ്ത്രീകൾ ആദ്യകാലങ്ങളിൽ കുറവായിരുന്നു. അവരെ അടിമത്തത്തിൽനിന്നും പുറത്തുകൊണ്ടുവരാനും സ്വാതന്ത്ര്യബോധംകൊണ്ട് ശക്തരാക്കാനും പ്രയാസം നേരിട്ടു. അതുവരെ തുടർന്നുവന്ന വിധേയത്വ മനോഭാവം പൂർണ്ണമായി തുടച്ചുനീക്കാൻ സമയമെടുക്കുമല്ലോ. ഒപ്പം വിദ്യാഭ്യാസത്തിന്റെ അഭാവം വലിയൊരു വിടവ് ഉണ്ടാക്കി. പാർട്ടി മീറ്റിങ്ങുകളിലെ വനിതാ പാർട്ടി പ്രവർത്തകരുടെ കുറവും ഒരു കാരണമാണ്. കാളിക്കുട്ടി ആശാട്ടി, മീനാക്ഷി അങ്ങനെ കുറച്ചുപേരാണ് സജീവമായി ഉണ്ടായിരുന്നത്. ഇവർക്കിടയിലേക്കുള്ള ഗൗരിയമ്മയുടെ കടന്നുവരവിനെ ഒരു സ്ത്രീമുന്നേറ്റമായിക്കൂടി കണക്കാക്കേണ്ടിയിരിക്കുന്നു. കാരണം തിരുവിതാംകൂറിൽനിന്നും നിയമബിരുദം കരഗതമാക്കുന്ന ആദ്യത്തെ വനിതയാണ് കെ ആർ ഗൗരിയമ്മ. പാർട്ടി അംഗത്വം നേടുമ്പോൾ അവർ വക്കീലായി പ്രാക്ടീസ് ചെയ്യുന്നുമുണ്ട്. അടുത്തുതന്നെ വലിയ പ്രമോഷനും സ്ഥാനമാനങ്ങളും നേടി ജീവിതത്തിന്റെ സുഖസൗകര്യങ്ങൾ നിറഞ്ഞ മറ്റൊരു ലോകത്ത് ആർഭാടപൂർവ്വം ജീവിതം കെട്ടിപ്പടുക്കാനുള്ള എല്ലാ സാദ്ധ്യതകളെയും തട്ടിമാറ്റിയിട്ടാണ് അവർ മുഴുവൻസമയ രാഷ്ട്രീയപ്രവർത്തനം സ്വീകരിച്ചത്.

ഉയർന്ന സാമ്പത്തിക ചുറ്റുപാട്, പ്രതാപികളായ കുടുംബപശ്ചാത്തലം, ഉന്നതവിദ്യാഭ്യാസം നേടിയ സ്ത്രീ, മാന്യമായ തൊഴിൽ ഇതെല്ലാം ഉപേക്ഷിച്ച് സമൂഹത്തിന്റെ താഴേത്തട്ടിലേക്ക് ഇറങ്ങി രാവെന്നോ പകലെന്നോ ഭേദമില്ലാതെ ഒരു യുവതി പ്രവർത്തിക്കുക. അക്കാലത്തെ കേരളീയസമൂഹത്തിന് ആദ്യ അനുഭവമായിരുന്നു അത്. അവർ ഗൗരിയമ്മയുടെ പ്രവർത്തനങ്ങളെ അത്ഭുതത്തോടെയാണ് കണ്ടത്. ഒപ്പം സ്വന്തം വീട്ടിലെ ഒരാളോട് തോന്നുന്നതുപോലുള്ള അടുപ്പമായി. ഈ അടുപ്പവും വിശ്വാസവും ഓരോ തിരഞ്ഞെടുപ്പുകളിലും പ്രതിഫലിച്ചു. വിജയത്തിന്റെ പടികൾ കയറുന്നതിനിടയിൽ ഒരിക്കൽപ്പോലും തന്റെ നാട്ടുകാരെയും

ജനങ്ങളെയും മറക്കാൻ ഗൗരിയമ്മ തയ്യാറായില്ല എന്നതാണ് അവരുടെ സ്വഭാവത്തിലെ ഏറ്റവും വലിയ സവിശേഷത. ആദ്യകാലങ്ങളിൽ വീടുകൾതോറും കയറിയിറങ്ങി സ്ത്രീകൾക്കാവശ്യമായ ഊർജ്ജവും നിർദ്ദേശങ്ങളും പകരുന്നതെങ്ങനെയോ ആ പതിവ് അവസാന തിരഞ്ഞെടുപ്പുവരെയും തുടർന്നു. പ്രത്യേകിച്ച് ഒരു മുഖവുര ആരെക്കുറിച്ചും അവർക്കു വേണ്ടിയിരുന്നില്ല. തന്റെ പ്രവർത്തനമണ്ഡലത്തിലെ ഓരോരുത്തരെയും കൈവെള്ളയിലെ രേഖയെന്നപോലെ പരിചിതമായിരുന്നു. കുട്ടനാട്ടിലെ പാട്ടക്കുടിയാന്മാരുടെയും കീഴാളരുടെയും കഷ്ടപ്പാടുകൾക്ക് ഒരറുതിവരണം എന്നത് അവരുടെ ഏറ്റവും വലിയ സ്വപ്നമായിരുന്നു. "പുതിയൊരു ലോകം നിർമ്മിക്കാൻ നമുക്കു കഴിഞ്ഞേക്കില്ല. എന്നാൽ, കുറെയൊക്കെ മാറ്റങ്ങൾ കൊണ്ടുവരാൻ നമുക്കു കഴിയും; കഴിയണം." ഇതായിരുന്നു പൊതുപ്രവർത്തനരംഗത്ത് ഗൗരിയമ്മയുടെ മുദ്രാവാക്യം. അതവർ പ്രവൃത്തിയിലും കാണിച്ചു.

യുഗാന്ത്യം

രണ്ടായിരത്തി ഇരുപത്തിയൊന്ന് മെയ് 11 സാക്ഷ്യം വഹിച്ചത് ഒരു യുഗാന്ത്യത്തിനാണ്. കേരളം കേട്ട ഏറ്റവും കനത്ത സ്ത്രീശബ്ദത്തിനുടമ അന്നേദിവസം രാവിലെ ഏഴുമണിയോടെ നിശ്ശബ്ദതയിലേക്കു യാത്രയായി. 102 വയസ്സായിരുന്നു. ഗൗരിയമ്മയുടെ കർമ്മമണ്ഡലം എന്നു വിശേഷിപ്പിക്കാവുന്ന തിരുവനന്തപുരം അവരുടെ അന്ത്യനിമിഷങ്ങൾക്കും സാക്ഷിയാകേണ്ടിവന്നത് ഒരുപക്ഷേ, നിയോഗമായിരിക്കാം. വാർദ്ധക്യം ബുദ്ധിമുട്ടിച്ചു തുടങ്ങിയപ്പോൾമുതൽ ആലപ്പുഴയിലെ വീട്ടിലായിരുന്നു ഗൗരിയമ്മയുടെ താമസം. എന്നാൽ, തനിക്കു തിരുവനന്തപുരത്തേക്കു പോകണമെന്ന തീരുമാനമെടുത്തതും ഗൗരിയമ്മയാണ്. ഏറെനാൾ പ്രവർത്തിച്ച അനന്തപുരിയുമായി വല്ലാത്തൊരു ഹൃദയബന്ധം ഗൗരിയമ്മയ്ക്കുണ്ടായിരുന്നു. നിയമവിദ്യാർത്ഥിനിയായി ആദ്യം ഈ മണ്ണിൽ കാലുകുത്തുമ്പോൾമുതൽ തിരുവനന്തപുരം അവരുടെ ജീവിതത്തിന്റെ ഭാഗമാവുകയായിരുന്നു. ഗൗരിയമ്മയുടെ ജീവിതത്തിലെ എല്ലാ പ്രധാന സംഭവങ്ങളും നടക്കുന്നതിന് അറിഞ്ഞോ അറിയാതെയോ തിരുവനന്തപുരം വേദിയായിട്ടുണ്ട്. ജീവിതഗതിതന്നെ മാറ്റിയ വക്കീൽപഠനം, സാമൂഹ്യപ്രവർത്തനം ആരംഭിക്കുന്നത്, കമ്യൂണിസ്റ്റ് അനുഭാവിയായി അറിയപ്പെടുന്നത്, വക്കീൽപ്പരീക്ഷ പാസായത്, സന്നതെടുക്കുന്നത്, എല്ലാം അനന്തപുരിയെ സാക്ഷിയാക്കിയാണ്. പിന്നീട് നിയമസഭാംഗമായി തിരുവനന്തപുരത്തേക്കുതന്നെ തിരിച്ചെത്താനായിരുന്നു ഗൗരിയമ്മയുടെ വിധി. ഔദ്യോഗിക ജീവിതം തുടങ്ങുന്നതും ഇവിടെ നിന്നുതന്നെ. മന്ത്രിയായി സത്യപ്രതിജ്ഞ ചെയ്ത് അധികാരമേൽക്കുമ്പോൾ അനന്തപുരിക്കും അത് അഭിമാനനിമിഷമായി. ടി വി തോമസ്-ഗൗരിയമ്മ വിവാഹവേദിയും

ഇവിടെയാണ്. ദാമ്പത്യജീവിതം ആഘോഷിച്ചതും ഒടുവിൽ പിരിഞ്ഞതിനും ഇതേ നഗരം സാക്ഷിയായി. പാർട്ടിയിൽനിന്ന് വേർപെട്ട് പോകുമ്പോഴും തിരിച്ച് വീണ്ടും നിയമസഭയുടെ പടവുകൾ കയറുമ്പോഴും ഇതേ നഗരം മൂകമായി ഗൗരിയമ്മയ്ക്കൊപ്പം നിന്നു. അവസാന നിമിഷവും തന്റെ പ്രിയപ്പെട്ട തിരുവനന്തപുരം നഗരത്തിന് നൽകി. ഒരു ചരിത്രത്തിന് തിരശ്ശീല വീഴുമ്പോൾ രണ്ടിറ്റു കണ്ണീർ പൊഴിക്കാതിരിക്കാൻ കഴിയുന്നില്ല.

വാർദ്ധക്യം രണ്ടാം ബാല്യമാണെന്ന് പൊതുവെ പറഞ്ഞു കേട്ടിട്ടുണ്ട്. ഇക്കാലത്ത് വാർദ്ധക്യം മറച്ചുവയ്ക്കാൻ ശ്രമിക്കുന്നവരാണ് അധികവും. ബാക്കിയുള്ളവർ അനാരോഗ്യത്തെ പഴിച്ചും അസുഖങ്ങളെ ഓർത്ത് വിലപിച്ചും കാലം കഴിക്കുന്നു. ഇതിൽനിന്നും വ്യത്യസ്തയായിരുന്നു ഗൗരിയമ്മ. അല്ലെങ്കിലും ജീവിതത്തിലുടനീളം വ്യത്യസ്തത കാത്തുസൂക്ഷിച്ച ഒരാൾക്ക് വാർദ്ധക്യത്തിൽ അതിൽനിന്നും മാറാൻ കഴിയുമോ? 'എനിക്കു വയസ്സായേ' എന്നുംപറഞ്ഞ് ചടഞ്ഞിരിക്കാൻ ഒരിക്കലും ഗൗരിയമ്മയെ കിട്ടില്ല. എത്രത്തോളം ആക്ടീവ് ആയി ഇരിക്കാമോ അത്രയും സന്തോഷം. ന്യൂജെൻ ഭാഷയിൽ ചാമിങ് എനർജെറ്റിക് ഓൾഡ് ലേഡി (Charming energetic old lady) അതായിരുന്നു അവസാന നാളുകളിലെ ഗൗരിയമ്മ. നൂറുവയസ്സ് കഴിഞ്ഞും ജീവിച്ചിരിക്കാൻ അതൊരു കാരണമാണ്. നമ്മുടെ മനസ്സും ശരീരവും എപ്പോഴും സന്തോഷമായി വയ്ക്കണം. ചടഞ്ഞിരിക്കാതെ എപ്പോഴും എന്തെങ്കിലും പ്രവൃത്തികൾ ചെയ്തുകൊണ്ടിരിക്കണം. എന്നാലേ ചെറുപ്പമായിരിക്കാൻ കഴിയൂ. അല്ലെങ്കിൽ അകാല വാർദ്ധക്യമായിരിക്കും ഫലം. അതിന് വയസ്സാകണം എന്നൊന്നും ഇല്ല. ഒരു പണിയും ചെയ്യാതെ മടിയന്മാരായി ജീവിക്കുന്ന ചിലരെയെങ്കിലും നമ്മൾ കണ്ടിട്ടുണ്ടാകും. ഒന്നോർത്തു നോക്കൂ, മനസ്സുകൊണ്ട് ഇവരൊക്കെ വൃദ്ധർ അല്ലേയെന്ന്. അതുപോലൊന്നാണ് അദ്ധ്യാപകർക്ക് ഒരിക്കലും പ്രായം കൂടില്ലാന്ന് ഒരു പറച്ചിൽ ഉണ്ട്. കാരണം അവർ ജീവിതത്തിൽ ഏറിയ പങ്കും ചെലവിടുന്നത് ഊർജ്ജസ്വലരായ കുട്ടികൾക്കൊപ്പമല്ലേ. ബുദ്ധിയും മനസ്സും പണിയെടുത്തുകൊണ്ടേയിരിക്കുന്നു. അപ്പോൾ ശരീരത്തിന് എങ്ങനെ പ്രായമാകും? ഗൗരിയമ്മയുടെ കാര്യത്തിലും ഇതായിരുന്നു തിയറി. നൂറാം വയസ്സിലും ജനങ്ങൾക്കിടയിൽ നിൽക്കാനായിരുന്നു അവർക്ക് ഇഷ്ടം. പ്രായം പൊതുപ്രവർത്തനത്തിന് ഒരു തടസ്സമല്ലെന്നുകൂടി തെളിയിച്ച വ്യക്തിത്വമായിരുന്നു ഗൗരിയമ്മ. തന്റെ തൊണ്ണൂറുകളിൽപ്പോലും രാഷ്ട്രീയരംഗത്ത് ശക്തമായി നിൽക്കാൻ അവർക്ക് കഴിഞ്ഞിട്ടുണ്ട്. മാറുന്ന ഗതിവിഗതികൾക്കനുസരിച്ച് തന്റേതായ അഭിപ്രായം പറയാനും അവർ മടിച്ചിട്ടില്ല. അവയെല്ലാം ശ്രദ്ധയോടും ആദരവോടുംകൂടിയാണ് കേരളജനത കേട്ടത്. ഏതൊരു സംഭവമുണ്ടായാലും അതിനെ സംബന്ധിച്ച് ഗൗരിയമ്മയുടെ

പിണറായി വിജയനോടൊപ്പം

അഭിപ്രായം എന്തെന്നറിയാൻ കാതോർത്തിരുന്നിട്ടുണ്ട് നമ്മൾ. സാധാരണ പ്രായംചെന്നവരിൽ കണ്ടുവരുന്ന സ്വഭാവമാണ് പുതിയതിനെ ഉൾക്കൊള്ളാനുള്ള മടി. അത് എന്തോ ആയിക്കോട്ടെ, പുതിയ ഉപകരണമോ ഭക്ഷണമോ ആശയമോ ആകാം. എന്നാൽ, ഈ കീഴ്വഴക്കങ്ങളെയും തകർക്കുന്നതായിരുന്നു ഗൗരിയമ്മയുടെ വാർദ്ധക്യം. ന്യൂജെൻ തലമുറയോടൊപ്പം മുട്ടിനിൽക്കാൻ അവർക്ക് യാതൊരു മടിയും ഉണ്ടായിരുന്നില്ല. അതിന് നല്ലൊരുദാഹരണമാണ് വനിതാമതിൽ. ഒന്നാം പിണറായി മന്ത്രിസഭയിൽ ഏറെ പ്രശംസയും വിമർശനവും ഏറ്റുവാങ്ങിയ ഒന്നായിരുന്നു വനിതാമതിൽ. അനുകൂലിച്ചും പ്രതികൂലിച്ചും ചാനൽ ചർച്ചകൾവരെ തകൃതിയായി നടന്നു.

പുതിയ തലമുറയിലെ ചിലർപോലും വനിതാമതിലിനെ എതിർത്തപ്പോൾ ഇരു കൈയും നീട്ടി സ്വാഗതം ചെയ്തു ഗൗരിയമ്മ. അന്നവർക്ക് 96 വയസ്സിനുമേൽ പ്രായമുണ്ട്. വനിതാമതിൽ എന്തുകൊണ്ട്? എന്തിന്? എന്ന് തർക്കിച്ചും പരിഹസിച്ചും രസിച്ചവർക്കിടയിലേക്ക് ഇത് നാടിന്റെ പുരോഗതി വിളിച്ചോതുന്ന മാറ്റമാണ് എന്നുറക്കെ പറഞ്ഞുകൊണ്ട് അതിന് വേണ്ട പൂർണ്ണ പിന്തുണ നൽകിയ മുതിർന്ന വ്യക്തിത്വം കൂടിയാണ് കെ ആർ ഗൗരിയമ്മ. രണ്ടാം പിണറായി സർക്കാർ രണ്ടുവർഷം പൂർത്തിയാക്കുമ്പോഴും വനിതാമതിലിന്റെ അർത്ഥം മനസ്സിലാക്കാതെ

കുറ്റപ്പെടുത്തുന്നവർ ഉണ്ട്. അവർക്കുള്ള മറുപടിയാണ് ഗൗരിയമ്മ. നൂറാം വയസ്സിലും ഇരുപത്തിരണ്ടിന്റെ ചുറുചുറുക്കും ഓർമ്മശക്തിയും അവർക്കുണ്ടായിരുന്നു.

ചിട്ടയായ ജീവിതചര്യയാണ് ഒരു മനുഷ്യന്റെ അടിസ്ഥാനത്തെ ബലപ്പെടുത്തുന്ന പ്രധാന ഘടകം. ഗൗരിയമ്മയ്ക്ക് ചെറുപ്പംമുതൽ ശീലിച്ച കുറെ ചിട്ടവട്ടങ്ങളും ദിനചര്യയും ഉണ്ടായിരുന്നു. ഏതു തിരക്കിനിടയിലും അതിലൊന്നും വീഴ്ചവരുത്താതെ നോക്കാൻ അവർ ശ്രദ്ധിച്ചിരുന്നു. കുട്ടിക്കാലം മുതൽക്കെ മീൻവിഭവങ്ങളായിരുന്നു പ്രിയം. പൊതുവെ ചെറുമത്സ്യങ്ങളോടാണ് താൽപ്പര്യമെങ്കിലും കരിമീൻ ഗൗരിയമ്മയുടെ ഓൾടൈം ഫേവറിറ്റ് ആണ്. നല്ല നാടൻ കരിമീൻ, കണമ്പ് എന്നിവയുണ്ടെങ്കിൽ ആള് ഹാപ്പിയാണ്. എന്നു കരുതി നിർബന്ധം ഒന്നുമില്ല. നെത്തോലിയോ മത്തിയോ ആയാലും കുഴപ്പമില്ല. എന്നാൽ, സൽക്കാരപ്രിയയായ ഗൗരിയമ്മയ്ക്ക് അതിഥികൾ വന്നാൽ കരിമീൻ നിർബന്ധമാണ്. നാടൻ കരിമീൻ കൂട്ടി ഒരൂണ് തന്റെ അതിഥികൾക്കു കൊടുത്താലേ ആ അമ്മമനസ്സ് സംതൃപ്തിയടയൂ. ഒരിക്കലും വലിച്ചുവാരി കഴിക്കുന്ന സ്വഭാവക്കാരി ആയിരുന്നില്ല.

സൽക്കാരപ്രിയയാണ് ഗൗരിയമ്മ എന്നു പറഞ്ഞല്ലോ. അതിലെ മെയിൻ ഐറ്റം ഉണ്ണിയപ്പം ആണ്. ഗൗരിയമ്മയുടെ വീട്ടിൽ എപ്പോഴും സ്റ്റോക്ക് ഉണ്ടാകുന്നതും ഉണ്ണിയപ്പമാണ്. ഏത് അതിഥി വന്നാലും കൊടുക്കാൻ ഉണ്ണിയപ്പം ഉണ്ടെങ്കിൽ പ്രത്യേക സന്തോഷമാണ്. പിറന്നാൾ ആഘോഷം ഇത്രയും ഗംഭീരമായി ആഘോഷിക്കുന്ന മറ്റൊരു നേതാവും നമുക്കില്ല. ഗൗരിയമ്മയുടെ ഓരോ പിറന്നാളും അവരോടൊപ്പം കേരളം മുഴുവനും ആഘോഷിക്കുകയായിരുന്നു. പിറന്നാൾ വലിയ രീതിയിൽ ആഘോഷിക്കാൻ ഗൗരിയമ്മയ്ക്കും താൽപ്പര്യമാണ്. പത്രസമ്മേളനത്തിലൂടെയാണ് പിറന്നാളിന് ക്ഷണിക്കുക. അന്നേദിവസം അമ്പലപ്പുഴ പാൽപ്പായസം നിർബന്ധമാണ്. എന്തു കഷ്ടപ്പെട്ടിട്ടാണെങ്കിലും അന്നവിടെ പാൽപ്പായസം ഉണ്ടാകും. രാഷ്ട്രീയം മറന്ന് ഇടതും വലതും ഒന്നിച്ച് ആഘോഷിക്കുന്ന പിറന്നാളും ഗൗരിയമ്മയുടേതുതന്നെ. വിഭവസമൃദ്ധമായ സദ്യ ഒരുക്കിയിരിക്കും. അന്നവിടെ എത്തുന്ന പത്രപ്രവർത്തകർക്കും അണികൾക്കും ഉൾപ്പെടെ. ഗൗരിയമ്മയുടെ നൂറാം പിറന്നാൾ അതിഗംഭീരമായിട്ടാണ് കേരളം ആഘോഷിച്ചത്. കേരളചരിത്രത്തിനൊപ്പം നടന്ന വനിതയ്ക്ക് അർഹിക്കുന്ന ആദരം നൽകാൻ നാം ഒരിക്കലും മറന്നിട്ടില്ലല്ലോ. ഒരിക്കൽ പിറന്നാൾ ആശംസിക്കാനായി അച്യുതാനന്ദൻ എത്തിയപ്പോഴുണ്ടായ സംഭവം അക്കാലത്തെ പത്രങ്ങളിൽ കോളം വാർത്തയായി ആഘോഷിക്കപ്പെടുകയുണ്ടായി. പതിവുപോലെ കരിമീൻ പൊള്ളിച്ചതൊക്കെ ഉണ്ടായിരുന്നു അന്നും. വി എസ് അച്യുതാനന്ദൻ വർഷങ്ങളായി വെജിറ്റേറിയനാണ്. അന്നേദിവസം പിറന്നാൾസദ്യ കഴി

ക്കാനായി ഗൗരിയമ്മയ്ക്കൊപ്പം വി എസും ഇരുന്നു. തുടക്കത്തിലേ അദ്ദേഹം പറഞ്ഞു നോൺവെജ് വേണ്ടാന്ന്. ഗൗരിയമ്മയുണ്ടോ വിടുന്നു. നേരെ ഒരു കമാൻഡിങ്, "പിന്നെ ഇതൊക്കെ ആർക്കു വേണ്ടിയാടോ ഉണ്ടാക്കിയത്. താൻ കഴിച്ചിട്ടു പോയാ മതി." ആ ആജ്ഞ ധിക്കരിക്കാൻ പറ്റുന്നതല്ല. ഒടുവിൽ വർഷങ്ങൾക്കുശേഷം വി എസ് നോൺവെജ് കഴിച്ചു എന്ന പേരിൽ മീഡിയ അത് ആഘോഷമാക്കി. ഇതാണ് ആതിഥേയ യായ ഗൗരിയമ്മ. നമ്മുടെയെല്ലാം വീടുകളിൽ കാണുന്ന തനി നാട്ടിൻപു റത്തുകാരി അമ്മ. വയറുനിറയെ ആഹാരം കഴിപ്പിച്ച് അതിൽ സന്തോ ഷിക്കുന്ന അമ്മ.

ഇതേ അമ്മ തന്നെയാണ് വാർദ്ധക്യമെന്ന രണ്ടാം ബാല്യത്തിൽ കുറുമ്പുകാട്ടി ഓടിനടന്നതും. കുഞ്ഞുപ്രായത്തിൽ നല്ല കുറുമ്പുകാരി യായിരുന്നു ഗൗരിയമ്മ. വാർദ്ധക്യമെന്ന രണ്ടാം ബാല്യത്തിലും കുറു മ്പിനു കുറവൊന്നുമില്ല. പണ്ട് ബാക്കിവച്ച കുസൃതികളെല്ലാം പുറത്തെ ടുത്തത് പ്രായമേറിയപ്പോഴാണ്. കൂട്ടിന് പറ്റിയ രണ്ടു സുഹൃത്തുക്കളും ഉണ്ടായിരുന്നു. ഗൗരിയമ്മയുടെ സഹോദരീപുത്രിയുടെ കൊച്ചുമക്കൾ, അവരോടൊപ്പം കളിയും സെൽഫി എടുക്കലുമായി വാർദ്ധക്യത്തെ പ്പോലും നാണിപ്പിച്ചു. വലിയ മധുരപ്രിയയാണ് ഗൗരിയമ്മ. പ്രായത്തി ന്റേതായ ഷുഗർ കംപ്ലയിന്റ് ഉണ്ടായിരുന്നതിനാൽ മധുരം കൊടുക്കാൻ കഴിയുമായിരുന്നില്ല. എന്നാൽ, ആൾക്ക് മധുരം വേണം. പ്രത്യേകിച്ച് ഉണ്ണിയപ്പം. ആകെ വാശിപിടിക്കുന്നതും മധുരത്തിന് വേണ്ടിയായിരുന്നു. പിന്നുള്ളത് ഒരിക്കലും ഉടുത്തുതീരാത്ത സാരികൾ നിറഞ്ഞ അലമാര കാണുമ്പോൾ വരുന്ന ദേഷ്യമാണ്. ഓരോ പിറന്നാളിനും വരുന്ന അതി

വി എസ് അച്യുതാനന്ദനോടൊപ്പം

ഥികൾ സ്നേഹത്തോടെ സമ്മാനിക്കുന്നതിൽ ഏറിയ പങ്കും സാരികളാണ്. വിവാഹശേഷം ഗൗരിയമ്മ വെള്ളസാരി എന്ന പതിവിലേക്ക് മാറിയിരുന്നു. അതിനു മുമ്പുവരെ, പ്രത്യേകിച്ച് കോളേജ് കാലത്തെല്ലാം സാരികൾ അവരുടെ ക്രേസ് ആയിരുന്നിട്ടുണ്ട്. പൊതുപ്രവർത്തനരംഗത്തിലൂടെ സാധാരണക്കാരിലേക്ക് അടുത്തപ്പോൾപ്പിന്നെ അണിഞ്ഞൊരുങ്ങുന്നതെല്ലാം സ്വയം ഉപേക്ഷിക്കുകയായിരുന്നു. എന്നിട്ടും ഓരോ പിറന്നാളിനും സമ്മാനമായി ലഭിച്ചത് എണ്ണമറ്റ സാരികളാണ്. അവസാനം അതു നോക്കി ദേഷ്യപ്പെട്ടുകൊണ്ട് പറയും, "ഇതെല്ലാം ഞാൻ എപ്പോ ഉടുത്തു തീർക്കാനാണ്. ഈ ആളുകൾ എന്തിനാണിങ്ങനെ സാരി വാങ്ങിക്കൊണ്ടുവരുന്നത്." ഒരുകാലത്ത് കേരളരാഷ്ട്രീയത്തിലെ ഉറച്ച ശബ്ദമായിരുന്ന അതേ ഗൗരിയമ്മയാണ് വാർദ്ധക്യത്തിൽ സാരിയെക്കുറിച്ചോർത്ത് ദേഷ്യപ്പെട്ടും കൊച്ചുമക്കളോടൊത്ത് മുട്ട് മുട്ട് കളിച്ചും മധുരം കിട്ടാത്തതിൽ പിണങ്ങിയും നമ്മെ അത്ഭുതപ്പെടുത്തിയത്.

ദേശീയതലത്തിലും ഗൗരിയമ്മയോളം തലയെടുപ്പുള്ള മറ്റൊരു വനിതാ നേതാവ് ഉണ്ടായിട്ടില്ല. തനിക്ക് എന്തു സംഭവിക്കും എന്ന ചിന്ത ഒരിക്കലും അവരെ അലട്ടിയിട്ടില്ല. തന്റെ ജനങ്ങൾക്കുവേണ്ടി എന്തു ചെയ്യാം എന്നത് മാത്രമായിരുന്നു രാവും പകലും അവർ ചിന്തിച്ചിരുന്നത്. ദുഷ്പ്രഭുത്വത്തിനു നേരെ ചെറുത്തുനിൽക്കാൻ ഭരണപരമായ മികവ്, മറ്റുള്ളവരോടുള്ള ബഹുമാനം, കരുണ, സ്നേഹം, അസാധാരണ നിയമങ്ങൾ നിയമസഭയിൽ കൊണ്ടുവരാനുള്ള പ്രാപ്തി എന്നിവ മറ്റ് രാഷ്ട്രീയക്കാരിൽനിന്നും അവരെ വേറിട്ടുനിർത്തുന്നു. കമ്യൂണിസ്റ്റ് പാർട്ടി പ്രതിനിധി എന്ന നിലയിലാണ് ഭൂരിപക്ഷം നിയമനിർമ്മാണങ്ങൾക്കും അവർ ചുക്കാൻപിടിച്ചത്. അതവരുടെ ഉള്ളിൽ അലിഞ്ഞുചേർന്ന വികാരമായിരുന്നു. മറ്റെല്ലാത്തിനും മേലെയാണ് താൻ വിശ്വസിക്കുന്ന പാർട്ടിയും ആദർശങ്ങളും. അതിൽനിന്ന് വ്യതിചലിക്കാൻ ഒരിക്കലും അവർ തയ്യാറായിരുന്നില്ല. എന്നിട്ടും വിധിയുടെ വിളയാട്ടംപോലെ അവർക്ക് പാർട്ടിയുമായി വേർപിരിയേണ്ടിവന്നു. തെറ്റിദ്ധാരണകളായിരുന്നു എല്ലാത്തിനും ആക്കംകൂട്ടിയത്. കേരള രാഷ്ട്രീയചരിത്രത്തിലെയും ഗൗരിയമ്മയുടെയും ഇരുണ്ട കാലഘട്ടമായേ അതിനെ കാണാൻ പറ്റൂ. എന്നാൽ, ഒടുവിൽ ഇടതുപക്ഷത്തേക്കുതന്നെ അവർ മടങ്ങിവന്നു. തിരിച്ചു വരാതിരിക്കാൻ ഗൗരിയമ്മയ്ക്കു കഴിയുമായിരുന്നില്ല. കാരണം ഒന്നേയുള്ളൂ. അവർ ഒരു സഖാവാണ്. ഏത് പ്രതിബന്ധത്തെയും അതിജീവിച്ച കേരളത്തിന്റെ സ്ത്രീമുദ്രയായ സഖാവ്. ഗൗരിയമ്മയ്ക്ക് പകരംവയ്ക്കാൻ മറ്റൊന്നുമില്ല. ഗൗരിയമ്മയ്ക്കു തുല്യം ഗൗരിയമ്മ മാത്രം. ഇത്രയും പ്രൗഢയായ ഒരു ഭരണാധികാരി നമുക്കല്ലാതെ മറ്റാർക്കാണ് ഉണ്ടായിരുന്നത്? ഇനിയും ഗൗരിയമ്മയെപ്പോലെ ഒരു സ്ത്രീ ഉണ്ടാകുമോ എന്നും അറിയില്ല. പെൺകരുത്തിന്റെ പ്രതീകമായിരുന്നു അവർ. സ്ത്രീ അബലയാണെന്നു

പറഞ്ഞു പുച്ഛിച്ചവർക്കുമുന്നിൽ തലയെടുപ്പോടെ നിവർന്നുനിന്ന് ഒരു സംസ്ഥാനംതന്നെ ഭരിച്ചുകാണിക്കാൻ ഗൗരിയമ്മയ്ക്കല്ലാതെ മറ്റാർക്കാണ് കഴിയുക?

ആലപ്പുഴ ചാത്തനാട്ടെ വീട്ടിലായിരുന്നു അവസാനനാളുകളിൽ ഗൗരിയമ്മ കഴിഞ്ഞിരുന്നത്. എന്നാൽ, തിരുവനന്തപുരത്തേക്ക് വരണം എന്ന നിർബന്ധപ്രകാരമാണ് ഇവിടേക്കുവരുന്നതും. തിരുവനന്തപുരത്തെത്തി കുറച്ചു ദിവസങ്ങൾക്കകം പനിയും ശ്വാസംമുട്ടലും അനുഭവപ്പെട്ടതിനെത്തുടർന്ന് കിള്ളിപ്പാലം പി ആർ എസ് ആശുപത്രിയിൽ പ്രവേശിപ്പിക്കുകയായിരുന്നു. എന്നാൽ, പിന്നീട് ശ്വാസകോശ അണുബാധയെത്തുടർന്ന് തീവ്രപരിചരണ വിഭാഗത്തിലേക്കുമാറ്റി. അണുബാധ നിയന്ത്രിക്കാൻ ഡോക്ടർമാർ കിണഞ്ഞു ശ്രമിച്ചെങ്കിലും ഫലം കണ്ടില്ല. ഗൗരിയമ്മയുടെ വേർപാട് ഒരു ഞെട്ടലോടെയാണ് കേരളം ശ്രവിച്ചത്. അത്രയധികം നമ്മുടെ ഓരോരുത്തരുടെയും ജീവിതത്തിൽ അവർ സ്വാധീനം ചെലുത്തിയിരുന്നു. കൊടിയുടെ നിറം മറന്ന് കേരളരാഷ്ട്രീയം മുഴുവൻ ഒന്നിച്ചെത്തിയ മരണാനന്തരചടങ്ങും ഗൗരിയമ്മയുടേതായിരുന്നു.

കോവിഡ് രൂക്ഷമായിരുന്ന കാലഘട്ടമായിരുന്നു 2021 മേയ് 11. ലോക്ഡൗണും നിയന്ത്രണങ്ങളുമായി ജനം പൂർണ്ണമായും സഹകരിച്ചുപോരുന്ന സമയം. എന്നാൽ, ഗൗരിയമ്മയുടെ വേർപാട് സഹിക്കാൻ പറ്റുന്നതായിരുന്നില്ല. അവസാനയാത്രയ്ക്കുമുമ്പ് അന്ത്യാഞ്ജലി അർപ്പിക്കാൻ കേരളജനതയ്ക്കു മുഴുവൻ ആഗ്രഹമുണ്ടായിരുന്നു. ഒടുവിൽ കോവിഡ് പ്രോട്ടോകോളിൽ ഇളവ് അനുവദിച്ചായിരുന്നു ഗൗരിയമ്മയുടെ അന്ത്യനിമിഷങ്ങൾക്ക് കേരളം ഒരുങ്ങിയത്. ഗൗരിയമ്മയുടെ സ്വന്തം തിരുവനന്തപുരത്തെ അയ്യങ്കാളി ഹാളിൽ പൊതുദർശനത്തിനുവച്ച ഭൗതികശരീരത്തിൽ സമൂഹത്തിന്റെ നാനാതുറകളിൽ നിന്നുള്ളവർ ആദരാഞ്ജലി അർപ്പിച്ചു. അവരിൽ ഗവർണർമുതൽ ഏറ്റവും സാധാരണക്കാരൻവരെയുണ്ടായിരുന്നു. ഭൗതികദേഹം വഹിച്ചുകൊണ്ടുള്ള ആംബുലൻസ് കടന്നുപോകുന്ന വഴികളിലെല്ലാം ജനം കാത്തുനിൽപ്പുണ്ടായിരുന്നു. അനേകം ബില്ലുകൾ അവതരിപ്പിച്ച നിയമസഭയ്ക്കും സെക്രട്ടേറിയറ്റിനും മുന്നിലൂടെ ആംബുലൻസ് കടന്നുപോകുമ്പോൾ ആ അന്തരീക്ഷംപോലും മൂകമായി കരഞ്ഞു. അത്രയധികം തലസ്ഥാനവുമായി താദാത്മ്യം പ്രാപിച്ചിരുന്നു ഗൗരിയമ്മ. കോവിഡ് കാലം അല്ലായിരുന്നുവെങ്കിൽ ഇങ്ങനെയൊരു യാത്രയയപ്പ് ആകില്ല ഗൗരിയമ്മയ്ക്കു ലഭിക്കുക. ഒടുവിൽ ജന്മനാട്ടിൽ ആലപ്പുഴ വലിയ ചുടുകാട്ടിലെ മണ്ണിൽ വിലയം പ്രാപിക്കുമ്പോൾ ഒരു ജനത മുഴുവൻ കണ്ണീരൊപ്പുന്നുണ്ടായിരുന്നു. കമ്യൂണിസ്റ്റ് രക്തസാക്ഷികൾ അന്ത്യവിശ്രമംകൊള്ളുന്ന വലിയ ചുടുകാട് ശ്മശാനത്തിൽ ഭർത്താവ് ടി വി തോമസിന് അരികിലായിട്ടായിരുന്നു ഗൗരിയമ്മയ്ക്കും ചിതയൊരുങ്ങിയത്. അവിടെ അരിവാൾ ചുറ്റിക നക്ഷത്രം പതിച്ച ചെങ്കൊടി പുതച്ചുറങ്ങിയ അമ്മയെ പൂർണ്ണ

ഔദ്യോഗിക ബഹുമതിയോടെ യാത്രയാക്കി. കമ്യൂണിസ്റ്റ് രാഷ്ട്രീയചരിത്രത്തിനൊപ്പം നടന്ന് സ്വയം ചരിത്രമായി മാറിയ വിപ്ലവേതിഹാസം ഇനി ജ്വലിക്കുന്ന ഓർമ്മയാണ്.

11 തവണ നിയമസഭാംഗമായ വ്യക്തി, ആറുതവണ മന്ത്രിപദം, ആദ്യ കമ്യൂണിസ്റ്റ് മന്ത്രിസഭയിലെ അംഗം, ഈഴവസമുദായത്തിൽനിന്ന് ആദ്യമായി അഭിഭാഷക ബിരുദം നേടിയ വനിത, ഏറ്റവും കൂടുതൽ കാലം മന്ത്രിയായിരുന്ന വനിത, പ്രായം കൂടിയ മന്ത്രി തുടങ്ങി ഇന്ത്യൻ രാഷ്ട്രീയത്തിൽ മറ്റാർക്കും അവകാശപ്പെടാനാവാത്ത പല റെക്കോർഡുകൾക്കും ഉടമയാണ് ഗൗരിയമ്മ. എത്ര ആദരിച്ചാലും മതിവരില്ല. അതിനാൽ ഗൗരിയമ്മയുടെ മരണശേഷം കൂടിയ ആദ്യ നിയമസഭാ സമ്മേളനത്തിൽ ഗൗരിയമ്മയ്ക്കുള്ള സ്മാരകം പണിയാനായി സംസ്ഥാന ബജറ്റിൽ പ്രത്യേകം തുക വകയിരുത്തി. പുതുതലമുറയ്ക്കും ഗൗരിയമ്മ പകർന്ന ആവേശം ചെറുതല്ല. തലമുറകളെ സ്വാധീനിക്കാൻപോന്ന ഒത്തിരി ഘടകങ്ങൾ നിറഞ്ഞതാണല്ലോ അവരുടെ ജീവിതം. ആവേശംകൊള്ളിക്കാൻ ആ ജീവിത പുസ്തകത്തിനു കഴിയും. സോഷ്യൽ മീഡിയകളിൽ ഒരാഴ്ചക്കാലം ബാലചന്ദ്രൻ ചുള്ളിക്കാടിന്റെ 'ഗൗരി' എന്ന കവിതാശകലങ്ങൾ കുറിച്ചുകൊണ്ട് യുവതലമുറയും ഗൗരിയമ്മയെ അനുസ്മരിച്ചു.

ഗൗരിയമ്മ ഒരു ഇതിഹാസമായിരുന്നു. പകരംവയ്ക്കാനില്ലാത്ത വ്യക്തിത്വത്തിനുടമ. ഇനി വരുംതലമുറകൾക്കും പാഠമാകാൻ, ആവേശമാകാൻ, പൂർണ്ണചന്ദ്രനെപ്പോലെ പ്രകാശം ചൊരിയാൻ അവരുടെ ഓർമ്മകൾക്കാവും. ആ പാദങ്ങളിൽ ഒരുപിടി ചുവന്നപുഷ്പങ്ങൾ മനസ്സാൽ അർപ്പിച്ചുകൊണ്ട് പറയട്ടെ.

ലാൽ സലാം സഖാവെ.

അനുബന്ധങ്ങൾ

നിയമസഭാ പ്രസംഗങ്ങൾ

ലേഖനം

ജീവിതരേഖ

പി കെ ചന്ദ്രാനന്ദന് സമ്മേളന പതാക കൈമാറുന്നു

അനുബന്ധം 1 : നിയമസഭാ പ്രസംഗങ്ങൾ

1. കാർഷികബന്ധ ബില്ല് (1958)

സർ, ഈ ബില്ല് നിയമസഭയിൽ അവതരിപ്പിക്കുന്നതിന് എനിക്ക് അതിയായ സന്തോഷമുണ്ട്. കേരളത്തിലെ ഭൂവുടമാ ബന്ധങ്ങളിൽ സമഗ്രവും സമൂലവുമായ പരിഷ്കാരങ്ങൾ കൊണ്ടുവരുന്നതിന് ഉദ്ദേശിച്ചുകൊണ്ട് തയ്യാറാക്കിയിട്ടുള്ളതാണ് ഈ ബില്ല്. ഇന്നത്തെ ഭരണഘടനയുടെ വ്യവസ്ഥകൾക്കു വിധേയമായി 'കൃഷിഭൂമി കൃഷിക്കാരന്' എന്ന നമ്മുടെ ദേശീയപ്രസ്ഥാനത്തിന്റെ മൗലികമായ മുദ്രാവാക്യം നടപ്പിലാക്കാനുള്ള സംരംഭമാണ് ഇതിനുള്ളത്. കൃഷിചെയ്യുന്ന കർഷകർക്ക് സ്ഥിരാവകാശം, കുടിയാന് മര്യാദപ്പാട്ടം, ഭൂവുടമസ്ഥതയ്ക്ക് പരിധി നിർണ്ണയിക്കുക, കൃഷിക്കാർക്ക് അവർ കൈവശം വയ്ക്കുന്ന ഭൂമി ജന്മികളുടെ കൈയിൽനിന്ന് ന്യായമായി പ്രതിഫലം കൊടുത്ത് വിലയ്ക്ക് വാങ്ങുവാൻ അധികാരം നൽകുക ഇവയെല്ലാംകൂടി ഉൾക്കൊള്ളുന്ന നിയമനിർമ്മാണം എന്ന നിലയ്ക്ക് നമ്മുടെ സ്റ്റേറ്റിലെ ഭൂവുടമബന്ധ നിയമനിർമ്മാണത്തിന്റെ ചരിത്രത്തിൽ ഇതൊരു അതിപ്രധാനമായ നാഴികക്കല്ലാണെന്ന് ഞാൻ പ്രസ്താവിച്ചുകൊള്ളട്ടെ.

കേരളത്തിലെ ഭൂപരിഷ്കരണ നിയമങ്ങൾക്ക് ദീർഘമായ ഒരു ചരിത്രമുണ്ട്. ജന്മികൾക്ക് യഥേഷ്ടം ഒഴിപ്പിക്കാനും പാട്ടം പിരിക്കാനും ഉണ്ടായിരുന്ന സ്വേച്ഛാധികാരത്തെ പടിപടിയായി നിയന്ത്രിക്കുകയും യഥാർത്ഥ കൃഷിക്കാർക്ക് കൂടുതൽ കൂടുതൽ സംരക്ഷണം നൽകുകയും ചെയ്യാനുള്ള ഒരു പരിശ്രമത്തിന്റെ ചരിത്രമാണ് 1929 ലെ മലബാർ കുടിയായ്മ നിയമം, 1934 ലെ കൊച്ചി വെറുംപാട്ടം കുടിയാൻ നിയമം, 1950 ലെ തിരു

വിതാംകൂർ-കൊച്ചി വിധി നടത്തു നിർത്തിവയ്ക്കൽ നിയമം, കുടിയൊഴിപ്പിക്കൽ നിരോധനനിയമം, 1954 ലെ തിരുവിതാംകൂർ-കൊച്ചി ഗവൺമെന്റ് അവതരിപ്പിച്ച കാർഷിക പരിഷ്കാരബില്ലുകൾ, 1957 ലെ ഒഴിപ്പിക്കൽ നിരോധനനിയമം ഇവയെല്ലാം ഈ അവസരത്തിൽ സ്മരണീയങ്ങളാണ്.

കാർഷികപരിഷ്കാരത്തിന്റെ പരമപ്രാധാന്യം ഞാൻ പ്രത്യേകം എടുത്തു പറയേണ്ടതില്ല. ഒന്നാം പഞ്ചവത്സരപദ്ധതിയിൽത്തന്നെ ഇന്ത്യയിലെ പ്ലാനിങ്ങിൽ കാർഷികോൽപ്പാദനം വർദ്ധിപ്പിക്കുന്നതിന് കാർഷിക പരിഷ്കരണകാര്യത്തിൽ സംസ്ഥാനങ്ങൾ മുൻഗണന നൽകണമെന്ന് ഊന്നി പ്രസ്താവിച്ചിട്ടുണ്ട്. പരിഷ്കാരത്തിന്റെ ദേശീയലക്ഷ്യം ഭക്ഷണത്തിൽ കമ്മിയായ നമ്മുടെ രാജ്യം സ്വയംപര്യാപ്തതയിൽ എത്തുകയും രാജ്യത്തിന്റെ വ്യവസായവളർച്ചയ്ക്ക് ആവശ്യമായ വിളകൾ വർദ്ധിപ്പിച്ച് രാജ്യത്തിലെ മൗലികപ്രശ്നങ്ങൾ പരിഹരിക്കുകയും ചെയ്യുക എന്നുള്ളതാണ്. ഈ ലക്ഷ്യങ്ങൾ നേടാൻവേണ്ടി രണ്ടാം പഞ്ചവത്സരപദ്ധതിയിൽ കാർഷികപരിഷ്കരണങ്ങൾക്ക് നിദാനമായിരിക്കേണ്ട രണ്ട് മൗലിക പ്രമാണങ്ങൾ പ്ലാനിങ് കമിഷൻ ഊന്നി പ്രതിപാദിച്ചിട്ടുണ്ട്.

(1) ഭൂവുടമബന്ധങ്ങളുടെ ഇന്നത്തെ സ്വഭാവത്തിൽനിന്നുദിക്കുന്ന കാർഷികോൽപ്പാദനത്തിന്മേലുള്ള തടസ്സങ്ങൾ നീക്കുക.

(2) ഉയർന്ന കാര്യക്ഷമതയും ഉൽപ്പാദനക്ഷമതയുമുള്ള ഒരു കാർഷികവ്യവസ്ഥ കഴിയുന്നതും വേഗം വാർത്തെടുക്കുന്നതിന് ആവശ്യമായ സാഹചര്യങ്ങൾ സൃഷ്ടിക്കുക ഇവയാണ്.

കാർഷികപരിഷ്കരണങ്ങളെ സംബന്ധിച്ചിടത്തോളം പ്ലാനിങ് കമിഷന്റെ മുഖ്യശിപാർശകൾ താഴെപ്പറയുന്നവയാണ്:

(1) മദ്ധ്യവർത്തികളെ ഒഴിവാക്കുക.

(2) സ്ഥിരാവകാശം, മര്യാദപ്പാട്ടം, സ്ഥിരകുടിയാന്മാർക്ക് ഭൂമിയിൽ ഉടമസ്ഥത, ഉടമാവകാശം ഉൾപ്പെടെയുള്ള ഭൂമികൾക്ക് പരിധിനിർണ്ണയം.

(3) തുണ്ടുഭൂമികൾ ഒന്നിച്ചുചേർത്ത് കൃഷി ശാസ്ത്രീയവും ആദായകരവുമാക്കുക, കൃഷിനടത്തിപ്പിൽ കാര്യക്ഷമതയുണ്ടാക്കുക, സഹകരണാടിസ്ഥാനത്തിന്മേലുള്ള കൃഷി വളർത്തുക എന്നിവയാണ്.

ഈ ശിപാർശകളിൽ ഒന്നിലും രണ്ടിലും അടങ്ങിയ ഭൂവുടമബന്ധത്തിൽ വരുത്തേണ്ട മാറ്റങ്ങളെയാണ് ഈ ബില്ലിൽ കൈകാര്യം ചെയ്തിട്ടുള്ളത്.

ഈ ബില്ലിലെ പ്രധാന വ്യവസ്ഥകൾ താഴെപ്പറയും പ്രകാരമാണ്:

1. സ്ഥിരാവകാശം: കൃഷിക്കാർ പാട്ടത്തിന് എടുത്തു കൃഷിചെയ്യുന്ന ഭൂമിയിൽ സ്ഥിരാവകാശം കിട്ടുക എന്നതാണ് നമ്മുടെ പ്രധാന ആവശ്യം. ഇന്ന് നമ്മുടെ സ്റ്റേറ്റിൽ നിലവിലുള്ളതും ഇതിനുമുൻപ് അവതരിപ്പിക്കപ്പെട്ടതുമായ നിയമനിർമ്മാണങ്ങളിൽ എല്ലാ വിഭാഗം കുടിയാന്മാരെയും ഉൾക്കൊള്ളിക്കുകയോ അവർക്കെല്ലാം സ്ഥിരാവകാശം നൽകപ്പെടുകയോ ചെയ്തിരുന്നില്ല. എന്നാൽ, ഈ ബില്ലിൽ യാതൊരു പരിതഃസ്ഥിതിയിലും സ്ഥിരം കുടിയാന്മാരെ ഒഴിപ്പിക്കാൻ പാടില്ലായെന്ന് വ്യവസ്ഥചെയ്തിരിക്കുകയാണ്. കാണം, കുഴിക്കാണം, കസ്റ്റമറി വെറുംപാട്ടം, മലബാറിൽ 1957 ഏപ്രിൽ 11 നുമുൻപ് അഞ്ചുകൊല്ലം തുടർച്ചയായി വസ്തു കൈവശം വച്ചുകൊണ്ടിരിക്കുന്നതായിട്ടുള്ള പാട്ടം, സ്റ്റേറ്റിന്റെ മറ്റു ഭാഗങ്ങളിൽ 1957 ഏപ്രിൽ 11 നുമുൻപ് പത്തുകൊല്ലം തുടർച്ചയായി ഭൂമി കൈവശം വച്ചുകൊണ്ടിരിക്കുന്ന പാട്ടക്കാർ, കുടിയിരിപ്പുകാർ ഇവരെല്ലാം യാതൊരു കാരണവശാലും ഒഴിപ്പിക്കാൻ പാടില്ലാത്ത സ്ഥിരംകുടിയായ്മകളാണ്. സ്ഥിരം കുടിയാന്മാരല്ലാത്ത കുടികിടപ്പുകാരെയും ഒഴിപ്പിക്കാനുള്ള ജന്മിയുടെ അവകാശം പരമാവധി പരിമിതപ്പെടുത്തിയിട്ടുണ്ട്. ബില്ലിലെ രണ്ടാമദ്ധ്യായത്തിൽ ആറാം വകുപ്പിൽ ഈ ഉപാധികൾ വിവരിച്ചിട്ടുമുണ്ട്. ഇങ്ങനെ ഒഴിപ്പിച്ചെടുക്കുന്ന ഭൂമിപോലും ഒഴിപ്പിച്ചിട്ടുള്ള ആവശ്യങ്ങൾക്ക് ഇനി അടുത്ത അഞ്ചുകൊല്ലക്കാലം ഏതെങ്കിലും കൊല്ലത്തിൽ ഉപയോഗിക്കപ്പെടാതിരിക്കുകയാണെങ്കിൽ തിരികെ ഒഴിപ്പിച്ച് കുടിയാന് അവകാശപ്പെടാവുന്നതാണ്. അതുപോലെതന്നെ കുടിയാന്മാരുടെ വിവരണത്തിൽ പാലക്കാട്ട് ജില്ലയിലെ ശമ്പളപ്പാട്ടക്കാരെയും കൂലിപ്പാട്ടക്കാരെയും വടക്കെ മലബാറിലെ പുനഃകൃഷിക്കാരെയും കുട്ടനാട്ടിലെ ലൈസൻസികളെയും ചില പ്രത്യേക വാരക്കാരെയും സ്ഥിരാവകാശത്തിന് അർഹതയുള്ള കുടിയാന്മാരുടെ കൂട്ടത്തിൽപ്പെടുത്തിയിട്ടുണ്ട്.

2. മര്യാദപ്പാട്ടം: ബില്ലിന്റെ മറ്റൊരു പ്രധാന തത്വം, കുടിയാൻ കൊടുക്കേണ്ടതായിട്ടുള്ള മര്യാദപ്പാട്ടത്തിന്റെ ഏറ്റവും കൂടുതൽ തോതും ചുരുങ്ങിയതോതും ബില്ലിലെ ഒന്നാം പട്ടികയായി ചേർത്തിട്ടുണ്ട്. കൃഷിക്കാരൻ കൊടുക്കേണ്ടതായിട്ടുള്ള പാട്ടം ഇതിൽ ഏതെങ്കിലും മര്യാദപ്പാട്ടമോ ഉടമ്പടി അനുസരിച്ചുള്ള പാട്ടമോ ഏതാണ് കുറവ് എന്നുവച്ചാൽ അതായിരിക്കും. ഓരോതരം ഭൂമികൾക്കും അതിന്റെ പ്രത്യേകത അനുസരിച്ചുള്ള മര്യാദപ്പാട്ടമാണ് നിശ്ചയിച്ചിട്ടുള്ളത്. പട്ടികയിൽ കൊടുത്തിട്ടുള്ള തോതുകളിൽനിന്നുകൊണ്ട് ഓരോ പ്രത്യേക പ്രദേശത്തും മര്യാദപ്പാട്ടം എന്തായിരിക്കണമെന്ന് ഗവൺമെന്റ് നിശ്ചയിച്ച് ഗസറ്റുമുഖേന പ്രസിദ്ധപ്പെടുത്തുന്നതാണ്. ഇങ്ങനെ നിശ്ചയിക്കുന്ന മര്യാദപ്പാട്ടം തങ്ങളുടെ ഭൂമിക്ക് നിശ്ചയിച്ചുകിട്ടാൻ ഓരോ കുടിയാനും 'ലാൻഡ് ട്രൈബ്യൂ

ണലി'ന്റെ അടുത്തു ഹർജി സമർപ്പിക്കേണ്ടതുമാകുന്നു. 33-ാം വകുപ്പ് അനുസരിച്ച് 1957 ഏപ്രിൽ 11 നുമുമ്പ് കുടിയാൻ കൊടുക്കേണ്ടതായിട്ടുള്ള പാട്ടബാക്കി ചില വ്യവസ്ഥകളിന്മേൽ റദ്ദാക്കാൻ ബില്ലിൽ വ്യവസ്ഥ ചെയ്തിട്ടുണ്ട്. തിരുവിതാംകൂർ-കൊച്ചിയിലെ അഞ്ചേക്കറിൽ കവിയാത്ത ചെറുഭൂവുടമകളുടെ കാര്യത്തിൽ ഇവർക്ക് ഒഴിപ്പിച്ചെടുക്കാൻ ചില പ്രത്യേക വ്യവസ്ഥകൾ ബില്ലിൽ ഉൾപ്പെടുത്തിയിട്ടുണ്ട്. എല്ലാ വിഭാഗത്തിലും പെട്ടിട്ടുള്ള കുടിയാന്മാർക്ക് സ്ഥിരാവകാശം നൽകുന്നതിന്റെ ഫലമായി ചെറുഭൂവുടമകൾക്ക് നേരിടുന്ന വിഷമതകൾ കുറയ്ക്കാനുദ്ദേശിച്ചുകൊണ്ടുള്ളതാണ് ഈ വ്യവസ്ഥകൾ. ഒരു ചെറുഭൂവുടമയോ അയാളുടെ കീഴിലുള്ള കുടിയാനോ ഭൂവുടമ ഒഴിപ്പിച്ചെടുക്കുകയോ ചെയ്യേണ്ട ഭൂമിയുടെ വ്യാപ്തി ലാൻഡ് ട്രൈബ്യൂണലിനോട് ആവശ്യപ്പെടാവുന്നതാണ്. ലാൻഡ് ട്രൈബ്യൂണൽ അവരുടെ ധനസ്ഥിതിയും സാഹചര്യങ്ങളും നോക്കി അനുരഞ്ജന നടപടിപ്രകാരം തീരുമാനം ചെയ്യാവുന്നതാണ്.

3. സ്ഥിരംകുടിയാന്മാർക്ക് ഭൂമി വാങ്ങാനുള്ള അവകാശം: ബില്ലിലെ അതിപ്രധാനമായ മറ്റൊരു വ്യവസ്ഥ സ്ഥിരംകുടിയാന്മാർക്ക് അവർ പാട്ടത്തിനെടുത്ത് കൃഷിചെയ്യുന്ന ഭൂമി ഒരു കുടുംബത്തിന് കൈവശം വയ്ക്കാവുന്ന ഭൂമിയുടെ പരിധിവരെ ജന്മിയുടെ കൈവശത്തിൽനിന്നും പ്രതിഫലം കൊടുത്ത് വിലയ്ക്കു വാങ്ങാവുന്ന അവകാശമാണ്. ഇങ്ങനെ വിലയ്ക്കു വാങ്ങുമ്പോൾ കുടിയാൻ കൊടുക്കേണ്ട പ്രതിഫലം ബില്ലിൽ നിശ്ചയിച്ചിട്ടുള്ള മര്യാദപ്പാട്ടത്തിന്റെ പതിനാറിരട്ടിയാണ്. പ്രതിഫലം പതിനാറു വാർഷികഗഡുക്കളിലായോ ഒന്നിച്ചോ അടയ്ക്കാവുന്നതാണ്. ഒന്നിച്ചടയ്ക്കുന്ന കുടിയാൻ പ്രതിഫലത്തിന്റെ എഴുപത്തഞ്ചു ശതമാനം കൊടുത്താൽ മതി. ജന്മിക്കു കിട്ടുന്ന പ്രതിഫലത്തോത് രണ്ടാം പട്ടികയിൽ ബില്ലിൽ ചേർത്തിട്ടുണ്ട്.

4. പരിധിനിർണ്ണയം: ഒരാൾക്കോ ഒറ്റ കുടുംബത്തിനോ കൈവശം വച്ചുകൊണ്ടിരിക്കാവുന്ന ഭൂമിയുടെ പരിധി ബില്ലിൽ വ്യവസ്ഥ ചെയ്തിട്ടുണ്ട്. ആ പരിധി അഞ്ചംഗങ്ങളുള്ള ഒരു കുടുംബത്തിന് പതിനഞ്ചേക്കർ ഇരിപ്പുനിലമോ തത്തുല്യമായ മറ്റു ഭൂമിയോ ആയിരിക്കും. കുടുംബത്തിൽ കൂടുതൽ അംഗങ്ങൾ ഉണ്ടെങ്കിൽ അതിനനുസരിച്ച് ഒരംഗത്തിന് ഒരേക്കർ കൂടുതൽ വീതം ഇരുപത്തഞ്ച് ഏക്കർവരെ പരമാവധി പരിധി നിശ്ചയിച്ചിട്ടുണ്ട്. പരിധിനിർണ്ണയത്തിൽനിന്ന് ഗവൺമെന്റ് ഭൂമികളെയും തോട്ടങ്ങളെയും പൊതുമതസ്ഥാപനങ്ങളെയും പൊതുമതധർമ്മസ്ഥാപനങ്ങളെയും ഒഴിവാക്കിയിട്ടുണ്ട്. പരിധിയിൽ കൂടുതലുള്ള ഭൂമി സർക്കാരിനെ ഏൽപ്പിക്കേണ്ടതും, അങ്ങനെ ഏൽപ്പിക്കുന്ന ഭൂമിക്കു ലഭിക്കുന്ന

പ്രതിഫലം രണ്ടാം പട്ടികയിൽ കാണിച്ചിട്ടുമുണ്ട്. വളരെ സാമാന്യമായും പൂർണ്ണത ഇല്ലാതെയും മാത്രമാണ് ബില്ലിലെ വ്യവസ്ഥകളെപ്പറ്റി ഞാൻ വിവരിച്ചിട്ടുള്ളത്. ഭൂവുടമബന്ധപരിഷ്കാരത്തിന്റെ പ്രശ്നത്തെ പ്ലാനിങ് കമിഷന്റെ നിർദ്ദേശങ്ങൾക്ക് അനുസരണമായി ഈ ഗവൺമെന്റ് എങ്ങനെയാണ് സമീപിച്ചിട്ടുള്ളതെന്ന് മൊത്തത്തിൽ ചൂണ്ടിക്കാണിക്കുക മാത്രമാണ് എന്റെ ഉദ്ദേശ്യം. ബില്ലിലെ വ്യവസ്ഥകൾ വിശദമായി പഠിക്കാനും ചർച്ച ചെയ്യാനും ബഹുമാനപ്പെട്ട മെമ്പറന്മാർ തയ്യാറാകണമെന്നും നിങ്ങളുടെ വിലയേറിയ അഭിപ്രായങ്ങൾ അറിയിക്കാനും ഞാൻ അഭ്യർത്ഥിക്കുന്നു. അതിലേക്ക് ആവശ്യമായിട്ടുള്ള അവസരം തരുന്നതിനും ഗവൺമെന്റ് തീരുമാനിച്ചിട്ടുണ്ട്.

ഭൂമിയേയും കൃഷിയേയും ആശ്രയിച്ച് ജീവിക്കുന്നവർ നമ്മുടെ സ്റ്റേറ്റിലെ ജനസംഖ്യയിൽ 70 ശതമാനത്തോളം ആളുകൾക്ക് പരമാവധി ഗുണം ചെയ്യുന്നതിനുള്ള ആഗ്രഹത്തിന്റെ അടിസ്ഥാനത്തിലാണ് ഈ ബില്ല് തയ്യാറാക്കിയിട്ടുള്ളത്. കുടിയാന് സ്ഥിരാവകാശവും മര്യാദപ്പാട്ടവും ഭൂമിയിൽ ഉടമാവകാശവും അങ്ങനെ കൂടുതൽ അവകാശങ്ങൾ അനുവദിക്കുന്നതോടൊപ്പംതന്നെ ഇടത്തരക്കാരായ ഭൂവുടമകൾക്ക് കഴിയുന്നതും ആശ്വാസം നൽകുന്നതിനും ഈ ബില്ലിൽ ശ്രദ്ധിച്ചിട്ടുണ്ട്.

ഈ ബില്ല് തയ്യാറാക്കുന്നതിൽ ഗവൺമെന്റിന് നേരിട്ടുള്ള ചില വിഷമതകളും അതുമൂലം ബില്ലിലെ ചില വ്യവസ്ഥകളിൽ വന്നുചേരാൻ ഇടയുള്ള അപൂർണ്ണതകളെയും ബഹുമാനപ്പെട്ട മെമ്പറന്മാരെ അറിയിക്കുന്നതിനു ഞാൻ ആഗ്രഹിക്കുന്നു. ബില്ലിലെ വ്യവസ്ഥകൾ നടപ്പിൽ വന്നാൽ എത്ര കുടിയാന്മാർക്ക് സ്ഥിരാവകാശവും ഉടമാവകാശവും കിട്ടുമെന്നോ അഞ്ചേക്കറിൽ കൂടുതൽ ഭൂമിയില്ലാത്ത ചെറുഭൂവുടമകൾ എത്ര ഉണ്ടെന്നോ ഭൂമിയിന്മേൽ ബാദ്ധ്യതപ്പെടുത്തിയിട്ടുള്ള കടം എത്ര സംഖ്യ വരുമെന്നോ വ്യക്തമാക്കുന്ന കണക്കുകൾ ഗവൺമെന്റിന്റെ കൈവശം ഇല്ല. അതുകൊണ്ട് എത്ര സംഖ്യ പ്രതിഫലമായി കൊടുക്കേണ്ടിവരുമെന്ന് ഖണ്ഡിതമായി കണക്കാക്കുവാൻ കഴിഞ്ഞിട്ടില്ല. Statistics വകുപ്പിൽനിന്നും കിട്ടിയ കണക്കുകൾ അനുസരിച്ച് 15 ഏക്കറിൽ കൂടുതൽ ഭൂമി കൈവശമുള്ള ആളുകൾ 86,000 ത്തിൽപ്പരവും അവരുടെ കൈവശമുള്ള ഭൂമി 34 ൽപ്പരം ലക്ഷം ഏക്കറുമാണ്. ഇതിൽനിന്നു തോട്ടങ്ങളെയും മതസ്ഥാപനങ്ങളുടെ കൈവശമുള്ള ഭൂമികളെയും ഒഴിവാക്കേണ്ടതായിട്ടുണ്ട്. ഇതുകൊണ്ടുമാത്രം പരിധി നിർണ്ണയിച്ചതിനുശേഷം ഭൂമി ഇല്ലാത്തവർക്ക് വിതരണം ചെയ്യുവാൻ ഗവൺമെന്റിന് കിട്ടാനിടയുള്ള ഭൂമി എത്രയാണെന്ന് കണക്കാക്കുവാൻ അഞ്ചേക്കറിനു താഴെ ഭൂമി കൈവശമുള്ള വസ്തു ഉടമസ്ഥന്മാരുടെ എണ്ണം 2,347,476 എന്നാണ് തിട്ടപ്പെടു

ത്തിക്കാണുന്നത്. ഇവരുടെ കൈവശമുള്ള ഭൂമി വിസ്തീർണ്ണം 2,621,472 ഏക്കർ ആണ്. ഇവർ പാട്ടത്തിനു കൊടുത്തിട്ടുള്ള ഭൂമിയുടെ വിസ്തീർണ്ണം 61, 271 ഏക്കർ എന്നാണ് കണക്കിൽ കാണുന്നത്.

അഞ്ച് ഏക്കറിനു മുകളിൽ 15 ഏക്കറിനു താഴെ ഭൂമിയുള്ള വസ്തു ഉടമസ്ഥന്മാരുടെ എണ്ണം 2,34,830 ആണ്. അവരുടെ കൈവശമുള്ള ഭൂമിയുടെ വിസ്തീർണ്ണം 2,092,958. ഇവർ പാട്ടത്തിനു കൊടുത്തിട്ടുള്ള ഭൂമിയുടെ വിസ്തീർണ്ണം 81,665 ഏക്കറാണ്.

എന്നാൽ, ഈ കണക്കുകൾക്കും വളരെ പരിധികളുണ്ട്. മലബാറിൽ പാട്ടത്തിനു പോയിട്ടുള്ള ഭൂമിയുടെ കൈവശം തിട്ടപ്പെടുത്തിയപ്പോൾ Malabar Tenancy Act പ്രകാരം സ്ഥിരാവകാശം കിട്ടിയിട്ടുള്ള കുടിയാന്മാരെ വസ്തു ഉടമസ്ഥന്മാരായി കണക്കാക്കിയിട്ടാണ് കാണുന്നത്. അതുപോലെ ഒരുപ്പൂനിലമോ ഇരുപ്പൂനിലമോ തോപ്പുകളോ തരംതിരിച്ച് കണക്കെടുത്തിട്ടുമില്ല. ഇവയെല്ലാംകൊണ്ട് ഈ നിയമം ഉളവാക്കുന്ന ബാദ്ധ്യതഗുണം കിട്ടുന്ന കുടിയാന്മാരുടെ എണ്ണമോ വാങ്ങിക്കുന്ന ഭൂമിയുടെ വിസ്തീർണ്ണമോ തിട്ടപ്പെടുത്തുവാൻ കഴിഞ്ഞിട്ടില്ല. കാർഷികപരിഷ്കരണം ഒരു ദേശീയപ്രശ്നമായി കാണുന്നതിനും അങ്ങനെ അതിന് ഒരു പരിഹാരം കാണാൻ ശ്രമിക്കുകയും ചെയ്യണമെന്ന് ഞാൻ അഭ്യർത്ഥിക്കുന്നു. നമ്മുടെ ദേശീയപ്രസ്ഥാനത്തിലും സ്വാതന്ത്ര്യസമരത്തിലും കോടിക്കണക്കിനു കൃഷിക്കാർ അണിനിരക്കുകയും ധീരോദാത്തമായി പോരാടുകയും ചെയ്തത്, 'കൃഷിഭൂമി കൃഷിക്കാർക്ക്' എന്ന മുദ്രാവാക്യം മുഴക്കിക്കൊണ്ടാണ്. ഇന്ന് ആ മുദ്രാവാക്യത്തിന് ഒരു പുതിയ രൂപം കൈവന്നിട്ടുണ്ട്. നമുക്കു കൈവന്നിട്ടുള്ള സ്വാതന്ത്ര്യം കോടിക്കണക്കിനുള്ള ജനങ്ങളുടെ സാമ്പത്തികമോചനത്തിൽക്കൂടി സാക്ഷാൽക്കരിക്കേണ്ടതാണ്. അതിനുള്ള ചുമതലയും ബഹുമതിയുമാണ് നമുക്ക് വന്നുചേർന്നിരിക്കുന്നത്. മാത്രമല്ല, ഭക്ഷണപ്രശ്നം പരിഹരിക്കുന്നതിനും രണ്ടാം പഞ്ചവത്സരപദ്ധതി വിജയിപ്പിക്കുന്നതിനും പ്രധാന ഉപാധികൂടി ആയിരിക്കണം നമ്മുടെ കാർഷികപരിഷ്കാരങ്ങൾ. ആ നിലയ്ക്ക് ഈ ബില്ലിനെ സമീപിക്കണമെന്നും ബില്ലിലെ വ്യവസ്ഥകൾ ഇനിയും നന്നാക്കാനുള്ള ക്രിയാത്മകമായ നിർദ്ദേശങ്ങൾ നൽകി സഹായിക്കണമെന്നും ഞാൻ ബഹുമാനപ്പെട്ട മെമ്പറന്മാരോടു മാത്രമല്ല, ഇന്നാട്ടിലെ എല്ലാ കൃഷിക്കാരോടും മുഴുവൻ ദേശാഭിമാനികളോടും അഭ്യർത്ഥിക്കുന്നു. ഈ പ്രശ്നം ഒരു പാർട്ടിയുടെ പ്രശ്നമല്ല. നമ്മുടെ നാടിന്റെ പ്രശ്നമാണ്. ഈ ബില്ലിനെപ്പറ്റി ചർച്ച ചെയ്യുമ്പോഴും അതിൽ വന്നിട്ടുള്ള പാകപ്പിഴകൾ തിരുത്തി നന്നാക്കുവാനുള്ള ശ്രമം നടക്കുമ്പോഴും കേരളത്തിലെ ജനങ്ങളുടെ അഭിലാഷം സാക്ഷാൽക്കരിക്കുന്നതിനുള്ള ഉപാധിയായി

വേണം ബില്ലിനെ കാണേണ്ടതെന്നും ഞാൻ ഒരിക്കൽക്കൂടി അഭ്യർത്ഥിക്കുകയാണ്. ഈ ബില്ലിൽ പല പാകപ്പിഴകളും വന്നേക്കാം. പരിപൂർണ്ണമാണെന്ന് ഗവൺമെന്റ് കരുതുന്നുമില്ല. പക്ഷേ, ഈ ബില്ല് ഈ നാട്ടിലെ സങ്കീർണ്ണമായ കാർഷികപ്രശ്നം പരിഹരിക്കുന്നതിനുള്ള ഞങ്ങളുടെ ആത്മാർത്ഥമായ ആഗ്രഹത്തിന്റെ പ്രതിഫലമാണ് എന്നുമാത്രം പ്രസ്താവിക്കുവാൻ ആഗ്രഹിക്കുന്നു.

Shri. A Thanu Pillai: I wish to say a word about this. As it has been suggested here, too think that the general discussion on the Kerala Agrarian Relations Bill may be put off, We have had practically a day or two since the Bill was supplied to us. It is merely to express some platitudes we may have the satisfaction of having done it. The Bill contains very very important principles that apply to the agrarian relations in our own country. If those principles are to be discussed with some advantage; I think tie discussion should be put off. Honestly I say that I am not in a position to profitably discuss this matter today. The P S P Government introduced this Bill. This is not quite different from the past one. In the Bill, the P S P Government stated that excess land may be leased. The present one says that excess land may be purchased: There are differences of views. This Bill has also dealt with some other details that are dealt with in those Bills that have become law. There are other provisions which we were not able to be got through. Evidence had been taken from Travancore and Cochin regarding all these matters. Many volumes have been printed. Opinions were collected: But in regard to Malabar we have not got that data. I think that ample time may be given. It may be put off to another day. Any formal sanction is not required for circulation. Anyway there is no harm in giving this Bill for circulation.

ഡെപ്യൂട്ടി സ്പീക്കർ: ഈ ബില്ലിനെപ്പറിയുള്ള പ്രഥമ ചർച്ചയെ സംബന്ധിച്ചിടത്തോളം ഈ സഭയിലെ പൊതു അഭിപ്രായം അറിയാൻ ഞാൻ ആഗ്രഹം പറയാൻ സാദ്ധ്യമാകയില്ല. 'മാലഫൈഡി ട്രാൻസ്ഫേഴ്സ്' ഉള്ളതുപോലെ തന്നെ 'ബൈനോഫൈഡി ട്രാൻസ്ഫേഴ്സും' ഉണ്ടാകാം. അത്തരത്തിലുള്ളവർക്കു സംരക്ഷണം കൊടുക്കണം. അതോടൊപ്പം 'മാലഫൈഡി ട്രാൻസ്ഫേഴ്സ്' നടത്തിയിട്ടുള്ളവരെ മുഴുവൻ കർശന നടപടികൾക്കു വിധേയരാക്കുകയും വേണം. ഇതു ലാന്റ് ലെജിസ്ലേഷൻ വരുമ്പോൾ ഉൾപ്പെടുത്താൻ സാധിക്കും. പക്ഷേ, അതല്ല ഞാൻ ഉദ്ദേശി

ക്കുന്നത്. ഇവിടെ മാലഫൈഡി ട്രാൻസ്ഫറിനെ സംബന്ധിച്ച് മുഖ്യമായിട്ടു പറഞ്ഞിട്ടുള്ളത് എന്റെ സഹപ്രവർത്തകനായ നിയമവകുപ്പു മന്ത്രിയുടെ പേരിൽ തെറ്റിദ്ധാരണമൂലം ഉണ്ടായിട്ടുള്ള ആരോപണമാണ്. അദ്ദേഹം എന്റെ സഹപ്രവർത്തകൻ എന്നുള്ള നിലയിൽ എനിക്ക് അറിയാൻ കഴിഞ്ഞിട്ടുണ്ട്. അദ്ദേഹം സ്വന്തം നിലയിൽ ഈ നിയമത്തിന്റെ ഉദ്ദേശ്യത്തെ തോല്പിക്കുന്നതിന് അദ്ദേഹത്തിന്റെ അറിവോടുകൂടി യാതൊന്നും ചെയ്തിട്ടില്ല എന്ന്. അതിന്റെ അടിസ്ഥാനത്തിൽ എനിക്ക് വളരെ വ്യക്തമായിട്ടു പറയാൻ സാധിക്കും അദ്ദേഹത്തിന്റെ അറിവുകൂടാതെ എന്തെങ്കിലും നടത്തിയിട്ടുണ്ടെങ്കിൽ അത് തിരുത്തുന്നതിന് എന്തു വ്യവസ്ഥകൾ നടപ്പിലാക്കുന്നതിനും അദ്ദേഹം അനുകൂലിയാണ്. ഇതിൽ കൂടുതൽ ഇപ്പോൾ സൗകര്യമില്ലാത്തതുകൊണ്ടു പറയാൻ നിവൃത്തിയില്ല.

ഈ അവസരത്തിൽ ഈ ആരോപണങ്ങൾ നടത്തുന്നതിനെപ്പറ്റി മറ്റു ഉദാഹരണങ്ങൾകൂടി പറയുവാൻ ഞാനാഗ്രഹിക്കുന്നുണ്ട്. എന്നെപ്പറ്റി വ്യക്തമായിട്ടല്ലെങ്കിലും ചില ആരോപണങ്ങൾ ഉണ്ടായിട്ടുണ്ട്. കഴിഞ്ഞ നിയമസഭയിൽ നമ്പൂതിരി ബിൽ അവതരിപ്പിച്ച സമയത്ത് ബഹുമാനപ്പെട്ട മെമ്പറന്മാരിൽ ഒരാൾ പറഞ്ഞു, തിരുമേനിമാരെ സംസാരിക്കുന്നതിനുവേണ്ടി തിരുമേനി കൊണ്ടുവരുന്ന ഒരു ബില്ലാണ് ഇതെന്ന്. എന്നാൽ, പരമാർത്ഥം എന്താണ്? 1932 ൽ 25 കൊല്ലങ്ങൾക്കുമുമ്പ് മലബാറിൽ പാസായ ഒരു ബില്ലാണ് ഇവിടെ മറ്റുള്ളവർക്കുകൂടി ബാധകമായിക്കൊള്ളട്ടെ എന്നുകരുതി അവതരിപ്പിച്ചിരിക്കുന്നത്. 1932 ൽ പാസായ നിയമമനുസരിച്ച് ഭാഗം വാങ്ങിച്ചവനാണ് ഞാൻ. അതുകൊണ്ട് അടിസ്ഥാനമില്ലാത്ത ആരോപണങ്ങളാണ് ഇവയെല്ലാം. പക്ഷേ, എന്നെപ്പറ്റിയുള്ള പരാതിക്കു കാലദൈർഘ്യം കൊണ്ടായിരിക്കാം അത്ര വലിയ ബലം ഉണ്ടായിരുന്നില്ല. ആളുകൾ അതു വിശ്വസിച്ചുമില്ല. എന്തെങ്കിലും പറഞ്ഞു ദുഷ്പ്രചരണം നടത്തുന്ന ഈ രീതി വളരെ കഷ്ടമാണെന്നേ എനിക്കു പറയുവാനുള്ളൂ. ഇത്തരത്തിൽ കുറെക്കാലത്തേക്കു വിശ്വസിപ്പിക്കാൻ കഴിഞ്ഞേക്കും. എന്നാൽ, ദീർഘകാലം വിശ്വസിക്കുവാൻ ആരും തയ്യാറാവുകയില്ല എന്നാണ്. ഇത്തരത്തിലുള്ള മാലഫൈഡി ആയിട്ടുള്ള പ്രസ്താവനകളെ ഗവൺമെന്റ് അവഗണിക്കുന്നതോടൊപ്പം ഉത്തമവിശ്വാസത്തോടും ആത്മാർത്ഥമായും കൊണ്ടുവരുന്ന ഏതു നിർദ്ദേശങ്ങളെയും അംഗീകരിക്കാൻ കമ്യൂണിസ്റ്റു മന്ത്രിസഭ തയ്യാറാകുമെന്നുകൂടി ഞാൻ പറഞ്ഞുകൊള്ളുന്നു.

ശ്രീമതി. കെ ആർ ഗൗരിയമ്മ: സർ, ഈ ബില്ലിനെ സംബന്ധിച്ച് ഇവിടെ ഉന്നയിക്കപ്പെട്ടിട്ടുള്ള ആക്ഷേപങ്ങൾക്കും മറ്റു വിമർശനങ്ങൾക്കും

മറുപടി പറയുന്നതിനുമുമ്പായി ഈ വകുപ്പു കൈകാര്യം ചെയ്തുവരുന്ന ഉത്തരവാദപ്പെട്ട മന്ത്രി എന്ന നിലയിൽ, ഒരു സംഗതി ഇവിടെ പ്രസ്താവിക്കുവാൻ ഞാനാഗ്രഹിക്കുന്നു. ബഹുമാനപ്പെട്ട മെമ്പർ ശ്രീ. രാമുണ്ണിക്കുറുപ്പ് ഇവിടെ പറഞ്ഞു, റവന്യൂ മന്ത്രി മലബാറിൽവച്ച് മെയ് 26-ാം തീയതി ഒരു പ്രസ്താവന ചെയ്തുവെന്നും അതിൽ ഭൂമിയുടെ പരിധി 15 ഏക്കറായി ക്ലിപ്തപ്പെടുത്തിയിരിക്കുന്നതായി പറഞ്ഞുവെന്നും അതിനു തെളിവുതരാൻ താൻ തയ്യാറാണെന്നും. ഈ ബിൽ കൈകാര്യം ചെയ്ത ഒരു മന്ത്രിയെന്ന നിലയിൽ ഈ ബില്ലിനെ സംബന്ധിച്ച്, ഞാൻ മലബാറിൽ പോയ സന്ദർഭത്തിൽ, അതിന്റെ അടിസ്ഥാനതത്വങ്ങളെപ്പറ്റിയല്ലാതെ, ആ ബില്ലിലെ ഏതെങ്കിലും വകുപ്പുകളെ സംബന്ധിച്ചോ അതിലെ ഉള്ളടക്കത്തെ സംബന്ധിച്ചോ യാതൊരു പ്രസ്താവനയും ചെയ്തിട്ടില്ലെന്നുള്ളതാണ് പരമാർത്ഥം. അതു തെളിയിക്കാൻ അദ്ദേഹത്തെ വെല്ലുവിളിക്കുന്നു. അദ്ദേഹത്തിന്റെ പ്രസംഗത്തിൽ ആവേശം വേണ്ടുവോളം ഉണ്ടായിരുന്നു. പക്ഷേ, അതിൽ പരമാർത്ഥം അൽപ്പം പോലുമില്ലായിരുന്നു. മലബാറിൽ ഞാൻ പോയിരുന്നു എന്നുള്ളതു വാസ്തവമാണ്. പോയത് ഒക്ടോബർ 6-ാം തീയതിയാണ്. അതിനുമുമ്പ് മന്ത്രിസഭ അധികാരത്തിൽ വന്നതിനുശേഷം ഞാൻ മലബാറിലേക്കു പോയിട്ടില്ല. ഞാൻ അവിടെപ്പോയ അവസരം ഏതായിരുന്നു എന്നദ്ദേഹത്തിനും അറിവുള്ളതാണ്. ആ സന്ദർഭത്തിൽ അദ്ദേഹം കണ്ണൂർ സ്റ്റേഷനിലും മറ്റും സ്വീകരണത്തിനു നിന്നതു മറന്നുകാണുമെന്നു തോന്നുന്നില്ല. എന്നിട്ടും കരുതിക്കൂട്ടി ഇത്തരത്തിലുള്ള വ്യാജപ്രസ്താവനകൾ നടത്തുന്നതു സങ്കടകരമാണെന്നു മാത്രമേ എനിക്കു പറയുവാനുള്ളൂ. ഏതായാലും, ഈ ബില്ലിനെ കരുതിക്കൂട്ടി തോൽപ്പിക്കുന്നതിനുവേണ്ടി ഉന്നയിക്കപ്പെട്ടിട്ടുള്ള ഈ ആരോപണത്തെ ഞാൻ ആദ്യമേ നിഷേധിക്കുന്നു. ഇതുപോലെയുള്ള പ്രസ്താവനകൾ എം എൽ എമാരെ സംബന്ധിച്ചതായാലും മന്ത്രിമാരെ സംബന്ധിച്ചതായാലും പുറപ്പെടുവിക്കുമ്പോൾ കുറെക്കൂടി ഉത്തരവാദബോധത്തോടുകൂടി ചെയ്യണമെന്ന് ഞാൻ അഭ്യർത്ഥിക്കുകയാണ്.

ഈ ബിൽ അവതരിപ്പിച്ച സമയം ഞാൻ പറയുകയുണ്ടായി. ഈ നാട്ടിലെ കർഷകവിഭാഗവും ഭൂവുടമകളും തമ്മിലുള്ള ബന്ധങ്ങൾക്കു ശാശ്വതമായ ഒരു പരിഹാരം ഉണ്ടാക്കണമെന്നുള്ള ആത്മാർത്ഥമായ ഉദ്ദേശ്യത്തോടുകൂടി അവതരിപ്പിച്ചിരിക്കുന്ന ഒരു ബില്ലാണ് ഇതെന്ന്. ഈ ബില്ല് പരിപൂർണ്ണമല്ലായിരിക്കാം, ഈ ബില്ലിൽ പാകപ്പിഴകൾ ഉണ്ടായിരിക്കാം. തെറ്റുകൾ വന്നേക്കാം, പക്ഷേ, ഒരു കാര്യം ഞാൻ പറയാം. കർഷകർക്കുവേണ്ടി സമരം ചെയ്ത ഒരു പാർട്ടി എന്ന നിലയിലും കർഷക

രുമായി വളരെയധികം ബന്ധപ്പെട്ട ആളെന്ന നിലയിലും കർഷക താൽപ്പര്യങ്ങളെ ശരിയായി പ്രതിനിധീകരിക്കുന്നവർ ഈ മന്ത്രിസഭയിലുള്ളതുകൊണ്ട് കർഷകർ വളരെക്കാലമായി ആഗ്രഹിക്കുന്ന അവകാശങ്ങളെയും അവർ അംഗീകരിച്ചിരിക്കുന്ന മുദ്രാവാക്യങ്ങളെയും ആവിഷ്കരിച്ചുകൊണ്ട് അവരുടെ പ്രശ്നങ്ങൾക്ക് ശാശ്വതമായ പരിഹാരം കാണുന്നതിന് ഇന്നത്തെ പരിതഃസ്ഥിതിയിൽ ഞങ്ങളുടെ കഴിവുകൾ അനുസരിച്ചു കൊണ്ടുവന്നിട്ടുള്ള ഒരു ബില്ലാണിത്. ഈ ബില്ലിൽ തെറ്റുകളും കുറവുകളും കണ്ടേക്കാം. ഇന്നത്തെ സ്ഥിതിക്ക് പ്ലാനിങ് കമിഷൻ പറഞ്ഞിരിക്കുന്ന രണ്ടാമത്തെ ഭാഗം, അതായത് ഭൂമി തുണ്ടുതുണ്ടായി കിടക്കുന്നതു യോജിപ്പിക്കുന്നതിനുള്ള നടപടികൾ ഈ ബില്ലിൽ ഉൾക്കൊള്ളിക്കാൻ സാധിച്ചിട്ടില്ല. അതിലേക്ക് ഇനി വേറൊരു ബിൽ കൊണ്ടുവരേണ്ടതായിവരും. പ്ലാനിങ് കമിഷൻ പറഞ്ഞ ആദ്യത്തെ ഭാഗം, അതായത്, കൃഷിഭൂമി കർഷകനായിരിക്കണമെന്നുള്ള ലക്ഷ്യം പരമമായി അംഗീകരിച്ചുകൊണ്ടാണ് ഇപ്പോൾ ഈ ബില്ല് കൊണ്ടുവന്നിരിക്കുന്നതെന്നും ഈ ബിൽ ഇന്നു വായിച്ചുനോക്കുന്നവർക്കെല്ലാവർക്കും അറിയാൻ കഴിയുന്ന വസ്തുതയാണ്. ആ നിലയ്ക്ക് എല്ലാവരുംകൂടി യോജിച്ച് ഈ ബില്ല് പരിപൂർണ്ണവിജയത്തിലെത്തിക്കുന്നതിനു സഹായിക്കുകയാണു വേണ്ടത്. ശ്രീമാൻ ചന്ദ്രശേഖരൻ ഒരു വക്കീലാണ്. ഒരു വക്കീൽ എന്നുള്ള നിലയിലാണ് അദ്ദേഹം സംസാരിച്ചത്. വെറുതെ ഒരു ഭാഗത്തേക്കുമാത്രം വാദിക്കുന്ന വക്കീൽ, അതും ശരിയായിട്ടല്ലാതെ, അദ്ദേഹം പറഞ്ഞു. മലബാർ കുടിയായ്മ ബില്ലിലുള്ള കുടിയാന്റെ അവകാശാധികാരങ്ങൾപോലും ഈ ബിൽ എടുത്തുകളഞ്ഞിരിക്കുകയാണ് എന്ന്. ഒരുപക്ഷേ, ഞാൻതന്നെ കുറ്റക്കാരിയാണ്. കാരണം ബില്ല് വളരെ മുമ്പുതന്നെ സർക്കുലേറ്റു ചെയ്യാൻ ശ്രമിച്ചുവെങ്കിലും സാധിച്ചില്ല. മെമ്പറന്മാർക്കു പഠിക്കാൻ സമയം കിട്ടിക്കാണുകയില്ല. അതുകൊണ്ട് ഈ ബിൽ മുഴുവനും അദ്ദേഹം വായിച്ചിരിക്കുകയില്ല. ഈ ബില്ലിൽ കൊടുത്തിരിക്കുന്ന പെർമനന്റ് ടെനന്റ് എന്ന നിർവ്വചനം വായിച്ചാൽ, മലബാർ കുടിയായ്മ നിയമത്തിൽ സ്ഥിരാവകാശം കിട്ടിയ ഒരൊറ്റ കുടിയാനും ഈ ബില്ലിൽ നിന്ന് ഒഴിവാക്കപ്പെട്ടിട്ടില്ലെന്നുകാണാം. അവരുടെ യാതൊരവകാശവും നഷ്ടപ്പെട്ടിട്ടില്ല. എന്നുമാത്രമല്ല, വാരക്കാർ, ഓടച്ചാർത്തുകാർ, ശമ്പളപ്പാട്ടച്ചീട്ടുകാർ, പുനംകൃഷിക്കാർ, ലൈസൻസീസ് മുതലായവരേയും കുടിയാനാക്കിയതിനാൽ വളരെ കൂടുതൽ കുടിയാന്മാർക്കു ഗുണം കിട്ടിയിട്ടുണ്ട്. പെർമനന്റ് ടെനന്റ് സ്ഥിരാവകാശംമാത്രം കിട്ടുന്ന കുടിയാനല്ല. ഒരുകാലത്തും ഒഴിപ്പിക്കപ്പെടാൻ പാടില്ലാത്തതും തന്റെ കൈവശമിരിക്കുന്ന കൃഷിഭൂമി പരിധിവരെ വിലയ്ക്കു വാങ്ങാനവകാശമുള്ള കുടി

യാനുമാണ് പെർമനന്റ് ടെനന്റ് എന്ന വാക്കിൽ ഉൾക്കൊള്ളിച്ചിട്ടുള്ളത്. കുടിയാന്മാരെത്തന്നെ മൂന്നു വകുപ്പായിട്ടു തിരിച്ചിട്ടുണ്ട്. ഇതിൽ എല്ലാറ്റിനും ഭൂമി ഒഴിപ്പിക്കുന്നതിനും റെസ്യൂം ചെയ്യുന്നതിനും പെർമനെന്റ് ടെനന്റിന്റെ കൈവശമുള്ള ഭൂമി വരികയില്ല എന്നു പ്രത്യേകം പറഞ്ഞിട്ടുണ്ട്. 1951 ൽ മലബാർ കുടിയായ്മ ബിൽ വന്നതിനുശേഷം അന്നത്തെ നിയമപ്രകാരം ഇന്നു ഭൂമി കൈവശത്തിലിരിക്കുന്ന ഒരൊറ്റ ആളുപോലും ഈ ബില്ലിൽ ഉൾപ്പെടാതെ പോവുകയില്ല. ഒരാളെയും ഒഴിപ്പിക്കുകയും ഇല്ല. അതുപോലെതന്നെ 1950 ലെ തിരുവിതാംകൂർ-കൊച്ചി വിധി നടത്തുനിരോധന നിയമപ്രകാരം കൃഷിക്കാരന്റെ കൈവശമുണ്ടായിരുന്ന ഭൂമിയും, 1118 ൽ കൊച്ചി വെറുംപാട്ടനിയമം പാസായ കാലത്ത് അതു തോൽപ്പിക്കുന്നതിനുവേണ്ടി വിക്രയം ചെയ്യപ്പെട്ട ഭൂമികളും കൂടാതെ തൃശ്ശൂരിലും മറ്റുമുള്ള ശമ്പളപ്പാട്ടക്കാരുടെയും വാരക്കാരുടെയും കൈവശമായിരിക്കുന്ന ഭൂമിയും എല്ലാം ഉൾക്കൊള്ളിച്ചുകൊണ്ടാണ് ബില്ലു കൊണ്ടുവന്നിരിക്കുന്നത്. കഴിഞ്ഞ കാലത്ത് ഭൂമിയുമായി ബന്ധമുള്ള, ഭൂമിയുമായി മല്ലിട്ടുവന്ന കൃഷിക്കാരെ ആരെയും ഈ ബില്ലിൽനിന്നും ഒഴിവാക്കപ്പെട്ടിട്ടില്ല.

പ്ലാനിങ് കമിഷന്റെ നിർദ്ദേശങ്ങളാണ് ബില്ലിന് Outline ആയി സ്വീകരിച്ചിരിക്കുന്നത്. പ്ലാനിങ് കമിഷൻ നൽകിയിട്ടുള്ള നിർദ്ദേശങ്ങളിൽ ചില ഡീറ്റെയിൽസിലേക്കു പോകുമ്പോൾ വ്യത്യാസങ്ങൾ വരുത്തിയിട്ടുണ്ട്. കർഷകന്റെ സൗകര്യത്തിനും കൂടുതൽ ഗുണത്തിനുംവേണ്ടിമാത്രമാണ് ഈ വ്യത്യാസം വരുത്തിയിട്ടുള്ളതെന്നു ബില്ലു വായിച്ചാൽ മനസ്സിലാകുന്നതാണ്. ഈ ബില്ലിൽ കൃഷിക്കാർക്ക് അങ്ങേയറ്റത്തെ ആശ്വാസ നടപടികൾ, വസ്തുവിൽ ഉടമസ്ഥനാക്കുക, പാട്ടം നിജപ്പെടുത്തുക, ഒഴിപ്പിക്കൽ തടയുക, പരിധി നിർണ്ണയിക്കുക ഇവ ചെയ്യുന്നതിനോടൊപ്പം ചെറുകിട ഭൂവുടമകളെ അങ്ങേയറ്റം രക്ഷിക്കുവാൻ ഒരു ശ്രമവും നടത്തിയിട്ടുണ്ട്. അത് എന്തുമാത്രം വിജയിച്ചിട്ടുണ്ട് എന്ന് അസംബ്ലി പരിശോധിക്കേണ്ടതാണ്. ഭൂപരിഷ്കാരത്തിന്റെ പേരിൽ ഭൂമിയില്ലാത്ത വേറൊരു സെറ്റിനെ ഉണ്ടാക്കരുത് എന്ന ഉദ്ദേശ്യത്തിലാണ് ഈ വകുപ്പുകൾ ചേർത്തിട്ടുള്ളത്. ഈ ബില്ലിൽ പ്ലാനിങ് കമിഷൻ നിർദ്ദേശിച്ച ഈ രണ്ടുകാര്യങ്ങളും ഉൾക്കൊള്ളിച്ചിട്ടുണ്ടെന്നുകാണാം. ആ കാര്യങ്ങൾ രണ്ടും ഒരു ദേശീയപ്രശ്നം എന്ന നിലയിൽ എടുക്കാൻ ഗവൺമെന്റ് തയ്യാറാവുകയും ചെയ്തു.

ഈ ബില്ലിലെ സീലിങ്ങിനെ സംബന്ധിച്ചുള്ള വ്യവസ്ഥകൾ, അതായത് 60 ഉം 63 ഉം വകുപ്പുകൾ ചില വ്യാഖ്യാനങ്ങൾക്കു വിധേയമായി. സീലിങ്ങിനെ സംബന്ധിച്ചുള്ള വ്യാഖ്യാനം വരുമ്പോൾ 15 ഏക്കറിലധികം

വരുന്ന വസ്തു ഉടമസ്ഥന്മാരെ എല്ലാപേരെയും അതു ബാധിക്കുന്നതാണ്. ഇവിടെ സ്വകാര്യ ട്രസ്റ്റുകളെ സീലിങ്ങിന്റെ പരിധിയിൽനിന്ന് ഒഴിവാക്കിയിട്ടില്ല. Public Religious and Charitable Insitutions ആണ് ഒഴിച്ചിരിക്കുന്നത്. ഈ ബില്ലിലെ വ്യവസ്ഥകൾ പുറത്തുകൊണ്ടുവന്ന് നിയമമന്ത്രി അദ്ദേഹത്തിനു ഗുണമുണ്ടാക്കിയെന്ന ആരോപണം ഇതുമൂലം പൊളിയുകയാണ്. സീലിങ്ങിൽനിന്നു പ്രൈവറ്റ് ട്രസ്റ്റ് ഒഴിയുന്നില്ല. ട്രസ്റ്റിന് പാട്ടത്തിനുള്ള വസ്തുക്കൾ കൃഷിക്കാരിൽനിന്ന് self cultivation ന് ഒഴിപ്പിക്കാൻ പാടില്ല. ഉത്തമവിശ്വാസത്തോടുകൂടിയല്ലാതെ വസ്തു കൈമാറ്റം റദ്ദാക്കാൻ ഇന്നു നിയമം ഉണ്ടെന്നു പറയുകയുണ്ടായി. പക്ഷേ, അതിന്റെ അധികാരം എന്തു പരിമിതമാണ്– ചാരാണെന്ന് question ചെയ്യാൻ തന്നെ അധികാരം ചിലർക്കേയുള്ളൂ. ഈ ബില്ലിൽ അങ്ങനെയല്ല. Sinomoti ചെയ്യാൻ സാധിക്കുന്നതാണ്. ഉത്തമവിശ്വാസത്തോടുകൂടിയുള്ള വസ്തു കൈമാറ്റത്തെ അംഗീകരിക്കുവാൻ ഗവൺമെന്റ് തയ്യാറാകുന്നതോടൊപ്പം ഉത്തമവിശ്വാസമില്ലാതെ ചാരായിട്ടു വസ്തു കൈമാറ്റം ചെയ്യപ്പെടുന്നതിന്റെ അംഗീകരിക്കാതിരിക്കുന്നതിനുള്ള വ്യവസ്ഥകളും ഈ ബില്ലിലുണ്ട്. സർ, ബില്ലു വരുന്നതിനുമുൻപ് ഒൻപതു മാസമായി ഈ നാട്ടിൽ നടന്നിട്ടുള്ള എല്ലാ മാറ്റങ്ങളെയും ഇതു തടസ്സപ്പെടുത്തും എന്നാണു വരുന്നതെങ്കിൽ നമ്മുടെ നാട്ടിലെ സാമ്പത്തികഭദ്രതയെ അതു ബാധിക്കുന്നതാണ്. ഒരു ചാരായിട്ടുള്ള പ്രമാണമാണ് എന്നു തെളിയിക്കണമെങ്കിൽ ആ വസ്തുവിന് അവകാശമുള്ള ആളിനോ അല്ലെങ്കിൽ കുടുംബത്തിലുള്ള ആളിനോ മാത്രമേ അധികാരമുള്ളൂ. എന്നാൽ, ബില്ലിൽ ഉത്തമവിശ്വാസത്തോടുകൂടിയല്ലാത്ത കൈമാറ്റങ്ങളൊന്നുംതന്നെ സ്വീകാര്യമല്ലെന്നു പറയുന്നുണ്ട്. ബഹുമാനപ്പെട്ട ചീഫ് മിനിസ്റ്റർ പറഞ്ഞതുപോലെ ഈ നാട്ടിലെ ജനങ്ങളെ കബളിപ്പിക്കുന്നതിനുള്ള ശ്രമങ്ങൾ നിരുത്സാഹപ്പെടുത്തണമെന്നുള്ള ഉദ്ദേശ്യമല്ലാതെ മറ്റൊന്നും ഞങ്ങൾക്കില്ല. തെറ്റുണ്ടെങ്കിൽ തിരുത്തുന്നതിനു തയ്യാറുമാണ്. ശ്രീ. കെ കെ വിശ്വനാഥൻ സംസാരിച്ചപ്പോൾ പറഞ്ഞു, റവന്യൂ മന്ത്രി അസംബ്ലിയിൽ സംസാരിച്ചപോലെത്തന്നെ പുറത്തും സംസാരിക്കാൻ തയ്യാറാകണമെന്ന്. അസംബ്ലിക്കകത്തും അസംബ്ലിക്കുപുറത്തും ഒരുപോലെയാണ് ഞാൻ സംസാരിക്കുന്നത്. മലബാറിലും കൊച്ചിയിലും ഉണ്ടായതുപോലെ കുടിയാന്മാരുടെ ഭൂവുടമാവകാശത്തെ ഉറപ്പിക്കുന്ന ശാശ്വതമായ ഒരു നിയമം തിരുവിതാംകൂറിൽ ഉണ്ടായിട്ടില്ല. അതില്ലയെന്ന് അസംബ്ലിയിലും പുറത്തും പറയേണ്ടിവരും. കോൺഗ്രസ് പത്തുകൊല്ലം ഭരിച്ചുവെന്നുവച്ച് പാസാകാത്തതും കൊണ്ടുവരാത്തതുമായ ബില്ല് ഉണ്ടെന്ന് പറയണോ? അതു സാദ്ധ്യമല്ല. കഴിഞ്ഞ പത്തുകൊല്ലക്കാലം കോൺഗ്രസ് ഇവിടെ ഭരിച്ചു.

ഈ കാലത്തിനകം അവർക്കു ഭൂമിയിൽ ശാശ്വതാവകാശം നൽകുന്ന ഒരു നിയമം കൊണ്ടുവരാൻ സാധിച്ചിട്ടില്ല. ഞാൻ അവരെ കുറ്റപ്പെടുത്തുകയല്ല. ഞങ്ങൾ ഭരണം തുടങ്ങി ഒൻപതുമാസം കഴിഞ്ഞതിനുശേഷമാണ് ഇപ്പോൾ ഈ ബില്ലു കൊണ്ടുവന്നിരിക്കുന്നത്. ഇത്രയും കാലതാമസം ഉണ്ടായതുതന്നെ ഇതിന്റെ സങ്കീർണ്ണസ്വഭാവം ശരിയാംവണ്ണം മനസ്സിലാക്കി അവയ്ക്കു നിവാരണം കണ്ടുപിടിക്കുന്നതിനുള്ള താമസമാണ്. ഈ സങ്കീർണ്ണതകളുടെ വിവിധ വശങ്ങൾ കഴിയുന്നിടത്തോളം എല്ലാം ഉൾക്കൊള്ളിച്ചുകൊണ്ടുതന്നെയാണ് ഈ ബിൽ കൊണ്ടുവന്നിരിക്കുന്നത്. കർഷകരുടേതായ ആദ്യത്തെ ബില്ലാണിത്. കുടികിടപ്പുകാരുടെ കാര്യവും ഈ ബില്ലിൽ ഉൾക്കൊള്ളിച്ചിട്ടുണ്ട്. കുടികിടപ്പുകാരന്റെ താമസം അംഗീകരിക്കുകയും അതോടൊപ്പം അതിലുള്ള ഈസ്മെന്റ് അവകാശംകൂടി സ്വീകരിക്കുകയും ചെയ്തിട്ടുണ്ട്. നൂറുശതമാനവും കുടികിടപ്പുകാരനെ ഒഴിപ്പിക്കാൻ പാടില്ല എന്നു വ്യവസ്ഥ ചെയ്തിരിക്കുകയാണ്.

സാധാരണയായി കുടികിടപ്പുകാരൻ ഒഴിഞ്ഞുപോകാൻവേണ്ടി വഴിയടച്ചു മുള്ളുവേലി കെട്ടുകയും കിടങ്ങുകൾ കുഴിക്കുകയും മറ്റും ചെയ്യുന്ന ഏർപ്പാടുകൾ ഉണ്ട്. നമ്മുടെ നാട്ടിലുള്ള കുടികിടപ്പുകാരന് ഈസ്മെന്റ് അവകാശംകൂടി കൊടുക്കുന്നതുകൊണ്ട് ഈവക ഉപദ്രവങ്ങളിൽനിന്നും രക്ഷനേടുന്നതിനു സാധിക്കുന്നതാണ്. കുടികിടപ്പുകാർക്കും അതുപോലെ സാധുകർഷകനും ഈ ബില്ലുകൊണ്ട് നന്മയുണ്ടാകണമെന്നുള്ള ഉദ്ദേശ്യത്തോടുകൂടിയാണ് ഇങ്ങനെ ഒരു നിയമനിർമ്മാണം ചെയ്തിട്ടുള്ളത്. അതുകൊണ്ട്, ഈ ബിൽ എത്രയും വേഗം പാസാക്കിയെടുക്കുന്നതിനുവേണ്ടി, എല്ലാ പാർട്ടി അംഗങ്ങളുടെയും സഹകരണം ഉണ്ടാകണമെന്നു ഞാൻ അഭ്യർത്ഥിക്കുന്നു. അതോടുകൂടി ശ്രീ. ജനാർദ്ദനനോട് ഒരു കാര്യം പറഞ്ഞുകൊള്ളട്ടെ. അദ്ദേഹം ആവേശത്തിന്റെ പേരിൽ കാർഷികനിയമം പാസാക്കുന്നിനുവേണ്ടി സത്യഗ്രഹമോ നിരാഹാരമോയൊക്കെ കളക്ടറേറ്റിൽ നടത്തിയതായി പറഞ്ഞു. ബില്ലുകൾ പാസാക്കാനുള്ള അസംബ്ലി സാമാജികന്മാർ, കളക്ടറേറ്റിലാണ് ഇത് പാസാക്കുന്നതെന്നു വിചാരിച്ചാൽ ജനങ്ങളുടെ പരിഹാസത്തിനു പാത്രമാകുമെന്നല്ലാതെ കാര്യമില്ല. അതുപോലെ ഇതു പാസാക്കാതെ ബഡ്ജറ്റ് അവതരിപ്പിച്ചാൽ അതിനെ പിച്ചിച്ചീന്തിക്കളയുമെന്ന് അദ്ദേഹം പറയുകയുണ്ടായി. കീറാനാണെങ്കിൽ കീറാമെന്നല്ലാതെ വേറെയൊന്നും പറയാനില്ല. ഈ ബിൽ പാസാക്കുന്നതിൽ ഉണ്ടാകുന്ന കാലതാമസം പത്തോ പതിനഞ്ചോ ദിവസമായാൽത്തന്നെയും നാട്ടിലെ കർഷകർക്കും കുടികിടപ്പുകാർക്കും മറ്റും അത്രത്തോളം ദോഷകരമായിരിക്കുന്ന സ്ഥിതിക്ക്

എത്രയും വേഗം ഇതു നിയമമാക്കേണ്ടതാണെന്നു ഞാൻ ഒന്നുകൂടി പറഞ്ഞുകൊള്ളട്ടെ. ഈ ബിൽ സർക്കുലേറ്റു ചെയ്തശേഷം അഭിപ്രായം അറിയുന്നതിനുള്ള അവസാന തീയതി, ഈ വരുന്ന ജനുവരി 31 എന്നു പറഞ്ഞിരിക്കുന്നത് (പി എസ് പി നേതാവിന്റെ നിർദ്ദേശംകൂടി അനുസരിച്ചുകൊണ്ട്) ഒരു മാറ്റംവരുത്തുവാൻ ഞാൻ തയ്യാറാണ്. ഫെബ്രുവരി 20 ആക്കണം എന്നുള്ള എന്റെ നിർദ്ദേശംകൂടി അദ്ദേഹം സ്വീകരിക്കണമെന്ന് എനിക്കൊരപേക്ഷയുണ്ട്. ആ തീയതിവരെ നീട്ടുന്നതിനു ഗവൺമെന്റിന് സമ്മതമാണ്. കാരണം, ബില്ലിന്റെ നാനാവശങ്ങളെയുംപറ്റിയുള്ള അഭിപ്രായങ്ങൾ രൂപീകരിക്കുന്നതിനുള്ള സൗകര്യത്തെ ഉദ്ദേശിച്ചാണ്.

സർ, Religious സ്ഥാപനങ്ങളുടെ വസ്തുക്കളെ ഒഴിച്ചുനിർത്തിയിരിക്കുന്നതിൽ വലിയ ആക്ഷേപം ഉണ്ടായിട്ടുണ്ട്. മതസ്ഥാപനങ്ങളുടെ കുടിയാന്മാരെ Permanent tenant ആയി അംഗീകരിക്കാതിരുന്നത്, മതസ്ഥാപനങ്ങളുടെ ഇന്നത്തെ വരുമാനത്തിൽ വലിയ ഇടിവുവന്നാൽ അവയുടെ ഭരണത്തെ എങ്ങനെ ബാധിക്കുമെന്നറിയാഞ്ഞിട്ടാണ്. അമ്പലങ്ങളുടെ പൂജാകാര്യാദികൾ മുടങ്ങരുതെന്നും അതുപോലെ ഈ സ്ഥാപനങ്ങളുടെ കീഴിലുള്ള ഉദ്യോഗസ്ഥന്മാരെ സംബന്ധിച്ചു ശാശ്വത തീരുമാനം എടുക്കാതിരുന്നതിനാലുമാണ് ഈ പ്രശ്നവും ആലോചിക്കുന്നതിൽ ഗവൺമെന്റിനു വിരോധമില്ല എന്നറിയിക്കുന്നത്. സർ, ഈ പ്രമേയം പാസാക്കിത്തരണമെന്നഭ്യർത്ഥിക്കുന്നു.

2. കേരള ഭൂപരിഷ്കരണ (ഭേദഗതി) ബിൽ 1968

The Kerala Land Reforms (Amendment) Bill, 1968

Mr. Speaker: The hon. Revenue Minister will move the Kerala, Land Reforms (Amendment) Bill, 1968.

Revenue Minister (**Smt. K R Gowri**) I move that the Kerala Land Reforms (Amendment) Bill, 1968 be referred to a Select Committee, Names of the members of the Select Committee will be given later.

Finance Minister (**Shri. P K Kunju**) I second it.

Shri. E Chandrasekharan Nair: I think the Select Committee will have powers to consider the original.

Mr. Speaker: Yes.

ശ്രീമതി. കെ ആർ ഗൗരി: സർ, ഈ നിയമംമൂലം നിയമത്തിലെ വകുപ്പുകൾ ഉൾപ്പെടെ പരിശോധിച്ച് റിപ്പോർട്ട് സമർപ്പിക്കാനുള്ള അധികാരത്തോടുകൂടിയ ഒരു സെലക്ട് കമ്മിറ്റിയിൽ അയക്കണമെന്ന പ്രമേയം അവതരിപ്പിക്കുകയാണ്. സെലക്ട് കമ്മിറ്റി മെമ്പറന്മാരുടെ പേരു പിന്നാലെ സമർപ്പിക്കുന്നതാണ്.

ഈ ഭേദഗതി നിയമം കൊണ്ടുദ്ദേശിക്കുന്നത് പ്രധാനമായും നാലു സംഗതികളാണ്. (1) നിലവിലിരിക്കുന്ന നിയമത്തിൽ സംരക്ഷണം കിട്ടാതെ പുറത്തുനിൽക്കുന്നതായ പുതിയ കുടിയാന്മാർക്കുകൂടി ആനുകൂല്യം കിട്ടത്തക്കവിധത്തിൽ കൂടുതൽ കൃഷിക്കാരെ നിയമത്തിൽ കുടി

യാന്മാരായി അംഗീകരിക്കുക. (2) നിലവിലുള്ള നിയമത്തിലുള്ള കുടിയാന്മാരുടെയും കുടികിടപ്പുകാരുടെയും നിർവ്വചനത്തിൽ കണ്ട പാകപ്പിഴകൾ തിരുത്തുകയും വ്യാഖ്യാനം വിപുലപ്പെടുത്തുകയും ചെയ്യുക. (3) യഥാർത്ഥ കുടിയാനെ വസ്തു ഉടമയാക്കുന്നതിനും അതുവേഗം സാധിക്കുന്നതിനും വേണ്ടിയുള്ള വകുപ്പുകൾ ചേർക്കുക. (4) ഭൂപരിഷ്കരണം മൂലം ബുദ്ധിമുട്ടേണ്ടിവരുന്ന ചെറുകിട വസ്തു ഉടമകളേയും സ്വന്തമായി ഭൂമിയില്ലാത്ത കുടികിടപ്പുകാരെയും പുനരധിവസിപ്പിക്കുന്നിനുവേണ്ടിയുള്ള പുനരധിവാസഫണ്ട് ഏർപ്പെടുത്തുക ഇവയാണ്.

കാർഷികപരിഷ്കരണ നിയമത്തിൽ ചേർത്തിട്ടുള്ള കുടിയാന്മാർക്ക് പുറമെ താഴെപ്പറയുന്നതായ കുടിയാന്മാരെക്കൂടി ഈ ബില്ലിൽ ഉൾക്കൊള്ളിച്ചിട്ടുണ്ട്.

(1) കോഴിക്കോട്ടു ജില്ലയിലെ കാരാഴ്മ കുടിയിരിപ്പിന്റെയും കുടികിടപ്പിന്റെയും ഇടകലർന്ന പ്രത്യേകം സ്വഭാവമുള്ള പാടമാണ്.

(2) കുഴിച്ചുവയ്പും കുടിയിരുപ്പും: ഭൂമിയിൽ ദേഹണ്ഡം ചെയ്യുന്നതിന് ദേഹണ്ഡഭൂമിയോ മറ്റു ഭൂമിയോ ആയതുവരെ അതിലുള്ള ദേഹണ്ഡം ജന്മിയുടെ കൈവശാനുഭവത്തിൽത്തന്നെ നിർത്തി; കൈമാറ്റം ചെയ്തു കൊടുക്കുന്ന വ്യവസ്ഥകളടങ്ങിയതാണ് ഈ കുടിയായ്മ.

(3) മുപ്പതുകൊല്ലം കൈവശവും, വസ്തുവിന്റെ വിലയിൽ 40 ശതമാനം വരത്തക്ക ദേഹണ്ഡങ്ങളും ചെയ്തിട്ടുള്ള കൈവശപ്പണയക്കാർ.

(4) മലബാർ കുടിയായ്മ നിയമം നടപ്പിൽവന്നകാലത്ത് കുടിയാനായിരിക്കുകയും അതു കഴിഞ്ഞതിനുശേഷം നടപ്പുപണയമായോ മറ്റു സ്ഥിരതയില്ലാത്ത അവകാശമായോ മറ്റേതു പേരിലോ ഭൂമി കൈവശം വച്ചു കഴിഞ്ഞിട്ടുള്ളവർ ഈ നിയമം വരുമ്പോൾ ആ ഭൂമി കൈവശവുമാണെങ്കിൽ കുടിയാനായി കരുതുന്നതാണ്.

(5) ഗവൺമെന്റ് ഭൂമിയാണെന്നുള്ള ധാരണയിൽ ഭൂമി കൈവശം വെച്ച് ദേഹണ്ഡങ്ങൾ ചെയ്തു കഴിയുകയും കാലാന്തരത്തിൽ അത് പ്രൈവറ്റ് ഭൂമിയാണെന്നു തെളിയിക്കുകയും ചെയ്താൽ കുടിയാന്റെ കൈവശം 20 കൊല്ലം ഭൂമി കൈവശമുണ്ടെങ്കിൽ കുടിയാനായി പരിഗണിക്കുന്നതായിരിക്കും.

(6) 1957 ഏപ്രിൽ 11 ന് 2 കൊല്ലം മുൻപ് മുതൽ രജിസ്റ്റർ പാട്ടപ്രമാണപ്രകാരം ഭൂമി കൈവശം വെച്ച് ദേഹണ്ഡിക്കുകയും അതിനുശേഷം നിയമപ്രകാരം കൊടുക്കാനവകാശമില്ലാത്ത ആളാണ് ഭൂമി കൊടുത്തിരിക്കുന്നതെന്നു വാദിച്ചാലും കുടിയാനായി പരിഗണിക്കുന്നതാണ്. മുകളിൽ പ്രസ്താവിച്ചത്രയും പുതിയ കുടിയാന്മാരെയാണ് ആ ബില്ലിൽ കൂടുതലായി ഉൾക്കൊള്ളിച്ചിരിക്കുന്നത്. ഈ പുതിയ വ്യാഖ്യാനങ്ങൾ ചേർത്ത

തിനാൽ നമ്മുടെ സംസ്ഥാനത്ത് ഭൂമി കൈവശംവച്ച് അദ്ധ്വാനിക്കുകയും സ്ഥിരത കിട്ടാൻ അർഹതയുള്ളതുമായ എല്ലാ കുടിയാന്മാരെയും ഉൾക്കൊള്ളിച്ചതായി എനിക്കഭിപ്രായമില്ല. ഇനിയും പല കുടിയായ്മയും ചേർക്കാൻ കാണും. രണ്ടു സംസ്ഥാനങ്ങൾ ഒരു സംസ്ഥാനത്തിന്റെ കുറെ ഭാഗവും കൂട്ടിച്ചേർത്താണ് നമ്മുടെ സംസ്ഥാനം ഉടലെടുത്തത്. ഈ മൂന്നു പ്രദേശങ്ങളിൽ കുടിയാന്മാർക്ക് ആനുകൂല്യം കൊടുക്കുന്ന നിയമങ്ങൾ വ്യത്യസ്ത നിലയിലായിരുന്നു. മലബാറിൽ കുടിയാന്മാർക്ക് പരിമിതമായിരുന്നെങ്കിലും സ്ഥിരതയും മര്യാദപ്പാട്ടവും നിശ്ചയിക്കുന്ന നിയമങ്ങളുണ്ടായിരുന്നു. കൊച്ചിയിൽ ചില വിഭാഗം കുടിയാന്മാർക്ക് സ്ഥിരതയുണ്ടായിരുന്നു. തിരുവിതാംകൂർ ഭാഗത്ത് ജന്മം-ഭൂമിയിലെ കുടിയാൻ ഒഴിച്ച് മറ്റുള്ള കുടിയാന്മാർക്ക് സ്ഥിരത കിട്ടുന്ന യാതൊരു നിയമങ്ങളും ഇല്ലായിരുന്നു.

ശ്രീ. കെ കരുണാകരൻ: കാണത്തെ സംബന്ധിച്ച് 20 കൊല്ലവും ഈ കാര്യത്തിൽ 30 കൊല്ലവും ചേർക്കാൻ കാരണമെന്താണ്; എന്തടിസ്ഥാനത്തിലാണ്.

ശ്രീമതി കെ ആർ ഗൗരി: കാണത്തിന്റെ നിർവ്വചനത്തിൽ യാതൊരു കൊല്ലവും പറഞ്ഞിട്ടില്ല. പ്രമാണത്തിൽ 'കാണം' എന്ന പേരുമതി, അവർക്കു സ്ഥിരത കൊടുക്കുകയാണ്. കാണം നമ്മുടെ നാടിനെ സംബന്ധിച്ചത്രയും അംഗീകാരം കിട്ടിയിട്ടുള്ള ആദ്യം അംഗീകരിക്കപ്പെട്ട കുടിയായ്മയാണ്— നമ്മുടെ പഴയ നിയമങ്ങളിൽത്തന്നെ സ്ഥിരത കൊടുത്തിട്ടുണ്ട്. നടപ്പുപണയം കുടിയായ്മയായി പുതിയതായി അംഗീകരിക്കുകയാണ്. അപ്പോൾ കൊല്ലംവച്ചു എന്നേയുള്ളൂ. സ്ഥിരമായ ദേഹണ്ഡവും ദീർഘ കൈവശവും അദ്ധ്വാനവും കണക്കിലെടുത്ത് കാര്യമായ അദ്ധ്വാനം മുടക്കിയ കൃഷിക്കാരന് Protection കൊടുക്കുക എന്ന സിദ്ധാന്തത്തിൽ നടപ്പുപണയ കൃഷിക്കാരനെയും കുടിയാനായി അംഗീകരിച്ചിരിക്കുകയാണ്.

ശ്രീ. കെ കരുണാകരൻ: മറ്റതിന് 20 കൊല്ലവും ഇതിൽ 30 കൊല്ലവും പറയുവാൻ കാരണമെന്താണ്?

ശ്രീമതി കെ ആർ ഗൗരി: ശ്രീ. കരുണാകരൻ Clause 4Aയും 7Aയും തമ്മിലുള്ള വ്യത്യാസം ചോദിക്കുകയാണെങ്കിൽ രണ്ടു വകുപ്പിലെയും കുടിയാന്മാർ വ്യത്യസ്തതയുള്ളവരാണ്. അവരുടെ അവകാശങ്ങൾക്കും വ്യത്യസ്തതയുണ്ട്. Clause 4A പ്രകാരം പണയമായി വാങ്ങിയതാണ്. കാലാന്തരത്തിൽ ദീർഘകൈവശവും ദേഹണ്ഡവും ആണ് സ്ഥിരത കൊടുക്കുന്നതിനുള്ള മാനദണ്ഡമായി നാം എടുക്കുന്നത്. 7 എ പ്രകാരം നമ്മുടെ നാട്ടിൽ ഗവൺമെന്റു ഭൂമിയിൽ കൃഷി ചെയ്താൽ

പതിച്ചു കിട്ടുമെന്നുള്ള ധാരണയിൽ ഭൂമി കൈവശം വച്ച് ഉത്തമബോധ്യത്തിൽ ദേഹണ്ഡിച്ചുവരവെ ഗവൺമെന്റു ഭൂമിയല്ല എന്ന് കോടതികളിലുണ്ടായ വിധിമൂലം കൈവശാവകാശം നഷ്ടപ്പെടാൻ ഇടവരുന്നവരാണ്. ഉത്തമബോധ്യത്തിലാണ് ഭൂമിയിൽ ദേഹണ്ഡിച്ചത്. അവരെ സംബന്ധിച്ചിടത്തോളം പ്രത്യേക പരിഗണന ആവശ്യമായതിനാലാണ് 20 കൊല്ലം വച്ച് അവരെയും ചേർത്തത്. അവർ ഒരു പ്രത്യേക ക്ലാസാണ്. കൊല്ലം കുറയ്ക്കാവുന്നതേയുള്ളൂ. അതുകൊണ്ട് ആ Classification reasonable ആണ്. 1957 ലെ കാർഷിക നിയമം വരുന്നതിന് 10 കൊല്ലം മുൻപേ ഗവൺമെന്റുഭൂമി കൃഷി ചെയ്തവർക്കാണ് ഈ ആനുകൂല്യം കൊടുത്തിരിക്കുന്നത്. നമ്മുടെ പഴയ നിയമത്തിലും കുടിയാന്മാരുടെ നിർവ്വചനത്തിലും അവരുടെ കൈവശ കാലാവധി നോക്കുന്നതിനും പ്രത്യേക വ്യവസ്ഥകളാണ് ചേർത്തിട്ടുള്ളത്. പ്രത്യേക സ്വഭാവങ്ങളോടുകൂടിയ കുടിയാന്മാരെ ഒരേ തരത്തിൽ പെടുത്തിയാണ് വ്യാഖ്യാനം കൊടുത്തിരിക്കുന്നത്. ഉദാഹരണമായി കാർഷികപരിഷ്കരണ നിയമത്തിൽ 7-ാം വകുപ്പുനോക്കുക. മലബാർപ്രദേശത്ത് ഭൂമി കൈവശം വച്ച് കുടിയാനാണെന്ന ഉത്തമബോധ്യത്തിൽ കൃഷിചെയ്യുന്ന കുടിയാൻ, 1957 ഏപ്രിൽ 11 ന് രണ്ടുകൊല്ലം മുൻപ് കൈവശംവച്ചു ദേഹണ്ഡിക്കുകയും നിയമം നടപ്പിൽ വന്നപ്പോഴും ഭൂമി കൈവശമുള്ളവനും ആണെങ്കിൽ കുടിയാനായി അംഗീകരിച്ചിരുന്നു. സർ, ഈ നിയമത്തിൽ പുതിയതായി ചേർത്തിരിക്കുന്ന കുടിയാന്മാരുടെ നിർവ്വചനം മതിയാകുമോ- പോരായോ എന്നു നോക്കാനും പരിപൂർണ്ണമാക്കാനും വിട്ടുപോയിട്ടുള്ള കുടിയായ്മകൾ ഉണ്ടെങ്കിൽ ചേർക്കാനും നിയമസഭയ്ക്കും കമ്മിറ്റിക്കും അധികാരമുണ്ട്. ഗവൺമെന്റിനെ പ്രേരിപ്പിച്ച വസ്തുത ഭൂമിയിൽ അദ്ധ്വാനം മുടക്കുകയും കൈവശം ദീർഘവുമായി ഉണ്ടാകുകയും ചെയ്തിട്ടുള്ളവരാണ് യഥാർത്ഥ കുടിയാന്മാർ എന്ന നിലയിലാണ് ഈ വ്യാഖ്യാനം ചേർത്തിരിക്കുന്നത്.

സർ, ഞാൻ എന്റെ സംസാരത്തിൽനിന്ന് വ്യതിചലിച്ചുപോയിരിക്കുകയാണ്. രണ്ടാമതായി കാർഷികപരിഷ്കരണ നിയമത്തിൽത്തന്നെ ഉൾക്കൊള്ളിച്ചിരുന്ന കുടിയാന്മാർ കാലാന്തരത്തിൽ കോടതിയിലുണ്ടായിട്ടുള്ള വിധിയുടെ അടിസ്ഥാനത്തിലും അനുഭവത്തിന്റെ വെളിച്ചത്തിലും കുടിയാന്റെ നിർവ്വചനം വ്യത്യാസപ്പെടുത്തേണ്ടതായും അതു വിപുലപ്പെടുത്തേണ്ടതായും വന്നതിനാൽ ചേർക്കപ്പെട്ടവയാണ്.

1. ശമ്പളപ്പാട്ടക്കാരെ പാലക്കാട്ടു ജില്ലയിൽ മാത്രമാണ് കുടിയാനായി അംഗീകരിക്കപ്പെട്ടത്. കുട്ടനാട്ടിലെയും തൃശൂർ ജില്ലയിലെയും ശമ്പളപ്പാട്ടക്കാരെയും ശമ്പളച്ചീട്ടുകാരെയും കുടിയാനായി ബില്ലിൽ അംഗീകരിച്ചിട്ടുണ്ട്.

2. കുട്ടനാട്ടിലെ ലൈസൻസികൾ മാത്രമായിരുന്നു മുമ്പ് കുടിയാന്മാർ. എന്നാൽ, സ്റ്റേറ്റിലെ എല്ലാ ഭാഗത്തേയും ലൈസൻസികളെയും കുടിയാന്മാരായി അംഗീകരിച്ചിട്ടുണ്ട്.

3. കാണത്തിന്റെ വ്യാഖ്യാനത്തിൽ കാർഷികബന്ധ നിയമത്തിലുണ്ടായിരുന്ന വ്യവസ്ഥയിൽ 'For latters enjoyment' എന്നുണ്ടായിരുന്ന വാക്കുകൾ എടുത്തുകളഞ്ഞു. കാണം എന്ന പദപ്രയോഗം ഉണ്ടാക്കുകയും (എ) (ബി) (സി) എന്ന ഇൻസിഡന്റ്സ് ഉണ്ടാകുകയും ചെയ്താൽ കാണമാകുന്നതും; ഒറ്റി, കരിപ്പണയം, നേർപണയം എന്ന document ൽ മുമ്പ് A and B incidnents ആയി വേണമെന്നുണ്ടായിരുന്നത് മാറ്റി ഇന്ന് 'എ' യോ 'ബി'യോ ഏതെങ്കിലും ഒരു ഇൻസിഡന്റ് ഉണ്ടായാൽ കാണമായി പരിഗണിക്കുന്നതായിരിക്കും എന്നും ചേർത്തിരിക്കുകയാണ്.

4. കാണം കുഴിക്കാണത്തിന്റെ വ്യാഖ്യാനത്തിൽ കോടതികളുടെ വിധിമൂലം ഉണ്ടായ പാകപ്പിഴ മാറ്റുന്നതിന് വ്യാഖ്യാനം പുതുക്കിയെഴുതി.

5. കുടികിടപ്പുകാരന്റെ നിർവ്വചനം വിപുലപ്പെടുത്തി 5 സെന്റുവരെ ഭൂമി ഉള്ളവരെയും കുടികിടപ്പുകാരനായി അംഗീകരിച്ച് ഇതിനും പുറമേ പ്ലാന്റേഷനിലും മറ്റ് ബിസിനസ് സ്ഥാപനങ്ങളുടെയും ഭൂമിയിൽ താമസിക്കുന്നവരുമായ താമസക്കാരെ കുടികിടപ്പുകാരായി അംഗീകരിച്ച് 1967 ൽ താമസമുള്ളവരും ഈ നിയമം നടപ്പിൽ വരുന്നകാലത്ത് ഭൂമിയിലുള്ളവരുമായ കുടികിടപ്പുകാർ, നിയമപ്രകാരം കൈവശക്കാരുടെ സമ്മതത്തോടുകൂടിയാണ് താമസമെന്നനുമാനിക്കുന്നതാണ്. വസ്തു ഉടമസ്ഥന്റെ വീട്ടിനാണെങ്കിൽ 5 രൂപയോ കുറവോ വാടകയ്ക്കു താമസിക്കുന്നവരേയും കെട്ടിടത്തിന്റെ വില കെട്ടിടം വച്ചകാലത്ത് 500 രൂപയിൽ കുറവാണെങ്കിൽ അവരേയും കുടികിടപ്പുകാരായി അംഗീകരിക്കുന്നതാണ്.

സർ, ഇതിനും പുറമേ ചെറുകിട ജന്മികളുടെ നിർവ്വചനം വ്യത്യാസപ്പെടുത്തി യഥാർത്ഥ ചെറുകിട വസ്തു ഉടമകളെമാത്രം ചേർക്കുന്നവരാക്കിമാറ്റി കാർഷിക പരിഷ്കരണ നിയമം നടപ്പിൽ വന്നതിനുശേഷം കൃഷിക്കാരന് ഭൂമിയിൽ സ്ഥിരാവകാശം കൊടുക്കാനും അയാളെ വസ്തു ഉടമയാക്കാനും ഉതകത്തക്കവിധത്തിൽ പഴയ നിയമത്തിലുള്ള പല നിർവ്വചനത്തിലും ഉള്ള പാകപ്പിഴകൾ കോടതികൾ ചൂണ്ടിക്കാണിച്ചിട്ടുള്ളത് തിരുത്തിയിട്ടുണ്ട്. ഒരു പ്രധാന വ്യാഖ്യാനം holding നെ സംബന്ധിച്ചാണ്. 'Deemed tenant' ന്റെ കൈവശമുള്ള ഭൂമി holding ആയി പരിഗണിക്കുന്നതാണ്. നിയമപ്രകാരമോ വ്യക്തികളുടെ നടപടിമൂലമോ ഒരു holding വിഭജിക്കപ്പെട്ടാൽ ഓരോ വീതം holding ആയി കണക്കാക്കുന്നതാണ്. അത് കീഴ്പ്പാട്ടക്കാരെയും അവരുടെ കൈവശഭൂമിയെയും പാട്ടത്തിനു കൊടുത്ത ഭൂമിയെയും ബാധിക്കുന്നതാണ്. അതുപോലെ Normal Produce ന്റെ വ്യാഖ്യാനം പുതിയതായി എഴുതിച്ചേർത്തു. മലബാർ കുടിയായ്മ നിയമം നടപ്പിൽവന്നകാലത്ത് Normal produce ന്റെ വ്യാഖ്യാനം ആ നിയമത്തിലുണ്ടായിരുന്നു. ആ definition ഭൂപരിഷ്കരണ നിയമത്തിൽനിന്ന് വിട്ടുകളഞ്ഞു. അതു തിരികെ എഴുതിച്ചേർത്തു. മര്യാദപ്പാട്ടം നിശ്ചയിക്കുന്നതിന് പാലക്കാട്ടുപോലുള്ള പ്രദേശത്ത് അപേക്ഷ കൊടുക്കാതിരിക്കുന്നതിനുള്ള പ്രധാന കാരണം ഗവൺമെന്റ് ചെലവിലേക്കായി ഏതെങ്കിലും ഏജൻസികൾ വഴിയോ ജലസേചന പദ്ധതികൾമൂലമോ മറ്റോ ഉൽപ്പാദനം വർദ്ധിച്ചാൽ അത് ജന്മിയുടെ വകയായി കണക്കാക്കി പാട്ടം നിശ്ചയിക്കുന്ന ഏർപ്പാടാണ് കാർഷിക പരിഷ്കരണ നിയമത്തിലുള്ളത്. അതുമാറ്റി കുടിയായ്മയ്ക്കനുകൂലമാക്കി.

കാർഷിക പരിഷ്കരണങ്ങൾ പരാജയപ്പെടുന്നതിനുള്ള കാരണങ്ങളിലൊന്ന് ഏതെല്ലാം വിഭാഗം കുടിയാന്മാർക്ക് ആനുകൂല്യം കൊടുക്കണമെന്നാഗ്രഹിച്ച് നിയമങ്ങൾ പാസാക്കുന്നോ ആ കുടിയാന്മാർക്ക് നിർവ്വചനത്തിന്റെ വ്യാഖ്യാനങ്ങൾ മൂലമുണ്ടാകുന്ന പഴുതുമൂലമോ രേഖയില്ലാത്ത കൃഷിക്കാർ വളരെയുള്ളതിനാൽ അവരുടെ കൈവശഭൂമിയെ സംബന്ധിച്ച് തെളിവുനൽകി കുടിയായ്മ തെളിയിക്കാൻ നിവൃത്തിയില്ലായ്മമൂലമോ ആനുകൂല്യങ്ങൾ കിട്ടിയിട്ടില്ലായെന്നത് പരമാർത്ഥമാണ്. ഗവൺമെന്റിന്റെ പരിഗണനയിൽ വന്നിട്ടുള്ള അർഹതപ്പെട്ടവരെ പുതിയ കുടിയാന്മാരാക്കി ചേർത്തിട്ടുണ്ട്. ഇതും പരിപൂർണ്ണമാണെന്നു വിശ്വസിക്കുന്നില്ല. 1957 ലും 1961 ലും 1963 ലുമെല്ലാം കുടിയാന്റെ നിർവ്വചനം പരിപൂർണ്ണമായിരിക്കുമെന്നു നാം വിചാരിച്ചു. അങ്ങനെയല്ലെന്ന് ഇന്ന് തെളിഞ്ഞിരിക്കുന്നു. നമ്മുടെ നാട്ടിലെ ഭൂഉടമ സമ്പ്രദായം വിഭിന്നമാണ്. കുടിയായ്മകളും സങ്കീർണ്ണങ്ങളാണ്. ഇവയെല്ലാം സംബന്ധിച്ച് സെലക്റ്റു കമ്മിറ്റിക്കു പരിശോധിക്കാവുന്നതാണ്. Unsurveyed ഭൂമികളിലെ കൈവശക്കാർക്ക് ഒരു പ്രത്യേകതയുണ്ട്. കൈവശക്കാരന് പ്രമാണങ്ങൾ കാണുകയില്ല. പുഞ്ചചിറ്റ് ഉണ്ടായിരുന്നകാലത്ത് അത് രേഖയായി കണക്കാക്കിയിരുന്നു. പക്ഷേ, ഇന്നതില്ല. അതിനും പുറമേ കൈവശം കൊടുത്തയാൾ യഥാർത്ഥ അവകാശിയായി എന്നു വരികയില്ല. സർവ്വേ ചെയ്തു കഴിയുമ്പോൾ ഭൂമിയുടെ ജന്മാവകാശം മറ്റുള്ളവരുടേതാണെന്നുവരാം. ഭൂമിയേൽപ്പിച്ചുകൊടുത്ത ആളിന് അതിനുള്ള അവകാശം ഇല്ലെന്നു വന്നേക്കാം. എങ്കിലും ഉത്തമവിശ്വാസത്തോടുകൂടി കുടിയാനാണെന്ന ബോധത്തിൽ കൃഷി ചെയ്യുന്നവരെ കുടിയാനായി കാർഷികപരിഷ്കരണത്തിൽ ചേർത്തിരുന്നു. ആ വകുപ്പു ഞാൻ വായിക്കാം.

7. Certain persons occupying land honestly believing to be deemed tenants. Notwithstanding anything to the contrary contained in any

law, or in any contract, custom or usage or in any judgement, decree or order of court, any person who on the 11 th day of April 1957 was continuously in occupation of the land of another situate in Malabar for not less than two years honestly believing himself to be a tenant and continued to be in occupation of such land at the commencement of this Act shall be deemed to be a tenant.

ഈ വ്യാഖ്യാനംപോലും കൃഷിക്കാർക്ക് ബുദ്ധിമുട്ടുണ്ടാക്കിയിട്ടുണ്ട്. അത് തെളിയിക്കേണ്ടിവരുന്ന ചുമതല കൈവശക്കാരനാണ്. ഇന്നുവരെ നേരിട്ട ബുദ്ധിമുട്ട് പരിഗണിച്ച് തെളിവുഭാരം കുടിയാനിൽനിന്നു വസ്തു ഉടമയിലേക്കുമാറ്റുകയും അതിനാവശ്യമെന്ന നിലയിൽ താഴെക്കൊടുക്കുന്ന Explanation എഴുതിച്ചേർക്കുകയും ചെയ്തിട്ടുണ്ട്.

Explanation:

Notwithstanding anything contained in the Indian Evidence Act, 1872 where any person has been continuously in occupation of any such land, for the said period it shall be persumed until the contrary is proved that he has been in such occupation honestly believing himself to be a tenant.

അതുപോലെ കുടിയാന്മാർക്കും കുടികിടപ്പുകാർക്കും കൂടുതൽ ആനുകൂല്യങ്ങളും നൽകിയിട്ടുണ്ട്. കുടികിടപ്പുകാരൻ നമ്മുടെ സംസ്ഥാനത്തെ സംബന്ധിച്ചത്രയും സാമൂഹ്യതലത്തിൽ ഏറ്റവും താഴ്ന്ന പടിയിലുള്ളവരാണ്. കാർഷികമേഖലയിലെ ഉൽപ്പാദനത്തിന്റെ മുഖ്യ പങ്കാളികളും കാർഷിക സമ്പദ്വ്യവസ്ഥയുടെ പ്രധാന ഘടകവുമാണ്. സ്വന്തമായി ഭൂമിയില്ലാതെ അന്യന്റെ ഭൂമിയിൽ താമസിക്കുന്നവരാണ് ഇവർ. കാർഷികപരിഷ്കരണം നടപ്പിൽ വന്നതിനുശേഷം പുതുതായി ഒരു കുടികിടപ്പു വിരളമായിട്ടേ നമ്മുടെ നാട്ടിൽ കൊടുത്തിട്ടുള്ളൂ. ഉള്ള കുടികിടപ്പുതന്നെ പുതുക്കി പണിയാനോ, അവയുടെ വിസ്തീർണ്ണം വലുതാക്കാനോ നിയമത്തിൽ വ്യവസ്ഥയില്ലാത്തതിനാൽ അംഗസംഖ്യ കൂടിവന്ന് താമസത്തിന് ഇടയില്ലാതായിട്ടുണ്ട്. കുടികിടപ്പുകാരന്റെ കൂര പുതുക്കിപ്പണിയാനും പുതുക്കിപ്പണിയുമ്പോൾ Plinth area ഇന്നത്തേക്കാൾ 5 ശതമാനം വർദ്ധിപ്പിക്കാനും പുതിയ ബില്ലിൽ വ്യവസ്ഥയുണ്ട്. അതുപോലെ അവർക്കുള്ള സൗകര്യാവകാശങ്ങൾ സംരക്ഷിക്കാനും അതു ലംഘിക്കുന്നവരെ പ്രോസിക്യൂട്ടു ചെയ്യാനും വ്യവസ്ഥ ചെയ്തിട്ടുണ്ട്. 5 സെന്റ് സ്വന്തമായും ഭൂമിയുള്ളവരാണെങ്കിലും കുടികിടപ്പുകാരായി പരിഗണിക്കും. കുടിയിരുപ്പ് കൈമാറ്റം ചെയ്യാൻ കുടികിടപ്പുകാരന് അവകാശം

കൊടുക്കുകയും അതുപോലെ മറ്റൊരു കുടികിടപ്പുകാരനാണ് അതു വാങ്ങുന്നതെങ്കിൽ നേരത്തെയുള്ള കുടികിടപ്പുകാരന്റെ അവകാശങ്ങൾ ലഭിക്കുകയും ചെയ്യും. അതുപോലെ കുടികിടപ്പുകാരനു കിട്ടിക്കൊണ്ടിരിക്കുന്ന അവകാശങ്ങൾ സംരക്ഷിച്ചുകൊണ്ട് വ്യവസ്ഥ എഴുതിച്ചേർത്തു. കേരളം സ്ഥിരദേഹണ്ഡങ്ങളുടെ നാടാണ്. ഈ ദേഹണ്ഡങ്ങൾ വച്ചുപിടിപ്പിക്കാനും അതു സംരക്ഷിച്ചു നോക്കുന്നതിനും കുടികിടപ്പുകാരൻ പാടുപെട്ടിട്ടുണ്ട്. അവർക്ക് അനുവദിച്ചിട്ടുള്ള ആ അവകാശങ്ങൾ നിയമംമൂലം സംരക്ഷിച്ചിരിക്കുകയാണ്.

10 a.m- മറ്റൊന്ന് കുടികിടപ്പുകാരനെ മാറ്റിത്താമസിപ്പിക്കുമ്പോൾ കൊടുക്കേണ്ടതായ alternate ഭൂമിയെ സംബന്ധിച്ചാണ്. 1964 ലെ നിയമത്തിൽ മാറിത്താമസിപ്പിക്കുമ്പോൾ മൂന്നുമുതൽ പത്തു സെന്റ് വരെ കൊടുക്കാമെന്ന് എഴുതിയിരുന്നു. ഈ നിയമത്തിൽ അതു specific ആക്കിയിട്ടുണ്ട്. അതുതന്നെ മൂന്നായി ഇപ്പോൾ തരംതിരിച്ചിട്ടുണ്ട്. കോർപ്പറേഷൻ ഏരിയായിലാണെങ്കിൽ മാറിത്താമസിപ്പിക്കുമ്പോൾ മൂന്നു സെന്റും മുനിസിപ്പാലിറ്റിയുടെ അതിർത്തിക്കുള്ളിലാണെങ്കിൽ 5 സെന്റും പഞ്ചായത്തുകളിലാണെങ്കിൽ 10 സെന്റും എന്നാണ് വ്യവസ്ഥ. ഇതിനും പുറമെ കുടികിടപ്പുകാരന്റെ റീഹാബിലിറ്റേഷൻ സ്കീം നടപ്പിലാക്കുമ്പോൾ വസ്തുഉടമസ്ഥൻ എത്ര ഏക്കറുള്ള ആളാണെന്നു നോക്കി ഭൂമി അക്വയർ ചെയ്യുന്നതിന് വ്യവസ്ഥ ചേർക്കാമെന്നാണ് എന്റെ ആഗ്രഹം. താമസിക്കുന്ന ഭൂമി അക്വയർ ചെയ്യാനും അതനുസരിച്ച് റീഹാബിലിറ്റേറ്റ് ചെയ്യിക്കാനുമുള്ള ഫണ്ട് ഇതിൽ ചേർത്തിരിക്കുകയാണ്. ഈ വകുപ്പുകളിലും ഏതെങ്കിലും തരത്തിലുള്ള ഭേദഗതികൾ ആവശ്യമാണെന്നുകണ്ടാൽ തീർച്ചയായും സെലക്ടുകമ്മിറ്റിയുടെയും നിയമസഭയുടെയും എല്ലാം പരിഗണന സമയം വ്യത്യാസപ്പെടുത്താവുന്നതാണ്. നമ്മുടെ സമ്പദ്‌വ്യവസ്ഥയിലെ ഏറ്റവും താഴ്ന്ന ഒരു വിഭാഗമെന്നുള്ള നിലയിൽ, അല്ലെങ്കിൽ ഏറ്റവും കൂടുതൽ ആനുകൂല്യം കിട്ടേണ്ടതായ ഒരു വിഭാഗമെന്നുള്ള നിലയിൽ കാർഷികരംഗത്ത് ഏറ്റവും കൂടുതൽ അദ്ധ്വാനശക്തി പ്രദാനംചെയ്യുന്ന ഇവർക്ക് കിട്ടേണ്ടതായ ആനുകൂല്യങ്ങൾ കിട്ടുന്നതിനുവേണ്ടി ഈ നിയമത്തിലെ എന്തെങ്കിലും പോരായ്മകളുണ്ടെങ്കിൽ അവയെല്ലാം മാറ്റാൻ ഗവൺമെന്റ് സന്നദ്ധമായിരിക്കുമെന്നും നിയമസഭയെ അറിയിക്കാൻ ഞാനീയവസരം ഉപയോഗിക്കുകയാണ്.

ഞാൻ മറ്റു പ്രൊവിഷനുകളിലേക്ക് കടക്കുകയാണ്. എന്നാൽ, ഓരോ പ്രൊവിഷനിലേക്കും കടന്ന് ദീർഘമായി സംസാരിക്കണമെന്നു ഞാൻ വിചാരിക്കുന്നില്ല. കുടിയാന്മാരെ സംബന്ധിച്ചിടത്തോളം 1961 ലും 1964

ലും നടപ്പിൽവന്ന നിയമങ്ങളിൽ പാട്ടക്കുടിശ്ശികയെ സംബന്ധിച്ച് ചില വ്യവസ്ഥകൾ എഴുതിച്ചേർത്തിട്ടുണ്ട്. അതിൽ ഇത്ര കാലത്തിനുള്ളിൽ പാട്ടക്കുടിശ്ശിക അടയ്ക്കുകയാണെങ്കിൽ പാട്ടം എത്ര കാലത്തേക്കു കൊടുത്താൽ മതിയെന്നുള്ള വ്യവസ്ഥയായിരുന്നു. 1968 ആയിട്ടുള്ള ഇന്നും നമ്മുടെ നാട്ടിൽ രസീതു കൊടുക്കാത്ത ജന്മിമാരും ഇൻസിസ്റ്റു ചെയ്ത് രസീത് വാങ്ങിക്കാൻ കഴിവില്ലാത്ത കുടിയാന്മാരും ഉണ്ട്. രസീതില്ല എന്നുള്ള ഒരൊറ്റ കാരണത്താൽ കുടിയാന്മാർ ഇന്നും ബുദ്ധിമുട്ടനുഭവിക്കുന്നുണ്ട്. 1967 ൽ നിലവിൽ വന്ന താൽക്കാലികനിയമത്തിൽ പാട്ടക്കുടിശ്ശിക പിരിക്കുന്നത് ഇപ്പോൾ സ്റ്റേ ചെയ്തിരിക്കുകയാണ്. ഈ നിയമത്തിൽ പാട്ടക്കുടിശ്ശികയെ സംബന്ധിച്ചാണെങ്കിൽ കുടിയാന്റെ കൈവശഭൂമിയെ കണക്കിലെടുത്തുകൊണ്ട് അവരെ തരംതിരിച്ച് ഇത്ര കൊല്ലം പാട്ടം കൊടുക്കുകയാണെങ്കിൽ മുൻപാട്ടം റദ്ദാക്കിയതായി പരിഗണിക്കുമെന്നു പറഞ്ഞിട്ടുണ്ട്. പക്ഷേ, കാലപരിധി വച്ചിട്ടില്ല. കാരണം ഇതുവരെയും വച്ചിരുന്ന കാലപരിധികളെല്ലാം പരാജയപ്പെട്ടിട്ടുണ്ട്. തിരിച്ചെടുക്കാനുള്ള വ്യവസ്ഥകൾ ഉൾക്കൊള്ളിച്ചുകൊണ്ട് പഴയ കാലത്തേക്ക് നോക്കാതെ റദ്ദാക്കിയതായി പരിഗണിക്കുമെന്നു വ്യവസ്ഥയുണ്ട്. 1964 ലെ നിയമം വന്നുകഴിഞ്ഞശേഷം പാട്ടക്കുടിശ്ശികയുടെ പേരിൽ ഏതെങ്കിലും വിധത്തിൽ വസ്തുക്കൾ വിറ്റു നടത്തി എടുത്തുപോയിട്ടുണ്ടെങ്കിൽ, അതു തിരിയെ ഒഴിപ്പിച്ചെടുക്കാനുള്ള വ്യവസ്ഥയും ബില്ലിൽ ഉൾക്കൊള്ളിച്ചിട്ടുണ്ട്. 1964 ൽ കാർഷികപരിഷ്കരണ നിയമം നടപ്പിൽ വന്നുകഴിഞ്ഞശേഷം കൃഷിക്കാരന്റെ കൈവശത്തുനിന്നും 145 ഓ, മറ്റേതെങ്കിലും നടപടികളോ എടുത്ത് ഭൂമി ഒഴിപ്പിക്കപ്പെട്ടു പോയിട്ടുണ്ടെങ്കിൽ അങ്ങനെയുള്ള കുടിയാനെ സംബന്ധിച്ച് ഈ നിയമം നടപ്പിൽവന്നു കഴിഞ്ഞാൽ രണ്ടുമാസത്തിനകംതന്നെ ഒരുപക്ഷേ, റവന്യൂ ഡിവിഷൻ ആഫീസർക്ക് കൊടുത്താൽ ഭൂമി തിരിയെ നടത്തിക്കൊടുക്കുന്നതിനുവേണ്ടിയുള്ള വ്യവസ്ഥ ഇതിൽ ഉൾക്കൊള്ളിച്ചിട്ടുണ്ട്. സർ, ഇത്രയും കാര്യങ്ങളാണ് കുടിയാന്മാരെ സംബന്ധിച്ചിടത്തോളം എഴുതിച്ചേർത്തിട്ടുള്ളത്.

ഇതുകൂടാതെ ഇനിയും പല വകുപ്പുകളുണ്ട്. എല്ലാ വകുപ്പുകളെ സംബന്ധിച്ചും ദീർഘമായി ഞാൻ സംസാരിക്കുന്നില്ല. ഒരു കാര്യം കൂടി പറഞ്ഞുകൊണ്ട് ഞാൻ എന്റെ പ്രസംഗം അവസാനിപ്പിക്കാം. ജന്മിത്തം അവസാനിപ്പിക്കണമെന്നുള്ളതാണ് കാർഷികപരിഷ്കാരങ്ങളുടെയെല്ലാം മൂലതത്വം. കാർഷികപരിഷ്കരണ നിയമത്തിലും കുടിയാന് ജന്മിയിൽനിന്നും അവകാശങ്ങൾ വാങ്ങിക്കുന്നതിനുള്ള വ്യവസ്ഥകൾ ഉൾക്കൊള്ളിച്ചിരുന്നു. ഞാൻ നേരത്തെ പറഞ്ഞതുപോലെ ഇന്നു ചില പ്രത്യേക സ്ഥലങ്ങളിൽ കുടിയാന്റെ അവകാശം വാങ്ങിക്കാൻ ഇടയാ

കാതെ വന്നത് ചില പ്രത്യേക കാരണങ്ങളാലാണ്. തിരുവിതാംകൂർ, കൊച്ചി, മലബാർ എന്നീ മൂന്നുപ്രദേശങ്ങളടങ്ങിയ കേരളത്തിലെ മലബാർപ്രദേശത്തെ സംബന്ധിച്ചാണെങ്കിൽ വളരെക്കാലത്തിനു മുൻപു തന്നെ മലബാർ കുടിയായ്മ നിയമം നടപ്പിൽവന്നിട്ടുണ്ടായിരുന്നു. കുടിയാനെ ഒഴിപ്പിക്കാൻ പാടില്ലെന്ന് ആ നിയമത്തിലുണ്ട്. അതുപോലെതന്നെ കൊച്ചിയിലും നിയമങ്ങളുണ്ട്. എന്നാൽ, തിരുവിതാംകൂറിലെ സ്ഥിതി വ്യത്യസ്തമാണ്. ചെറുകിട വസ്തു ഉടമസ്ഥന്റെ കുടിയാനെ സംബന്ധിച്ചിടത്തോളം വസ്തുവിന്റെ ജന്മം വാങ്ങണമെങ്കിൽ പകുതി ഒഴിഞ്ഞു കൊടുക്കണമെന്ന വ്യവസ്ഥ പഴയ നിയമത്തിലുണ്ട്. ചെറുകിട ഭൂവുടമയുടെ കീഴിലുള്ള കുടിയാൻ മലബാറിൽ അപേക്ഷകൾ ഈ ഒരൊറ്റ കാരണത്താലാണ് കൊടുക്കാതിരുന്നത്. നമ്മുടെ നാട്ടിൽ ഭൂമിയുടെ അവകാശം വാങ്ങിക്കാനുള്ള കണക്കുകൾ നോക്കുകയാണെങ്കിൽ വളരെയധികം ഉണ്ടെന്നുകാണാം. നേടിയെടുത്ത അവകാശം കുടിയാൻ വിട്ടുകൊടുക്കാൻ തയ്യാറാകുകയില്ല. അതുകൊണ്ടാണ് മലബാറിൽ ചെറുകിട വസ്തു ഉടമസ്ഥന്മാരുടെ കുടിയാന്മാർ വസ്തു വാങ്ങുന്നതിന് അപേക്ഷ കൊടുക്കാതിരുന്നത്.

പിന്നെ ഞാൻ മുമ്പു പറഞ്ഞതുപോലെ ഫെയർറെന്റ് വളരെ കൂടുതലല്ലെന്നു ഞാൻ പറയുന്നില്ല. കുരുമുളകിന് പാട്ടം വളരെ കൂടുതലല്ലെന്നുള്ളതുകൊണ്ട് 1/20 എന്നാക്കിയിട്ടുണ്ട്. Normal produce ന്റെ വ്യാഖ്യാനം മുമ്പ് മലബാർ കുടിയായ്മ നിയമത്തിൽ വ്യവസ്ഥ ചെയ്തിരുന്നത് കൂട്ടിച്ചേർത്തിട്ടുണ്ട്. ജലസേചനപദ്ധതികൾ പ്രകാരം കുടിയാന്റെ കൈവശം വന്നതിനുശേഷം വിളവർദ്ധനവുണ്ടാകുന്നത് കുടിയാന്റെ അദ്ധ്വാനമായി ഈ ഭേദഗതികൊണ്ട് പരിഗണിക്കുന്നതാണ്. പാലക്കാട്ടു ജില്ലയിൽ മര്യാദപ്പാട്ടം നിശ്ചയിച്ചുകിട്ടാൻ അപേക്ഷ കൊടുക്കാതിരിക്കാനുള്ള പ്രധാന കാരണം gross produce തിട്ടപ്പെടുത്താൻ ഉപകരിക്കുന്ന gross produce ന്റെ നിർവ്വചനത്തിൽ 1964 ലെ നിയമത്തിൽ വരുത്തിയ മാറ്റമാണ്. അതുപോലെ 16 ഇരട്ടി പാട്ടസംഖ്യ കൊടുത്തു വിലയ്ക്ക് ഭൂമി വാങ്ങാമെന്ന വ്യവസ്ഥയുണ്ടായിരുന്നിട്ടും എടുപ്പുകൾക്ക് തടിക്കുകൂടിയുള്ള വിലകൂടി തിട്ടപ്പെടുത്തി കണക്കാക്കിയാൽ കുടിയാന് ഭൂമി വാങ്ങാൻ പറ്റാത്ത ഒരു അവസ്ഥയാണ് 1964 ലെ നിയമത്തിലുള്ളത്. അതുകൊണ്ട് എടുപ്പുകൾക്കും തടികൾക്കുമായി പരമാവധി എന്തുകൊടുക്കണമെന്ന് ഭേദഗതി നിയമത്തിൽ നിശ്ചയിച്ചിട്ടുണ്ട്. അതുകൊണ്ട് പർച്ചേസ് പ്രൈസ് പരമാവധി പാടത്തിന്റെ ഒപ്പമേ ആകുകയുള്ളൂ. അതുപോലെ തന്നെ പർച്ചേസ് ചെയ്യുന്നതിനുവേണ്ടി അപേക്ഷ കൊടുക്കുമ്പോൾ അന്നത്തെ 72-ാം വകുപ്പ് പ്രായോഗികമായി നടപ്പിൽവരുത്താൻ പറ്റുമാ

യിരുന്നില്ല. ഞാൻ നേരത്തെ പറഞ്ഞിരുന്നതുപോലെ ചെറുകിട ഭൂവുടമയെ സംബന്ധിച്ച് അവർക്ക് ഒഴിപ്പിക്കുന്നതിന് അപേക്ഷ ഇത്ര കാലയളവിനു കൊടുക്കണമെന്നു വ്യവസ്ഥ ചെയ്തിരുന്നു. എന്നാൽ, മൈനർ, ഭ്രാന്തന്മാർ, പട്ടാളത്തിൽ പോയിട്ടുള്ളവർ എന്നിവരുടെ കാര്യത്തിൽ ഒഴിപ്പിക്കുന്നതിനും അവരുടെ കുടിയാന്മാർക്ക് എന്നുവരെ അവരുടെ വസ്തു ഉടമസ്ഥന്മാർ ഒഴിപ്പിക്കുവാനുള്ള അപേക്ഷ കൊടുക്കണം എന്നു നിശ്ചയിച്ചിട്ടില്ലായിരുന്നതിനാൽ കുടിയാന് ജന്മം വാങ്ങാൻ അപേക്ഷ കൊടുക്കുവാൻ നിയമപരമല്ലാതെവന്നു. നോട്ടിഫിക്കേഷൻ വന്ന് ആ പ്രദേശം കുടിയാന് നിക്ഷിപ്തമാകുന്ന അവസരത്തിൽ ഒഴിപ്പിക്കപ്പെടുന്ന ഭൂമിയതിരുള്ളതിനാൽ നിയമം നടത്താൻ സാദ്ധ്യമാകാതെ വരും. അതുകൊണ്ട് അതു നടപ്പാക്കാൻ സാധിച്ചിട്ടില്ല. 72-ാം വകുപ്പ് പരിപൂർണ്ണമായി മാറ്റി എഴുതിയിരിക്കുകയാണ്. ഒരു പ്രത്യേക ദിവസം കുടിയാന്റെ കൈവശ ഭൂമി ഗവൺമെന്റിൽ നിക്ഷിപ്തമാകുന്നത് ഈ ഭൂമി ഗവൺമെന്റ് കുടിയാനു കൊടുക്കും എന്നുള്ള വിധത്തിലാണ്. ഈ വകുപ്പ് Self contained ആയി എഴുതിച്ചേർത്തിരിക്കുകയാണ്. പ്രായോഗികമായി നടപ്പിലാക്കാൻ ഈ വകുപ്പിന് ഏതെങ്കിലും ഭേദഗതി ആവശ്യമാണോ എന്ന് സെലക്ട് കമ്മിറ്റിക്ക് പരിശോധിക്കാവുന്നതാണ്. ഇതു വളരെ സൂക്ഷ്മമായ പരിശോധനയ്ക്കുശേഷമാണ് കൊണ്ടുവന്നിട്ടുള്ളത്. ഇതിനു മുമ്പുണ്ടായിട്ടുള്ള ബുദ്ധിമുട്ടുകളും വ്യാഖ്യാനങ്ങളും കോടതിവിധികളും മറ്റും പരിശോധിച്ച് ലാൻഡ് ബോർഡിന്റെ അഭിപ്രായങ്ങളും കണക്കിലെടുത്തുകൊണ്ടാണ് ഈ 72-ാം വകുപ്പ് മാറ്റി എഴുതിയിരിക്കുന്നത്. സർ, ഈ വകുപ്പിന്റെ പ്രത്യേകത നിയമത്തിൽ മര്യാദപ്പാട്ടം നിശ്ചയിക്കണമെന്നില്ല. പർച്ചേസ് പ്രൈസ് എന്താണെന്നു നിശ്ചയിക്കണമെന്നില്ല. ഇതെല്ലാം നിശ്ചയിക്കുന്നതിനു മുമ്പുതന്നെ ജന്മിയുടേതായ അവകാശം ഗവൺമെന്റിൽ നിക്ഷിപ്തമാകാം. ഒരു പ്രത്യേക ദിവസം ഏറ്റെടുത്തുകൊണ്ട് മര്യാദപ്പാട്ടം നിശ്ചയിക്കുന്നതിനും പർച്ചേസ് പ്രൈസ് നിശ്ചയിക്കുന്നതിനും അങ്ങനെ ജന്മിത്തം അവസാനിപ്പിക്കുന്നതിനും ഗവൺമെന്റ് നടപടി എടുക്കുന്നതാണ്. ഈ ചുമതല ഏറ്റെടുക്കുമ്പോൾ അതു നടപ്പാക്കുന്നതിന് ട്രിബ്യൂണലുകളെ....

ശ്രീ. കെ കരുണാകരൻ: ഒരു ചോദ്യം. ഭരണഘടനയിലെ 19-ാം വകുപ്പനുസരിച്ച് ഭൂമി കൈവശം വയ്ക്കാനും അതു കൈകാര്യം ചെയ്യാനുമുള്ള അവകാശം ചോദ്യം ചെയ്യുന്ന ഒരു വകുപ്പായതുകൊണ്ട് ഇത് ഭരണഘടനാവിരുദ്ധമാണോ എന്ന് പരിശോധിച്ചിട്ടുണ്ടോ?

ശ്രീമതി കെ ആർ ഗൗരി: എത്രാം വകുപ്പെന്നാണ് പറഞ്ഞത്. 31-ാം വകുപ്പാണെന്നു തോന്നുന്നു.

ശ്രീ. കെ കരുണാകരൻ: 19 (എഫ്)

ശ്രീമതി കെ ആർ ഗൗരി: ഇതിനെ സംബന്ധിച്ച് ഒരു വാദപ്രതിവാദത്തിന് എന്തായാലും ഇപ്പോൾ ഞാൻ ഒരുങ്ങുന്നില്ല. ഭൂമിയെപ്പറ്റി legislate ചെയ്യാൻ നമുക്കവകാശമുണ്ട്. Land and land legislation state subject ആണ്. Article 19 Offend ചെയ്യുന്നുണ്ടോ എന്നു നോക്കുന്നത് അന്നുവരെ നമുക്ക് കിട്ടിയിട്ടുള്ള അവകാശങ്ങൾ കണക്കിലെടുത്താണ്. 1963 ജൂൺ 20 നുശേഷം Estate ന്റെ വ്യാഖ്യാനം വിസ്തൃതപ്പെടുത്തിയിട്ടുണ്ട്. Estate ന്റെ വ്യാഖ്യാനത്തിൽ വരുന്ന ഭൂമിയെ സംബന്ധിച്ച് നമുക്ക് legislate ചെയ്യാം. Article 19 Offend ചെയ്യുകയില്ല.

Constitution - Article 31A reads like this:

"Article 31A: Saving of laws providing for acquisition of estates...

(1) Notwitstanding Anything contained in Article 13, no law providing for:-

(a) The acquisition by the state of any estate or of any rights their or the extinguishment or modification of any such rights or

(b) The taking over of the managment of any property by the State for a limited period either in the public interest or in order secure the proper management of the porperty, or

(c) The amalgamation of two or more corporation either in the public interest or in order to secure the proper management any of the coporations or

(d) The extinguishment or modification of any rights of managing agents, secretaries and treasurers managing directors or a management of corporations or any voting right, of shareholders thereof.

(e) The extinguishment or modification of any rights accruing the virtue of any agreement lease or licence for the purpose of searching for, or winning any mineral or mineral oil, or the premature termination or cancellation of any such agreement, lease or licence shall be deemed to he void on the ground that it is inconsistent with or takes away or abridges any of the rights conferred by Articles 14, Article 19 or Article 31; Provided that where such law is a law made by the legislature of State the provisions of this article shall not apply there to unless such law having been reserved for the consideration of the President, has received his assent:

നിയമം പാസായിക്കഴിഞ്ഞ് പ്രസിഡന്റിന്റെ assent കിട്ടിക്കഴിഞ്ഞാൽ ഇതു നിയമമാകും:

Provided further that where any law makes any provision for the acquisition by the State of any estate and where any land comprised therein is held by a person under his personal cultivation, it shall not be lawful for the State to acquire any portion of such land as is within the celling limit applicable to him under any law for the time being in force or any building or structure standing thereon or appurtenant thereto, unless the law relating to the acquisition of such land, buidling or structure, provides for payment of compensation at a rate which shall not be less than the market value thereof.

എസ്റ്റേറ്റാണെന്നുണ്ടെങ്കിൽ മാർക്കറ്റ് റേറ്റ് ബാധകമല്ലെന്നാണ്.

(2) In this article

(a) The expression "estate" Shall in relation to any local area. have the same meaning as that expression or its local equivalent has in the existing law relating to land tenures in force in that Area and shall also include:-

(i) any jagir, mam or munfi or other similar grant and in the States of Madras and Kerala any janman right,

(ii) any land held under ryotwari settlement;

(iii) any land held or let for purposes of agriculture or for purposes ancillary thereto, including waste land, forest land, land for pasture or sites of building and other structure occupied by cultivators of land, agricultureal abourers and village artisans:

സർ, എസ്റ്റേറ്റിന്റെ ഡെഫിനിഷൻ വളരെ വിസ്തൃതമാണ്. അതുകൊണ്ട് അത് ആർട്ടിക്കിൾ offend ചെയ്യുകയില്ല. അതുമല്ല, എസ്റ്റേറ്റിന്റെ ഡെഫിനിഷൻ എല്ലാ അഗ്രിക്കൾച്ചറൽ ലാൻഡിനേയും ബാധിക്കും. 1966 ൽ പ്രസിഡന്റിന്റെ ഭരണകാലത്ത് 1966 ലെ Stay of Eviction Act നടപ്പിൽ വന്നപ്പോൾ ഇതിനെ സംബന്ധിച്ചുള്ള സംശയം നീക്കുകയുണ്ടായി. Central Law Secretariat-ന്റെ അഭിപ്രായം എല്ലാ അഗ്രിക്കൾച്ചറൽ ലാൻഡും വരുമെന്നാണ്. അതുകൊണ്ട് നിയമമുണ്ടാക്കുവാനുള്ള അധികാരം നമുക്കുണ്ട്. അത് ഭരണഘടനാ വിരുദ്ധമാകുകയുമില്ല.

സർ, പർച്ചേസ് ചെയ്യുന്നതിനുള്ള വ്യാഖ്യാനം ഇതിൽ ഉൾക്കൊള്ളിച്ചതിനും പ്രത്യേകം കാരണങ്ങളുണ്ട്. മുമ്പ് ഞാൻ പറഞ്ഞതുപോലെ കാർഷികപരിഷ്കരണ നിയമം പരാജയപ്പെടുന്നതിനുള്ള പ്രധാന കാര

ണങ്ങൾ രണ്ടാണ്. (1) കുടിയാന്റെ നിർവ്വചനത്തിന്റെ പുറത്തു ഭൂമി കൈവശക്കാരെ വരുത്തി ഒഴിപ്പിക്കുക. (2) കുടിയാന്മാരെ കേസുകളിൽ കുരുക്കി അവരെ കേസിനു നടത്തി കുടിയാൻ ഈ ഭൂമി വേണ്ടെന്നുപറഞ്ഞ് സ്വയം ഉപേക്ഷിച്ചുപോകുക.

ശ്രീ. കെ എം മാണി: എസ്റ്റേറ്റിന്റെ പരിധിയിൽ അഗ്രിക്കൾച്ചറൽ ലാൻഡ് വരുന്നതുകൊണ്ട് ഇതു സംബന്ധിച്ച് നിയമമുണ്ടാക്കാൻ പ്രയാസമില്ലെന്നല്ലേ പറഞ്ഞത്. അങ്ങനെയാണെങ്കിൽ കെ എൽ ടി 1962 ലെ 62 ആയുള്ള കോടതിക്കാരുടെ നിർദ്ദേശം ശ്രദ്ധയിൽപ്പെട്ടിട്ടുണ്ടോ?

ശ്രീമതി കെ ആർ ഗൗരി: അതിനുശേഷമാണ് 1963 ൽ Estate ന്റെ വ്യാഖ്യാനം വിപുലപ്പെടുത്തിയത്. കോൺസ്റ്റിറ്റ്യൂഷന്റെ 17-ാം അമെൻഡുമെന്റ് 1963 ൽ ആണ്. അതിനുശേഷമാണ് 31 (എ) അമെൻഡുമെന്റ് വന്നിട്ടുള്ളത്.

ശ്രീ. സി ബി ചന്ദ്രശേഖരവാര്യർ: സുപ്രീംകോടതി നിർദ്ദേശിച്ചതിനുശേഷമല്ലേ ഈ അമെൻഡ്മെന്റ് 31 (എ) കൊണ്ടുവന്നത്?

ശ്രീമതി കെ ആർ ഗൗരി: Agrarian Reforms Act സുപ്രീം കോടതിയിൽ Strike down ചെയ്തതിനുശേഷമാണ് 17-ാം അമെൻഡ്മെന്റ് വന്നത്. ഈ അടുത്ത കാലത്തുണ്ടായ ജഡ്ജ്മെന്റിൽപ്പോലും അന്നു കൊടുത്തിരുന്ന ഭേദഗതി സുപ്രീംകോടതി അംഗീകരിച്ചിരിക്കുകയാണ്. 17-ാം അമെൻഡുമെന്റുവരെ സുപ്രീംകോടതിയുടെ ജഡ്ജ്മെന്റിൽ അംഗീകരിച്ചിരിക്കുകയാണ്. ഇനിമേലുള്ള ഭരണഘടനാ ഭേദഗതികളെ മാത്രമേ fundamental rights ബാധകമാവുകയുള്ളൂ.

ശ്രീ. കെ കരുണാകരൻ: ഇതുവരെയുള്ളതിന് ബാധകമാകുമെങ്കിലും ഇനിമേൽ വരുന്ന അമെൻഡുമെന്റുകൾക്ക് ബാധകമാകുമെന്ന് പറഞ്ഞിട്ടുണ്ടോ?

ശ്രീമതി കെ ആർ ഗൗരി: ഭരണഘടനയുടെ 17-ാമതു ഭേദഗതിയാണ് ഇതിനെ സംബന്ധിച്ചുള്ളത്. എസ്റ്റേറ്റിന്റെ ഡെഫിനിഷൻ ഇതിൽ ഉൾക്കൊള്ളുന്നു എന്നാണ് ഞാൻ പറഞ്ഞത്. 17-ാം അമെൻഡുമെന്റ് കോടതി അംഗീകരിച്ചു കഴിഞ്ഞതിനുശേഷം ഭാവിയിൽ പാടില്ലെന്നേ പറഞ്ഞിട്ടുള്ളൂ. അതുകൊണ്ട് നിയമപരമായി നമുക്ക് അവകാശമുണ്ട്. Only prospective amendment to the costitutional abridging fundamental rights is prohibited. 17th amendment to the constitution is already made and the court has accepted it. We are entitled legislate basing on 17th amendment to the constitution. നിയമം നടപ്പിലാക്കുമ്പോൾ കൃഷിക്കാർക്ക് ആനുകൂല്യം കിട്ടാതെവരികയും പരാജയപ്പെടുകയും ചെയ്യുന്നതിനുള്ള ഒരു കാരണം വളരെക്കൂടുതൽ കേസുകളുണ്ടാകുകയും

കേസുകൾ നടത്തി കുടിയാൻതന്നെ എനിക്കു ഭൂമി വേണ്ടെന്നുള്ള നിലയിലേക്കുപോകുകയും ചെയ്യുക എന്നുള്ളതാണ്. അതൊഴിവാക്കുന്നതിനുവേണ്ടിയാണ് 12-ാം വകുപ്പ് എഴുതിച്ചേർത്തിട്ടുള്ളത്. പല പത്രക്കാരും പറഞ്ഞു; കോടതിയെ ഞാൻ അവഗണിച്ചിരിക്കുകയാണെന്നും മറ്റും. ഒരു കോടതിയേയും ഞാനവഗണിച്ചിട്ടില്ല. ലാൻഡ് റിഫോംസ് നടപ്പിലാക്കാനുള്ള നിയമങ്ങൾ കൊണ്ടുവരുമ്പോൾ അതിൽ lowest court എന്നുപറയുന്നത് ലാൻഡ് ട്രിബ്യൂണൽ ആണെന്ന് പറയാൻ അവകാശമുണ്ടെന്നാണ് എനിക്കു തോന്നുന്നത്. ഇന്ത്യയിൽ മൊത്തത്തിലുള്ള special നിയമനിർമ്മാണങ്ങൾ നോക്കുകയാണെങ്കിൽ Special Tribunals and Tribunal കോടതികളും അംഗീകരിച്ച് തത്വമായിട്ടുണ്ട്. ഉദാഹരണത്തിന് ശ്രീമാൻ കരുണാകരനുതന്നെ അറിഞ്ഞുകൂടാത്തതിന് നാഷണൽ ലേബർ ട്രിബ്യൂണൽ ആണ് ലേബർ ഡിസ്പ്യൂട്ട് സെറ്റിൽ ചെയ്യുന്നതെന്ന്. അതുപോലെയുള്ള പല ട്രിബ്യൂണലുകളും നമ്മുടെ നാട്ടിലുണ്ട്. ആ നിലയിലാണ് ഇതിലും ലാൻഡ് ട്രിബ്യൂണൽ എന്ന് എഴുതിച്ചേർത്തിരിക്കുന്നത്. എന്നുവച്ച് അപ്പീലിനുള്ള പ്രൊവിഷൻ ഇല്ലെന്നല്ല പറയുന്നത്. Lowest Court is Land Tribunal and from it appeal and revision lies to superior court. The Land Tribunal is the lowest Court and the any Court to try original cases. മറ്റു കീഴ്കോടതികൾക്ക് കേസ് try ചെയ്യാൻ അവകാശം നിഷേധിച്ചിട്ടുണ്ട്. പ്രായോഗിക നടത്തിപ്പിൽനിന്നുള്ള അനുഭവത്തിന്റെ വെളിച്ചത്തിൽ മാത്രമാണ് ഈ വിധം ചേർക്കാനിടയായത്. ജന്മിക്കരം അബോളിഷൻ നിയമവും കൊച്ചിയിലെ കാണം ടെനൻസി നിയമവും പട്ടാഴി ദേവസ്വം നിയമവും എല്ലാം പാസാക്കികഴിഞ്ഞശേഷം അതിനു പ്രത്യേകമായി ജന്മിക്കരം സെറ്റിൽമെന്റ് ആഫീസറും മറ്റും വന്നതുകൊണ്ടാണ് വേഗം ആ നിയമങ്ങൾ നടപ്പിലാക്കാൻ കഴിഞ്ഞത്. അവ സെറ്റിൽ ചെയ്യാൻ നടപടികൾ വേഗം നടന്നു. അതിന്റെ പ്രായോഗിക അനുഭവങ്ങൾ വച്ചുകൊണ്ട് കൃഷിക്കാർക്ക് ഭൂമി സ്വന്തമാക്കുന്നതിനുവേണ്ടിയുള്ള ഗവണ്മെന്റിന്റെ ചുമതലയെന്നുള്ള നിലയിൽ, കാർഷികപരിഷ്കരണത്തിന്റെ ഭാഗമെന്നുള്ള നിലയിൽ, ഗവൺമെന്റ് ലക്ഷക്കണക്കിനു രൂപ ചെലവു ചെയ്തിട്ടാണെങ്കിൽപ്പോലും ആ ചുമതല ഏറ്റെടുക്കാനും ഈ നാട്ടിലെ കൃഷിക്കാരന് ഭൂമി എന്നുള്ള മുദ്രാവാക്യം സാക്ഷാൽക്കരിക്കാനുംവേണ്ടി ആവശ്യമായിട്ടുള്ള വിധത്തിൽ ആ വകുപ്പുമാറ്റം എഴുതിയിരിക്കുകയാണ്. ഇത്രയുമാണ് അതേസംബന്ധിച്ചു പറയാനുള്ളത്.

പിന്നെ സീലിങ്ങിനെ സംബന്ധിച്ചും മറ്റും വളരെ ചെറിയ ഭേദഗതികൾ മാത്രമേ വരുത്തിയിട്ടുള്ളൂ. വിട്ടുപോയ കായൽഭൂമികളും പരിധി

യിൽ ഉൾക്കൊള്ളിച്ചിട്ടുണ്ട്. നമ്മുടെ നാട്ടിൽ ഭൂമി നഷ്ടപ്പെട്ട് വളരെ ബുദ്ധിമുട്ടുന്ന ചെറുകിട ഭൂവുടമസ്ഥന്മാരെ സംബന്ധിച്ച്, അവരെ റീഹാബിലിറ്റേറ്റ് ചെയ്യുന്നതിനും മറ്റുമായി രണ്ട് കോടി രൂപ ഉൾക്കൊള്ളുന്നതായ ഒരു റീഹാബിലിറ്റേഷൻ ഫണ്ടും ഉൾക്കൊള്ളിച്ചിട്ടുണ്ട്. ഈ ബിൽ സെലക്ട് കമ്മിറ്റിയിൽ അയച്ച് പഴയ നിയമത്തിലെ വകുപ്പുകൾ പരിശോധിച്ച് ആവശ്യമായിട്ടുള്ള ഭേദഗതികൾ ചെയ്യുന്നതിനു സഭ തയ്യാറാകണമെന്ന് അഭ്യർത്ഥിച്ചുകൊണ്ട് ഞാൻ എന്റെ സംസാരം അവസാനിപ്പിക്കുന്നു.

Shri. K Mahabala Bhandari: May I know whether this Government have taken the legal opinion regarding the validity of this amendment Bill? If it is going to be struck down, then it is a waste of time.

ശ്രീമതി കെ ആർ ഗൗരി: ഗവൺമെന്റ് എന്തെങ്കിലും നിയമം കൊണ്ടുവരുമ്പോൾ ലീഗൽ ഒപ്പീനിയൻ ആരായും. Law Department ഉം Advocate Genenral ഉം അതിനൊക്കെത്തന്നെയാണ്. ഞാൻ draft ചെയ്ത് എന്റെ അഭിപ്രായത്തിൽ മാത്രം അവതരിപ്പിച്ചതല്ല.

Mr. Speaker: Seventeen hon. Members have gives notice for circulating the Bill for eliciting public opinion. One of the hon. members can move the amendment. The other hon. members can support that.

Shri. K Karunakaran: Sir, I move that the Kerala Land Reforms (Amendment) Bill, 1968 be circulated for eliciting public opinion thereon.

Mr. Speaker: Mr. K M Geroge may speak.

Shri. K M George: Sir today I am not speaking. Shri. Joseph Chazhikattu will speak.

ശ്രീ. ജോസഫ് ചാഴിക്കാട്: സർ, ഈ ബില്ല് വളരെ പ്രധാനപ്പെട്ട ഒന്നാകയാൽ, രാജ്യത്ത് ഇന്നു നിലനിൽക്കുന്ന നടപടികൾക്കും നിയമങ്ങൾക്കും വിരുദ്ധമായിട്ടുള്ള പല ഭാഗങ്ങളും ഈ ബില്ലിൽ ഉൾക്കൊള്ളുന്നതുകൊണ്ട് ജനങ്ങളുടെ പൊതുവായ അഭിപ്രായമറിയുന്നതിനു വേണ്ടി ഈ ബിൽ അയക്കണമെന്ന അഭിപ്രായത്തെ ഞാൻ പിന്താങ്ങുകയാണ്. സർ, ഈ ബില്ലിനെപ്പറ്റി എനിക്കു ചിലതെല്ലാം സംസാരിക്കാനുണ്ട്. മലയാളത്തിൽ ഒരു പഴഞ്ചൊല്ലുണ്ട്, പിന്നെയും ശങ്കരൻ തെങ്ങിലെന്ന്. എന്നു പറഞ്ഞാൽ, കൃഷി പരിഷ്കരണത്തിൽ ഇവിടെ കാർഷിക ബന്ധബിൽ എന്ന പേരിൽ - 1957 ൽ ആദ്യമായി കൊണ്ടുവന്നത്

ഇന്നത്തെ റവന്യൂ മന്ത്രിയാണ്. അത് ഒരുതരത്തിൽ വളരെ വാദപ്രതിവാദങ്ങൾക്കുശേഷം, കൊണ്ടുവന്ന പാർട്ടിക്കു രണ്ടോ മൂന്നോ കൈ മിച്ചമുണ്ടായിരുന്നതുകൊണ്ട്, പ്രതിപക്ഷത്തിന്റെ എതിർപ്പുകളെല്ലാം തള്ളിക്കളഞ്ഞുകൊണ്ട് പാസാക്കാൻ സാധിച്ചു. എന്നാൽ, അന്നത്തെ ഗവൺമെന്റിന്റെ അധഃപതനത്തിന് കാരണം, ആ ബിൽ അല്ലേ എന്ന്, അന്നും ഇന്നും എല്ലാം കണ്ടുകൊണ്ടിരിക്കുന്ന എനിക്ക് സംശയമുണ്ട്. ആ ബില്ല് അന്നത്തെ ഗവൺമെന്റിന്റെ പതനത്തിനു കാരണമാകത്തക്കവണ്ണം ജനങ്ങളുടെയിടയിൽ അഭിപ്രായവ്യത്യാസമുള്ള ഒന്നായിരുന്നു. പക്ഷേ, അന്നു രണ്ടു കൈ മിച്ചമുണ്ടായിരുന്നു. അതുകൊണ്ട് അത് പാസാക്കി. ഇന്നു ബഹുമാനപ്പെട്ട മന്ത്രി പറയുന്നു, ആ ബിൽ അനവധി കാരണങ്ങളാൽ നടപ്പിലാക്കാൻ പ്രയാസപ്പെടുന്നു, നിയമത്തിന്റെ വ്യാഖ്യാനങ്ങളും ഡെഫിനിഷനുകളുമൊക്കെ വളരെ വ്യത്യാസപ്പെട്ടതിന്റെ ഫലമായിട്ട് ആ നിയമം ഇഷ്ടംപോലെ നടപ്പിലാക്കാൻ സാധിക്കാതെ വന്നു എന്ന്.

അതിനുശേഷം 1963 ലെ ബിൽ (1963 ലെ ലാൻഡ് റിഫോംസ് ആക്ട്) അതിന്റെ സന്താനമായിട്ടാണ് ഈ നിയമസഭയിൽ കൊണ്ടുവന്നത്. അതിന്റെ അവതാരകൻ പരേതനായ ശ്രീമാൻ പി ടി ചാക്കോ ആയിരുന്നു. 63 ലെ ബിൽ 57 ലെ ബില്ലിലുണ്ടായിരുന്ന പല ഭാഗങ്ങളും മാറ്റിയാണ് കൊണ്ടുവന്നിട്ടുള്ളത്.

3. കേരള വനിതാ കമിഷൻ ബിൽ (1990)

ശ്രീമതി കെ ആർ ഗൗരിയമ്മ

സാർ,

1990 ലെ കേരള വനിതാ കമിഷൻ ബിൽ അവതരിപ്പിക്കുന്നു. പ്രസ്തുത ബിൽ താഴെപ്പറയുന്ന അംഗങ്ങൾ അടങ്ങിയ സെലക്ട് കമ്മിറ്റിക്ക് അയക്കണമെന്ന പ്രമേയവും അവതരിപ്പിക്കുന്നു:

Smt. Bhargavi Thankappan, Smt. Leela Damodara Menon, Smt. M T Padma, Smt. Rosamma Chacko, Smt. Rosamma Punnoose, Prof. Nabeesa Ummal, Smt. J Mercykutty Amma, Shri. K Moideen kutty Haji, Shri. M M Hassan, Shri. O Bharathan, Shri. K M Mani, Shri. P J Joseph, Shri. K P Aravindakshan, Shri. P Ravindran, Shri. T P Peethambaran Master, Shri. S R Thankaraj, Shri. V P Ramakrishna Pillai, Shri. E Ahamed, Shri. V Kesavan And the mover

സർ, നമ്മുടെ ഭരണഘടനാപ്രകാരം ഈ നാട്ടിൽ പാസാക്കിയിട്ടുള്ള അനേകം സ്ത്രീസംരക്ഷണനിയമങ്ങൾ ഉണ്ട്. അതുപോലെ ഐക്യ രാഷ്ട്രസഭയും വിവിധ ഏജൻസികളും സ്ത്രീകൾക്ക് ധാരാളം നിയമപരിരക്ഷകൾ പ്രഖ്യാപിച്ചിട്ടുണ്ട്. എങ്കിൽക്കൂടിയും സമൂഹത്തിന്റെ വിവിധ തുറകളിലുള്ള സ്ത്രീകൾ പലവിധത്തിലുള്ള വിവേചനങ്ങൾ, യാതനകൾ, പീഡനങ്ങൾ എന്നിവയ്ക്കെല്ലാം പാത്രീഭവിക്കുകയാണ്. ദൈനംദിനം വർദ്ധിച്ചുവരുന്ന സ്ത്രീപീഡനങ്ങൾക്കും യാതനകൾക്കുമുള്ള നിവാരണമാർഗ്ഗത്തിനുള്ള നടപടിയെടുക്കണം. അതുകൊണ്ട് കേരളത്തിലെ അനേകം സ്ത്രീസംഘടനകൾ ഇതിനുവേണ്ടി ഗവൺമെന്റിനോട് ആവശ്യപ്പെടുകയുണ്ടായി. അതിന്റെ അടിസ്ഥാനത്തിൽ വിവിധ മേഖലകളിൽ

പ്രവർത്തിക്കുന്ന സ്ത്രീസംഘടനകളും നിയമജ്ഞന്മാരും അതുപോലുള്ള മറ്റ് സാമൂഹ്യപ്രവർത്തകരും സ്ത്രീകളുടെ പുരോഗതിയിൽ താൽപ്പര്യമുള്ള ആളുകളും അടങ്ങുന്ന ഒരു കമ്മിറ്റി 18-5-1989 ൽ ഗവൺമെന്റ് വിളിച്ചുകൂട്ടുകയുണ്ടായി. ആ കമ്മിറ്റിയിൽ ചർച്ച ചെയ്തതിനുശേഷം ഏതെല്ലാം രംഗങ്ങളിൽ നിയമനിർമ്മാണം ആവശ്യമാണെന്നും അതിന് നടപടിയെടുക്കണമെന്നും പരിശോധിച്ച് ഒരു നിയമനിർമ്മാണത്തിനുള്ള ഒരു കരട്രേഖ തയ്യാറാക്കാൻ വനിതാ കോർപ്പറേഷൻ മാനേജിങ് ഡയറക്ടറേയും മന്ത്രിയേയും ചുമതലപ്പെടുത്തുകയുണ്ടായി.

ഇതിന്റെ പ്രിപ്പറേഷന് നിയമവശങ്ങളിൽ സഹായിക്കുന്നതിനും മറ്റുമായി ജസ്റ്റിസ് വി ആർ കൃഷ്ണയ്യരും ശ്രീ. സുബ്രഹ്മണ്യൻപോറ്റിയുമൊക്കെ തയ്യാറായി മുന്നോട്ടുവന്നിരുന്നു. അവരുടെയൊക്കെ നിയമസഹായത്തോടെ നിയമം എഴുതിയുണ്ടാക്കി ഇവിടെയുള്ള മിക്കവാറുമെല്ലാ സ്ത്രീസംഘടനകൾക്കും അവരുടെ അഭിപ്രായം അറിയിക്കുവാൻ ആവശ്യപ്പെട്ട് ഈ നിയമത്തിന്റെ പകർപ്പ് അയച്ചുകൊടുത്തിരുന്നു. അവരുടെ കൂടെ അഭിപ്രായം ക്രോഡീകരിക്കുന്നതിനുവേണ്ടിയും അഭിപ്രായം അറിഞ്ഞു മാറ്റങ്ങൾ ആവശ്യമാണെങ്കിൽ അവ വരുത്തുന്നതിനുവേണ്ടിയുമായിരുന്നു അങ്ങനെ ചെയ്തത്. പക്ഷേ, ഈ നിയമനിർമ്മാണത്തിന് മറുപടി എഴുതി അറിയിച്ചത് ശ്രീമതി ലീലാ ദാമോദരമേനോൻ മാത്രമാണ്. അഭിപ്രായം കാത്തിരുന്നതുകൊണ്ട് കുറെ കാലതാമസമുണ്ടായി. വേറെയാരും എഴുതിയറിച്ചിട്ടില്ല. ഈ കാലയളവിൽ വേറെ ചില സംഗതികളുണ്ടായി. 1990 ൽ കേന്ദ്രത്തിൽ അധികാരത്തിൽ വന്ന വി പി സിങ് ഗവൺമെന്റ് 1990 ആഗസ്റ്റ് 30 ന് ഇന്ത്യയിലെ സ്ത്രീകളെ ബാധിക്കുന്ന നാഷണൽ വിമൻസ് കമിഷനു വേണ്ടിയുള്ള ഒരു ആക്ട് പാസാക്കുകയുണ്ടായി. ഈ നിയമം നമ്മുടെ സംസ്ഥാനത്തെ സ്ത്രീകളെ ബാധിക്കുന്ന, നമുക്ക് കൈകാര്യം ചെയ്യുവാൻ അധികാരമുള്ള കാര്യങ്ങളെ സംബന്ധിച്ചാണ്. ഈ സംസ്ഥാനത്തിനും ഗവൺമെന്റിനും ഏതെല്ലാം മേഖലകളിൽ പ്രവർത്തിക്കാൻ കഴിയും ആ മേഖലകളിൽ പ്രവർത്തിക്കുന്നതിനുവേണ്ടിയുള്ള പരിപാടികൾ ആവിഷ്കരിക്കാനുള്ള നീക്കങ്ങളാണിതിൽ. ഈ നിയമത്തെക്കുറിച്ച് പറയുമ്പോൾ, ഇതൊരു പരിപൂർണ്ണ നിയമമാണെന്ന് ഞാൻ പറയുന്നില്ല. അതുകൊണ്ടാണ് സബ്ജക്ട് കമ്മിറ്റിക്ക് അയക്കണമെന്നുള്ള പ്രമേയം മാറ്റി സെലക്ട് കമ്മിറ്റിക്ക് അയക്കണമെന്നാക്കാൻ തീരുമാനിച്ചത്. സെലക്ട് കമ്മിറ്റിയിൽ പോയില്ലെങ്കിൽ നിയമസഭയിലുള്ള എല്ലാ സ്ത്രീ മെമ്പർമാർക്കുപോലും ഇതിൽ മെമ്പറാകാൻ സാധിക്കാതെവരും. ഇതിന്റെ പ്രാധാന്യത്തെക്കുറിച്ച് നിയമത്തിന്റെ വകുപ്പുകൾ നോക്കിയാലറിയാം. ഇതിൽ അഞ്ചുപേരിൽ കൂടാത്ത

അംഗങ്ങളുള്ള ഒരു കമിഷനുണ്ട്. ഈ കമിഷന്റെ ഫങ്ഷനെക്കുറിച്ച് 15-ാമത്തെ വകുപ്പിൽ പറയുന്നുണ്ട്. 15-ാമത്തെ വകുപ്പാണ് ഇതിന്റെ പ്രധാന വകുപ്പായിട്ട് വരുന്നത്. കമിഷന്റെ പവേഴ്സ് എന്തൊക്കെയാണ്, എന്തൊക്കെയാണ് ചെയ്യേണ്ടത് എന്നുള്ളത് പറഞ്ഞിട്ടുണ്ട്. അവർക്ക് ഒരു നിയമകോടതിക്ക് കൊടുക്കുന്ന അധികാരം കൊടുത്തുകൊണ്ട് ഇതിനുള്ള തെളിവുകൾ ശേഖരിക്കുന്നതിനും മറ്റ് നിയമനടപടികൾ നടത്തുന്നതിനും ഉള്ളതാണ്. 15-ാം വകുപ്പിൽ പ്രധാനമായിട്ട് പറഞ്ഞിരുന്നത്. Unfair practice സംബന്ധിച്ച് അന്വേഷിക്കാനും അതിൽ ഡിസിഷനെടുക്കാനും ആക്ഷനെടുക്കുന്നതിന് ഗവൺമെന്റിൽ ശിപാർശ ചെയ്യാനുമുള്ള അധികാരമാണ്. അതുപോലെതന്നെ ഡയറക്ടർക്ക് സ്ത്രീകൾ താമസിക്കുന്ന സ്ഥലങ്ങളിൽപോയി പരിശോധിക്കാനും സ്ത്രീകളോട് കാണിക്കുന്ന അനീതിയെക്കുറിച്ച് അന്വേഷിക്കാനുമുള്ള അധികാരമുണ്ട്. ഇന്ന് സ്ത്രീധനനിരോധന നിയമവും മെറ്റേർണിറ്റി ആക്ടും ഡൈവോഴ്സ് ആക്ടുമുണ്ട്. അതുപോലെ സ്ത്രീകളെ സംബന്ധിക്കുന്ന മറ്റു പല ആക്ടുകളുമുണ്ട്. പൊതുസ്വത്തിൽ പുരുഷന്മാരോടൊപ്പം സ്ത്രീകൾക്കും അവകാശമുണ്ടെന്ന നിലയിലുള്ള നിയമനിർമ്മാണവുമുണ്ട്. അതിനുപുറമെ, സുപ്രീംകോടതി വിധിയുമുണ്ട്. സ്ത്രീകൾക്ക് അംഗീകരിച്ചുകിട്ടേണ്ട സമത്വം, ഭരണഘടനയിൽ സ്ത്രീകൾക്ക് വിഭാവന ചെയ്തിട്ടുള്ള അധികാരങ്ങൾ എന്നിവയെല്ലാം നിയമനിർമ്മാണങ്ങളിൽ പറയുന്നുണ്ടെങ്കിലും നടപ്പിലാക്കുന്നില്ല. നിയമങ്ങളിലുള്ള വകുപ്പുകൾതന്നെ സ്ത്രീകൾക്ക് എതിരായിട്ട് പ്രയോഗിക്കത്തക്കവിധത്തിലുള്ള സ്ഥിതിവിശേഷമാണ് നമ്മുടെ നാട്ടിൽ ഉളവായിരിക്കുന്നത്. നമുക്കറിയാം സ്ത്രീകളുടെ ജീവിതം ദുഃസഹമായിട്ടുള്ളതാണ്. ദിവസം കഴിയുന്തോറും അവരുടെ ബുദ്ധിമുട്ടുകളും പ്രയാസങ്ങളും വർദ്ധിച്ചുവരികയാണ്. ഇതിനൊരു ശാന്തി വരുത്തുന്നതിനുവേണ്ടി, മാറ്റം വരുത്തുന്നതിനുവേണ്ടി പൊതുജനാഭിപ്രായം തേടുന്നതിനും നിയമനടപടികളെടുക്കുന്നതിനും വേണ്ടിയുള്ള ഒരു നിയമമാണ് ഇന്ന് അവതരിപ്പിച്ചിട്ടുള്ളത്. ഇതിൽ രണ്ട് അഭിപ്രായങ്ങൾ വ്യക്തമായിട്ടുവന്നിട്ടുണ്ട്. ശ്രീമതി ലീലാ ദാമോദരമേനോൻ ഉൾപ്പെടെയുള്ളവർ പറഞ്ഞത്, നിയമനടപടികളെടുക്കാനുള്ള അവകാശം ഈ കമിഷനു കൊടുക്കണമെന്നാണ്. ഈ കമിഷൻതന്നെ നിയമനടപടിയെടുക്കണമെന്നാണ്. അതിനുള്ള അധികാരം കൊടുക്കണം എന്ന് ആവശ്യപ്പെടുന്നവരുണ്ട്. എന്നാൽ, നിയമനടപടികളൊന്നും വേണ്ടാ അവർക്ക് recomendation അധികാരം മതിയെന്ന് പറയുന്നവരുമുണ്ട്. ഇതിൽ ചില നിയമനടപടികളെടുക്കുകയും അവ പ്രായോഗികമായി നടപ്പിലാക്കുന്നതിനുവേണ്ടി ഗവൺമെന്റിലേക്ക് recomend ചെയ്യുകയുമാണ് ഉൾക്കൊള്ളിച്ചിട്ടുള്ളത്. ഗവൺമെന്റ് അത് നിയമസഭയിൽ വയ്ക്കണം.

രണ്ടുമാസത്തിനകം നടപ്പിലാക്കിയിരിക്കണമെന്നുള്ളത് ഒരു വസ്തുതയാണ്. ഇത് നിയമസഭയിൽവന്ന് പാസാക്കിയ ഉടനെത്തന്നെ നടപ്പിലാക്കുന്നതിനുവേണ്ടി അതായത് രണ്ടുമാസത്തിനകം നടപ്പിലാക്കത്തക്ക വിധത്തിൽ...

സ്പീക്കർ: *അങ്ങേക്ക് വിഷമം തോന്നരുത്. ഞാനൊരു ചോദ്യം ചോദിക്കട്ടെ. സ്ത്രീകൾ അനുസരണയുള്ളവരായി ജീവിക്കണമെന്നുള്ളതുകൂടി ഇതിനകത്തു ചേർക്കുമോ?*

അങ്ങേക്ക് അങ്ങനെയാണ് അനുഭവമെങ്കിൽ ഞാൻ ദുഃഖിക്കുകയാണ്. ഞാൻ ഇക്കാര്യത്തിൽ ദുഃഖിക്കുന്നു. രണ്ടായിരം സംവത്സരങ്ങളായി പുരുഷന്മാർ സ്ത്രീകളോട് ഇത്തരം ചോദ്യങ്ങൾ ചോദിക്കാൻ തുടങ്ങിയിട്ട്. "നിങ്ങൾ അനുസരണയുള്ളവരാണോ, ഞങ്ങൾ നിങ്ങൾക്ക് ചെലവിന് തന്നാൽ നിങ്ങൾ ഞങ്ങൾ പറയുന്നതുപോലെ കേട്ടു ജീവിക്കുമോ?" ഇത്തരത്തിലുള്ള ചോദ്യങ്ങൾ രണ്ടായിരം സംവത്സരങ്ങളായി സ്ത്രീകളോട് ചോദിച്ച് തുടങ്ങിയിട്ട്. ഞങ്ങൾ സ്ത്രീകൾ ചെയ്യുന്ന ജോലിക്ക് ഈ നാട്ടിൽ വിലയില്ല. ഞങ്ങൾ അനുഭവിക്കുന്ന ദുഃഖങ്ങളെ സംബന്ധിച്ച് ആരും പറയാറില്ല. ഞങ്ങളിൽ എത്ര പീഡനങ്ങൾ ഏൽപ്പിച്ചാലും സന്തോഷിക്കുന്ന കുറെ ആളുകളെങ്കിലുമുണ്ട്. നിയമനടപടികളിൽക്കൂടി കിട്ടേണ്ട അവകാശങ്ങളും ഭരണഘടനയിലും സമൂഹത്തിലും അംഗീകരിക്കപ്പെട്ടിട്ടുള്ള അവകാശങ്ങളുമെല്ലാം ഇന്ന് നിഷേധിക്കപ്പെടുകയാണ്.

ശ്രീ. ടി എം ജേക്കബ്: *എല്ലാ പുരുഷന്മാരും അങ്ങനെയല്ല.*

ശ്രീ. ടി എം ജേക്കബിന്റെ കുടുംബജീവിതം സംബന്ധിച്ച് ഞാൻ തിരക്കിയിട്ടില്ല. അതുകൊണ്ട് എനിക്കറിയില്ല. ഇതാണ് നിത്യ അനുഭവം, അതുകൊണ്ടാണ് ഞാൻ പറഞ്ഞത്. മെറ്റേർണിറ്റി നിയമം ഈ നാട്ടിൽ നടപ്പിലാക്കിയില്ലേ? ആ നിയമം സ്ത്രീകൾക്ക് ജോലി നിഷേധിക്കാനാണ് ഇന്ന് ഉപയോഗിക്കുന്നത്. സ്ത്രീ രാത്രിജോലിക്ക് പോകാൻ പാടില്ലെന്ന് വ്യവസ്ഥ വന്നതിന്റെ പേരിൽ ഷിഫ്റ്റിൽ സ്ത്രീയെ പകൽ മാത്രമേ എടുക്കാൻ പറ്റൂ. രാത്രിയും ഷിഫ്റ്റ് ഉണ്ട്. അതുകൊണ്ട് സ്ത്രീക്ക് ആ ജോലിക്ക് അപേക്ഷിക്കാൻ വിലക്ക് - അവരെ തെരഞ്ഞെടുക്കുന്നില്ല.

അതുപോലെ സമൂഹത്തിൽ കുറ്റകൃത്യങ്ങൾ ചെയ്യുന്നത് സ്ത്രീയും പുരുഷനുമാണ്. പക്ഷേ, ഒരു പുരുഷനെയും വേശ്യൻ എന്നു പറഞ്ഞിട്ടില്ല. വേശ്യയെന്നു പറഞ്ഞാൽ സ്ത്രീയാണ്. സമൂഹത്തിൽ സ്ത്രീ അനുഭവിക്കുന്ന ദുഃഖം ഏതു വിധത്തിലുള്ളതാണെന്ന് ആലോചിച്ചുനോക്കണം. നമ്മൾ ഡൈവോഴ്സ് ആക്ട് പാസാക്കിയിട്ടില്ലേ? ഒരു കുട്ടി ഉണ്ടായിക്കഴിഞ്ഞാൽ സ്ത്രീയുടെ ദുഃഖം പുരുഷന് മനസ്സിലാക്കാൻ കഴിയുമോ? കുട്ടിയുടെ സംരക്ഷണം, കുട്ടിയെ വളർത്തേണ്ടത്, അച്ഛനും അമ്മയും യോജിച്ചുനിന്നു വളർത്തിയാൽ കുട്ടിയുടെ ഭാവി വരേണ്ടത്-

അതിനെക്കുറിച്ചെല്ലാം ഒരു സ്ത്രീക്ക് അറിയുന്നതുപോലെ പുരുഷന് അറിയാമോ? അത് അറിയുകയില്ലെന്നാണ് ഞാൻ വിചാരിക്കുന്നത്. സ്ത്രീക്ക് ഇന്നത്തെ നിലയിൽ ഫാമിലി കോർട്ട് വേണ്ടിവരികയില്ലായിരുന്നു. സംസ്ഥാനത്തിന്റെ ഇന്നത്തെ സാമ്പത്തിക സ്ഥിതിവച്ച് മൂന്ന് റീജിയണിൽ പല സ്ഥലങ്ങളിലും സിറ്റിങ് അധികാരത്തോടുകൂടിയുള്ള ഫാമിലി കോർട്ട് അനുവദിക്കാൻ, അതിൽ മൂന്നു കോടതികൾ ഗവൺമെന്റ് ചെയ്യാൻ തയ്യാറാണെന്ന് ഹൈക്കോടതിയെ അറിയിച്ചിട്ടും ഇന്ന് പതിന്നാലു ജില്ലകളിലും വേണമെന്ന ഹൈക്കോടതിയുടെ പിടിവാശിയിൽ കോടതി അനുവദിച്ചതും കിട്ടിയില്ല. 14 കോടതി വന്നാൽ ആ ജഡ്ജിമാർക്ക് കേസ് കാണുകയില്ല. എല്ലാ സ്ഥലത്തും എല്ലാ താലൂക്കുകളിലും സിറ്റിങ് കൊടുക്കാം എന്ന് പറഞ്ഞുകൊണ്ടാണ് ഞാൻ ഹൈക്കോടതിക്ക് എഴുതിയത്. ഇന്ന് ആ കോടതി നടപ്പിലാക്കിയിട്ടില്ല. അത് നടപ്പിലാക്കുന്നതിനുവേണ്ടിയുള്ള നടപടികൾ ഉണ്ടായിട്ടില്ല. രണ്ടായിരം സംവത്സരക്കാലം സ്ത്രീയുടെ സ്ഥിതി എന്തായിരുന്നുവെന്നത് പരിശോധിച്ചുനോക്കണം. ഗാർഗിയെപ്പറ്റി പറയുമ്പോൾ നമുക്ക് അഭിമാനം വരും. തർക്കശാസ്ത്രത്തിൽ അതിനിപുണത-ആർക്കും ജയിക്കാൻ കഴിഞ്ഞിരുന്നില്ല. കൗടില്യനെപ്പോലെയല്ലായിരുന്നു. പക്ഷേ, ഗാർഗിയെ അംഗീകരിച്ചിട്ടുണ്ടോ? പഴയകാലത്തെ ചരിത്രം നോക്കിയാൽ ഇന്നുവരെ മിടുക്കികൾ എന്നുപറയാവുന്ന, അനീതിക്കെതിരെ വാളെടുത്ത് പോരാടിയിട്ടുള്ള ഒരു ഝാൻസി റാണിയെ കാണാം. അഭിപ്രായവ്യത്യാസങ്ങൾ കോൺട്രവേഴ്സ്യലാണെങ്കിലും ഒരു ശ്രീമതി ഇന്ദിരാഗാന്ധിയെ കാണാം. അല്ലാതെ ആരുണ്ട്? പുറകോട്ടുപോയാൽ പുരാണത്തിൽ കുന്തിയെ കാണാം. അന്നത്തെ സമൂഹത്തിന്റെ നിലനിൽപ്പിന് കന്യകാത്വംപോലും ബലി കഴിക്കേണ്ടിവന്ന കുന്തിയെ കാണാം. വിവാഹം കഴിഞ്ഞ് ഭർത്താവുമായിവന്ന പാഞ്ചാലിക്ക് അഞ്ചു സഹോദരന്മാരുടെയും ഭാര്യയാകാനുള്ള നിർദ്ദേശമാണ് കിട്ടിയത്. അതുപോലുള്ള എത്രയോ അനേകം കഥകളുണ്ട്. പതിന്നാലുവയസ്സായ ഒരു സ്ത്രീയുടെ മോഹം സ്നേഹിക്കുന്ന പുരുഷനോടൊപ്പം സുഖമായി ജീവിക്കുക എന്നതാണ്. ആ സായൂജ്യത്തിനുവേണ്ടി എല്ലാം സഹിക്കുന്ന സ്ത്രീ ഒടുവിൽ ചിലപ്പോൾ ചെന്നെത്തുന്നത് വേശ്യാലയത്തിലാണ്. ജീവിക്കാൻവേണ്ടി മാംസം വിൽക്കേണ്ടിവരുന്ന സ്ഥിതിവിശേഷമുണ്ടാകുന്നു. അനേകം സ്ത്രീകൾ മാംസം വിറ്റ് ജീവിക്കേണ്ട സ്ഥിതിവിശേഷമുണ്ടാകുന്നു. എന്നെ ഇതൊക്കെ പറയുന്നതിന് പ്രകോപിപ്പിച്ചത് ശ്രീ. ടി എം ജേക്കബാണ്. ഞാൻ ഇത് ഒരു പുരുഷവിദ്വേഷിയായിട്ടല്ല പറയുന്നത്. നമ്മുടെ സമൂഹം ചിന്തിക്കുന്നത് അങ്ങനെയാണ്. സ്ത്രീ എന്നു പറഞ്ഞാൽ...

സ്പീക്കർ: സ്ത്രീകൾ പുരുഷന്മാരെയും പാവ കളിപ്പിക്കാറുണ്ട്.

സർ, എങ്കിൽ ഇതുപോലെയുള്ള ഒരു കമിഷൻ ആവശ്യമില്ലായിരുന്നു. പുരുഷന്മാരെ സ്ത്രീകളാണ് പാവ കളിപ്പിക്കുന്നതെങ്കിൽ ഈ ഒരു കമിഷൻ വേണ്ടിവരില്ലായിരുന്നു.

ശ്രീ. ഒ ഭരതൻ: സതിസമ്പ്രദായം ഇപ്പോഴും ന്യായീകരിക്കുന്ന ആളുകൾ കേന്ദ്ര മന്ത്രിസഭയിലുണ്ടെന്ന കാര്യം ബഹുമാനപ്പെട്ട മന്ത്രിക്കറിയാമോ?

സതിസമ്പ്രദായം ബ്രിട്ടീഷുകാരുടെ കാലത്ത് നിരോധിച്ചതാണ്. അതെ, അതിനെ അനുകൂലിച്ചവർ ഇന്ന് മന്ത്രിയാണ്. ഭരണഘടന പിടിച്ചു സത്യം ചെയ്യുന്നു, സ്ത്രീയെ ദേവിയായിട്ട് നിങ്ങൾ പറയും. സ്ത്രീയെ കല്യാണം കഴിച്ചുകൊണ്ടുവരുമ്പോൾ നിലവിളക്കുവച്ചല്ലേ അകത്തു കയറ്റുന്നത്? നിലവിളക്ക് എന്താണെന്നുവച്ചാൽ പുരുഷൻ ഉപയോഗിക്കുന്ന വിളക്കാണ്. അവൻ അത് കത്തിക്കും, ഊതിക്കെടുത്തും. അതെ. സ്ത്രീയുടെ ജീവിതവും നിലവിളക്കിന് സമമാണ്. പുരുഷന് കത്തിക്കാനും ഊതിക്കെടുത്താനും അവകാശമുള്ള ഒരു സ്ഥാവരസ്വത്ത്, അകത്തുകയറ്റുക, ഊതിക്കെടുത്തുക, അതിനെ അനുകൂലിക്കുന്ന ആളുകൾ മന്ത്രിമാരാകുന്ന ഈ കാലത്ത് ഇതുപോലെയുള്ള നിയമവും അത് നടപ്പിലാക്കുന്നതിനുവേണ്ടിയുള്ള ശക്തമായ സംഘടനകളും അതിനെ അനുകൂലിക്കാവുന്ന മുഴുവൻ പുരോഗമനചിന്താഗതിക്കാരേയും വളർത്തിയെടുക്കേണ്ടിയിരിക്കുന്നു. സമൂഹത്തിൽ ഞങ്ങൾക്ക് പുരുഷവിദ്വേഷമില്ല. സമൂഹത്തിലെ മുതലാളിത്തം നിലനിൽക്കുന്നത്രയും കാലം തൊഴിലില്ലായ്മയും പട്ടിണിയും നിൽക്കുന്ന കാലത്തോളം ചൂഷണത്തിന് ഏറ്റവും വിധേയയാകുന്നത് സമൂഹത്തിൽ പിന്നോക്കം നിൽക്കുന്ന സ്ത്രീയാണ്. പഴയകാലത്ത് ഒരു പാവപ്പെട്ട കൃഷിക്കാരൻ കല്യാണം കഴിച്ചുകൊണ്ടുവന്നാൽ ജന്മിയുടെ പത്തായപ്പുരയിൽ താമസിക്കേണ്ടിവരുന്ന അനുഭവമുണ്ടായിട്ടില്ലേ? പോരാടി തോൽപ്പിച്ചിട്ടുണ്ട്, ഇല്ലെന്നു പറയുന്നില്ല. പ്രസവകാലവേതനം ഇന്നും നടപ്പിലാക്കുന്നുണ്ടോയെന്നു നിങ്ങൾ പരിശോധിച്ചുനോക്കണം. ഗവൺമെന്റ് സർവ്വീസിലല്ലാതെ മറ്റ് എവിടെയെങ്കിലും നടപ്പിലാക്കുന്നുണ്ടോ? പ്രസവകാലവേതനം ഉപയോഗിക്കുന്നത് സ്ത്രീക്ക് തൊഴിൽ നിഷേധിക്കാൻ വേണ്ടിയാണ്. തൊഴിൽമേഖലയിൽ സ്ത്രീകളുടെ എണ്ണം കുറഞ്ഞുവരുന്നു. സ്ത്രീ രാത്രിജോലിക്കുപോയാൽ നമ്മുടെ സമൂഹത്തിന് അവളെ സംരക്ഷിക്കാൻ കഴിയാത്തതുകൊണ്ട് രാത്രി ഷിഫ്റ്റിൽ സ്ത്രീയെ വയ്ക്കരുതെന്ന് പറഞ്ഞു. അത് ജോലി നിഷേധിക്കാനാണ് ഇന്നുപയോഗിക്കുന്നത്.

അതുപോലെ ശ്രീ. ടി എം ജേക്കബിന് പറയാൻ കഴിയുമോ സ്ത്രീയെയാണോ കല്യാണം കഴിക്കുന്നത്, കാശിനെയാണോ ഇന്ന് കല്യാണം

കഴിക്കുന്നത്? ഇന്ന് സ്നേഹത്തിന് വിലയുണ്ടോ? ഇന്ന് അറേഞ്ച്ഡ് മാര്യേജാണ് അധികവും. അങ്ങനെയല്ലാത്തത് വളരെ കുറവാണ്. എന്താണ് അറേഞ്ച്ഡ് മാര്യേജ്? സാധാരണ ഒരു സ്ത്രീയെ കാണാൻ പോകും. പെൺകുട്ടി നല്ലത്; കുട്ടിയുടെ കുടുംബം നല്ലത്. ആ കുട്ടിയുടെ ബന്ധുക്കളും മറ്റും നല്ലത്. പെൺകുട്ടി പെരുമാറാൻ നല്ലത്. വീട്ടിൽ വന്നാൽ അമ്മായിയമ്മയും മറ്റുള്ളവരുമായി കലഹിക്കുകയില്ല. ഇതൊക്കെ നോക്കിയിട്ട് ഒടുവിൽ ചോദിക്കുന്നത്, ശരി, കുട്ടിയെ പിടിച്ചു. കല്യാണത്തിന് ആഗ്രഹിക്കുന്നു. എന്നാൽ, നിങ്ങൾ ഞങ്ങൾക്കെന്തു തരും. ഇത് ഇന്നോ ഇന്നലെയോ തുടങ്ങിയതാണോ? സ്ത്രീധനം നിരോധിച്ചിട്ടില്ലേ? അത് ഇന്ന് കൂടിവരികയല്ലേ ചെയ്യുന്നത്. സ്ത്രീകളെ ഒരു വിൽപ്പനച്ചരക്കാക്കി മാറ്റുകയാണ്. ഒരുദിവസം ശ്രീമതി നബീസാ ഉമ്മാൾ പ്രസംഗിക്കുന്നതുകേട്ടു. നല്ല ഒരു പട്ടിക്കുഞ്ഞിനെ കാശു കൊടുത്തു വാങ്ങിക്കും, ഒരു സ്ത്രീയെ ഒരു വീട്ടിൽനിന്ന് മറ്റൊരു വീട്ടിലേക്ക് കൊണ്ടുവരണമെങ്കിൽ അങ്ങോട്ട് കാശുകൊടുക്കണമെന്ന്. അതാണ് സ്ഥിതി. അങ്ങനെയല്ലാത്തവർ കാണും. ഇല്ലെന്നു ഞാൻ പറയുന്നില്ല. പക്ഷേ, സമൂഹത്തിൽ വളർന്നുകൊണ്ടിരിക്കുന്ന ദുഷ്കരമായ ചിന്താഗതികൾ സ്ത്രീകളോട് കാണിക്കുന്ന അൺഫെയർ നടപടികൾ, സ്ത്രീകൾക്ക് കിട്ടേണ്ട അവകാശങ്ങൾക്ക് എതിരായിട്ട് നിൽക്കുന്നു. അതുപോലെ സ്ത്രീകളെ പ്രൊട്ടക്ട് ചെയ്യുന്നതിനുള്ള നിയമം ലംഘിക്കപ്പെടുന്നവർ ആരുമാകട്ടെ, അവർ ശിക്ഷാർഹരാണ്. നിയമം നടപ്പിലാക്കണം. അതിനുള്ള നിയമനിർമ്മാണമുണ്ടാകണം. ആ നിയമനിർമ്മാണം നടപ്പിലാക്കുന്നതിനുവേണ്ടിയുള്ള നടപടിക്രമമുണ്ടാകണം. കേന്ദ്രനിയമവുമായിട്ട് നോക്കുമ്പോൾ ഈ നിയമത്തിൽ അല്ലറചില്ലറ വ്യത്യാസങ്ങളുണ്ട്. ഒരുകൊല്ലത്തിനുമുമ്പ് നമ്മൾ നിയമമുണ്ടാക്കിയതാണെങ്കിലും നമുക്ക് അത് അവതരിപ്പിക്കാൻ സാധിക്കാതെവന്നു. അതിൽ ഞാൻ ഖേദം പ്രകടിപ്പിക്കുകയാണ്. അഭിപ്രായമറിഞ്ഞ് സമന്വയത്തോടുകൂടി ഇത് നടപ്പിലാക്കാമെന്ന് വിചാരിച്ച് താമസിച്ചുപോയതാണ്. ഏതായാലും ഇന്നത്തെ സാഹചര്യത്തിൽ ഇത് ആവശ്യമാണ്. നിങ്ങളെല്ലാം ഒച്ചപ്പാടുണ്ടാക്കിയാലും ഞാൻ ശ്രീ. വി പി സിങ്ങിനെ ഈ കാര്യത്തിൽ അനുകൂലിക്കുകയാണ്. ഞാൻ അദ്ദേഹത്തെ അഭിനന്ദിക്കുന്നു. കാരണം വന്നു, സംഘടന പറഞ്ഞു ചർച്ച ചെയ്യാൻ. അങ്ങനെ ചർച്ച ചെയ്ത് വേഗം ഒരു നിയമമെഴുതിയുണ്ടാക്കി കേന്ദ്രത്തിൽ പാസാക്കി. എത്രയോ കാലംമുമ്പ് സ്ത്രീകളുടെ അവകാശങ്ങളെ സംബന്ധിച്ച്, സ്ത്രീകളുടെ സ്റ്റാറ്റസ് സംബന്ധിച്ച് ശ്രീമതി ഇന്ദിരാഗാന്ധി ആദ്യം പ്രധാനമന്ത്രിയായിരിക്കുമ്പോൾ റിപ്പോർട്ട് അവതരിപ്പിച്ചതാണ്. സമൂഹത്തിൽ സ്ത്രീകളുടെ സ്റ്റാറ്റസ് എന്തായിരിക്കണം എന്നതു സംബന്ധിച്ച് ആലോചിക്കാനും തീരുമാനിക്കാനും എത്രയോ കാലം കാത്തിരി

ക്കേണ്ടിവന്നു. അതുപോലെ ഒരു നിയമമാണ് നമ്മൾ നേരത്തേ എഴുതി യതെങ്കിലും മുമ്പ് എല്ലാവർക്കും ആലോചിച്ച് ഏകാഭിപ്രായം ഉണ്ടാക്കി നടത്തുന്നതാണ് നല്ലതെന്ന് കരുതി കാത്തിരുന്നു. സമയം വൃഥാ പാഴാക്കി. അതുകൊണ്ടാണ് നിയമസഭയിലുള്ള എല്ലാ സ്ത്രീകളും ഇതിൽ അംഗങ്ങളാകണമെന്ന് പറയുന്നത്. ഇതൊരു പുരുഷവിദ്വേഷ നിയമമല്ല. നമ്മുടെ നാട്ടിൽ സ്ത്രീയും പുരുഷനും തുല്യരാണെന്ന് ഭരണഘടനയിൽ പറഞ്ഞിട്ടുണ്ട്. സ്ത്രീ തുല്യത കൈവരിച്ചാൽ, സ്ത്രീയുടെ കഴിവ് ഉപയോഗിക്കാനും നമ്മുടെ നാട്ടിലെ നിർമ്മാണപ്രവർത്തനങ്ങളിൽ സ്ത്രീയെക്കൂടി പങ്കെടുപ്പിക്കാനും സ്ത്രീയുടെ കഴിവ് ഉപയോഗിച്ചുകൊണ്ട് നമ്മുടെ നാട് അഭിവൃദ്ധിപ്പെടുത്താനും വേണ്ടിയുള്ള നടപടിക്രമമുണ്ടാകണം. ഈ രാജ്യത്തെ സ്ത്രീയെ നല്ലതുപോലെ രാഷ്ട്രീയബോധമുള്ളവരാക്കിത്തീർത്താൽ വർഗ്ഗീയകലാപമുണ്ടാകുമെന്നാണോ നിങ്ങൾ വിചാരിക്കുന്നത്? സ്ത്രീ ബോധവതിയായാൽ വർഗ്ഗീയകലാപം നാട്ടിൽ നടക്കുകയില്ല. സ്ത്രീ ബോധവതിയായാൽ അവൾ ജോലി ചെയ്യും. ജോലിയില്ലെങ്കിൽ ജോലിക്കുവേണ്ടിയുള്ള വ്യവസ്ഥയ്ക്കുവേണ്ടി പോരാടും. ഇന്നത്തെ ചുറ്റുപാടിൽ ഈ നിയമമുണ്ടാക്കുന്നത് ഭാര്യയും ഭർത്താവും തമ്മിൽ വഴക്കിടാനല്ല. അവർ തുല്യരാണെന്ന ബോധം പുരുഷനുമുണ്ടാകണം, സ്ത്രീക്കുമുണ്ടാകണം. ഇന്ന് സ്ത്രീക്ക് ആ ബോധമില്ല. ചില സ്ത്രീകൾക്കുകാണും. ഒരു കുടുംബം നിലനിർത്താനും കുടുംബം സംതൃപ്തിയോടുകൂടി വളരാനും സ്ത്രീയും പുരുഷനും തുല്യത കൈവരിക്കണം. ആ വിധത്തിൽ പല നിയമനിർമ്മാണരംഗങ്ങളിൽ സമൂഹത്തിൽ സ്ത്രീകളോട് കാണിക്കുന്ന കടുത്ത അനീതികൾക്കെതിരെ സ്ത്രീകളെ എങ്ങനെ തുല്യതയിലാക്കണം എന്നത് സംബന്ധിച്ച് ഒരു നിയമനിർമ്മാണം നടപ്പിലാക്കാത്തവർക്കെതിരായിട്ടുള്ള നടപടികളെടുക്കാൻ വേണ്ടിയുള്ള നിയമനിർമ്മാണമാണ് ഇത്. കൂടുതൽ എന്തൊക്കെ നിയമനടപടികൾ വേണം, കൂടുതൽ എന്തൊക്കെ വിധത്തിലുള്ള കർത്തവ്യങ്ങൾ ഗവൺമെന്റ് ചെയ്യണം എന്നുള്ളത് ഈ കമിഷൻ ഗവൺമെന്റിനോട് ശിപാർശ ചെയ്യാൻ അവകാശമുണ്ട്. ആ വിധത്തിൽ ഇത് സ്ത്രീയുടെമാത്രം നിയമമല്ല. നമ്മുടെ സമൂഹത്തിൽ അടിഞ്ഞുകൂടിയിരിക്കുന്ന മുഴുവൻ മാലിന്യങ്ങളും തൂത്തുകളയുന്നതിനുവേണ്ടിയുള്ള ഒരു നടപടിക്രമം ആവിഷ്കരിക്കുന്നതിനുവേണ്ടിയുള്ള നിയമനിർമ്മാണമാണ്. ഈ ബിൽ അവതരിപ്പിച്ചുകൊണ്ട് ഞാൻ പ്രകോപിപ്പിച്ച് സംസാരിച്ചുവെങ്കിൽ നിങ്ങൾ ക്ഷമിക്കണമെന്ന് ശ്രീ. ടി എം ജേക്കബ് അടക്കമുള്ള മെമ്പറന്മാരോട് ഞാൻ അഭ്യർത്ഥിക്കുന്നു. ഇന്നിപ്പോൾ ശ്രീ. എം വി രാഘവൻ നടത്തിയ പ്രസംഗം നിങ്ങൾ കേട്ടിട്ടില്ലേ? ശുദ്ധരിൽ ശുദ്ധനായ ശ്രീ. എം വി രാഘവൻ അഴിമതിയെപ്പറ്റി ഒരു

പ്രസംഗം ഇവിടെ നടത്തി. ശ്രീ. എം വി രാഘവനെയും എന്നെയുംകൂട്ടി നാട്ടിലെ ജനങ്ങളോട് ചോദിച്ച് ഈ കാര്യത്തെക്കുറിച്ച് വിലയിരുത്താൻവേണ്ടി ഞാൻ അദ്ദേഹത്തെ വെല്ലുവിളിക്കുകയാണ്. എം വി രാഘവൻ എന്തൊരു മിടുക്കനാണെന്നറിയാമോ, അതാണ് ഞാൻ അദ്ദേഹത്തെ ശുദ്ധരിൽ ശുദ്ധനെന്ന് പറഞ്ഞത്. അദ്ദേഹം ആ വിധത്തിലാണ് പ്രസംഗിച്ചത്. ശ്രീ. നമ്പ്യാരോട് രാഘവന് വിരോധമുണ്ടെങ്കിൽ വേറെ എവിടെയെങ്കിലും പറഞ്ഞുതീർത്താൽ പോരേ, എന്റെ നേർക്ക് വേണമായിരുന്നോ?

ഞാൻ പറയുന്നത് ഈ ബിൽ ഇന്നത്തെ കാലഘട്ടത്തിന് ആവശ്യമാണ് എന്നാണ്. കേരളം ഉൾപ്പെടെയുള്ള ഇന്ത്യയിലെ മുഴുവൻ സംസ്ഥാനങ്ങളിലെയും ജനങ്ങളെ ഏകോപിപ്പിച്ചുകൊണ്ട് നമ്മുടെ സംസ്ഥാനത്തിന്റെയും ഇന്ത്യയുടെയും പ്രശ്നങ്ങൾ പരിഹരിക്കുന്നതിനുവേണ്ടി വലിയൊരു വിഭാഗത്തെ ഈ രാജ്യത്തുനിന്ന് രാഷ്ട്രീയമായോ സാമൂഹ്യമായോ ഉള്ള അടിമത്തത്തിനോ അതുപോലെ ചൂഷണങ്ങൾക്കോ വിധേയമാക്കി മാറ്റിനിർത്താതെ അവരെക്കൂടി രാഷ്ട്രീയ പുനർനിർമ്മാണത്തിൽ പങ്കെടുപ്പിക്കുന്നതിനുവേണ്ടിയിട്ടുള്ള നടപടിക്രമങ്ങൾ ആവിഷ്കരിക്കുന്നതിനുവേണ്ടിയുള്ള ഒരു നിയമനിർമ്മാണമാണിത്. അതിൽ തെറ്റുകൾ കാണും, കുറ്റങ്ങൾ കാണും, ഈ ബിൽ കുറെക്കൂടി നന്നാക്കേണ്ടതുണ്ടാകും. ഉദ്ദേശ്യശുദ്ധിയോടുകൂടി ഈ സമൂഹത്തിന്റെ ഇതുവരെയുള്ള യാതനകളും പീഡനങ്ങളുമൊക്കെ മനസ്സിൽ വച്ചുകൊണ്ട് എഴുതി തയ്യാറാക്കിയ നിയമമാണ്. ഇത് കൂടുതൽ നന്നാക്കുന്നതിനും വിട്ടുപോയത് കൂട്ടിച്ചേർക്കാനും വേണ്ടിയുള്ള നടപടിക്രമമെന്നുള്ള നിലയിലാണ് സെലക്ട് കമ്മിറ്റിക്ക് അയക്കാൻ ഞാൻ നിർദ്ദേശിച്ചത്. എല്ലാവർക്കും ഈ ബിൽ നന്നാക്കുന്നതിനുവേണ്ടിയുള്ള അഭിപ്രായങ്ങളുണ്ടാകണമെന്നുള്ള അഭ്യർത്ഥനയോടുകൂടി ഞാൻ ഈ ബിൽ സെലക്ട് കമ്മിറ്റിക്ക് അയക്കണമെന്ന പ്രമേയം അവതരിപ്പിക്കുന്നു.

ശ്രീ. ടി എം ജേക്കബ്: സർ, ഞാൻ ശ്രീമതി ഗൗരിയമ്മയെ പ്രകോപിപ്പിക്കാനൊന്നും പറഞ്ഞില്ല. ശ്രീമതി ഗൗരിയമ്മ, ഈ ഭൂമുഖത്തുള്ള സകല പുരുഷന്മാരും സ്ത്രീകളെ പീഡിപ്പിക്കുന്നവരാണെന്നുള്ള നിലയിലാണ് പറഞ്ഞത്. അത് ശരിയല്ലെന്നേ ഞാൻ പറഞ്ഞുള്ളൂ. ആ അഭിപ്രായം എനിക്ക് ഇപ്പോഴുമുണ്ട്.

മി. സ്പീക്കർ: ഏതായാലും ഒരു കാര്യം ശ്രീ. ടി എം ജേക്കബിനോട് ഞാൻ പറയാം. ശ്രീമതി ഗൗരിയമ്മ ഇവിടെ അവതരിപ്പിച്ചിരിക്കുന്ന ഈ നിയമം നമ്മുടെ സ്ത്രീസ്വാതന്ത്ര്യത്തെ സംബന്ധിച്ചിടത്തോളം ഒരു മാഗ്നാകാർട്ട ആയിത്തീരട്ടെ എന്നാണ് എന്റെ ആത്മാർത്ഥമായ ആഗ്രഹം. കേരള ഭൂപരിഷ്കരണ നിയമം അവതരിപ്പിക്കാൻ അവസരം കിട്ടിയ

ശ്രീമതി കെ ആർ ഗൗരിയമ്മയ്ക്കുതന്നെ സ്ത്രീസ്വാതന്ത്ര്യത്തെ സംബന്ധിച്ചിടത്തോളം ഒരു നിയമം അവതരിപ്പിക്കാൻ ഈ സഭയിൽ അവസരം കിട്ടിയത് സ്മരണീയമായിത്തീരുമെന്നുള്ള കാര്യത്തിൽ സംശയമില്ല. ഈ ബിൽ അവതരിപ്പിച്ചതിന് ഞാൻ അവരെ അഭിനന്ദിക്കുന്നു. സ്ത്രീസ്വാതന്ത്ര്യത്തെ സംബന്ധിച്ചിടത്തോളം ഇത് ഏറ്റവും അത്യാവശ്യമായ ഒരു കാര്യമാണ്. അതുകൊണ്ട് ഇവിടത്തെ സഭാ നടപടികളിൽനിന്നും ശകലം വ്യതിചലിച്ച് ഈ നിയമത്തെ സംബന്ധിച്ചുള്ള ചർച്ചയിൽ പങ്കെടുക്കാൻ വനിതാ മെമ്പർമാർക്കാണ് മുൻഗണനന.

ശ്രീമതി ലീലാ ദാമോദരമേനോൻ: സർ, ബഹുമാനപ്പെട്ട അങ്ങും ബഹുമാനപ്പെട്ട മന്ത്രിയും പറഞ്ഞതുമാതിരി വളരെ പ്രധാനപ്പെട്ട ഒരു നിയമനിർമ്മാണമാണ് ഇത്. മറ്റ് ആളുകളുടെ കൂടെ അഭിപ്രായം അറിയട്ടെ എന്നുള്ളതു കൊണ്ടുമാത്രമാണ് ഈ ഭേദഗതി ഞാൻ അവതരിപ്പിച്ചത്. 1973 ൽ ശ്രീമതി ഇന്ദിരാഗാന്ധി നമ്മുടെ നാട്ടിലെ സ്ത്രീകളുടെ സ്ഥിതിയൊന്നറിയാൻ വേണ്ടിയിട്ട് ഒരു കമ്മിറ്റി ഉണ്ടാക്കി. ആ കമ്മിറ്റി ശേഖരിച്ച വിവരം 1975 ൽ തന്നപ്പോഴാണ് നമ്മുടെ നാട്ടിൽ സ്ത്രീകളുടെ സ്ഥിതി എന്താണെന്ന് മനസ്സിലാക്കാൻ സാധിച്ചത്. 1975 ൽ യു എൻ ഇന്റർനാഷണൽ വിമൻസ് ഇയറും അതിനുശേഷം അന്തർദ്ദേശീയ വനിതാദശകവും നടത്തിയപ്പോൾ സ്ത്രീകളുടെ സ്ഥിതി എല്ലായിടത്തും മോശമാണെന്ന് മനസ്സിലാക്കാൻ സാധിക്കുകയും 'സാർക്ക്' കമ്മിറ്റിയുടെ നിഗമനത്തിൽ പ്രത്യേകിച്ചും നമ്മുടെ നാടുകളിൽ അതിലേറെ പ്രയാസകരമാണ് സ്ത്രീകളുടെ ജീവിതമെന്നും മനസ്സിലായി. സാർവ്വത്രികമായി ഇങ്ങനെയുള്ള ഒരു നിയമനിർമ്മാണത്തിന്റെ ആവശ്യകതയെക്കുറിച്ചും 1975 ൽത്തന്നെ യു എൻ പറഞ്ഞതിനുശേഷം പല രാഷ്ട്രങ്ങളും നാഷണൽ കമിഷൻ ഉണ്ടാക്കിയിട്ടുണ്ട്. അമേരിക്കയിൽ ദേശീയ നിലവാരത്തിൽ മാത്രമല്ല 175 സ്റ്റേറ്റുകളിലും ഈ വിധം കമിഷനുകൾ ഉണ്ടാക്കിയിട്ടുണ്ട്. ഈ കമിഷനുകളുടെയൊക്കെ പ്രവർത്തനപരിധിയും പരിപാടിയുമെല്ലാം പഠിച്ചാൽ ഈ കമിഷൻ ശരിയായിട്ട് നടപ്പിലാക്കാൻ എങ്ങനെ സാധിക്കുമെന്ന് അറിയാൻ കഴിയുമെന്ന് ഞാൻ വിശ്വസിക്കുകയാണ്. സർ അങ്ങ് ചോദിച്ചു സ്ത്രീകൾ അനുസരണ പഠിച്ചിട്ടുണ്ടോയെന്ന്. ഞാൻ ഒരു കാര്യം ഓർമ്മിപ്പിക്കുകയാണ്. ഞാൻ മഹാത്മാഗാന്ധിയെയോ വിവേകാനന്ദനെയോ ഒന്നും ക്വോട്ട് ചെയ്യുന്നില്ല. പക്ഷേ, ലെനിൻ പറഞ്ഞിട്ടുള്ളത് അങ്ങേക്ക് വിശ്വാസമാകും. ഞാൻ അദ്ദേഹത്തിന്റെ വാക്കുകൾ ഉദ്ധരിക്കുകയാണ്. അദ്ദേഹം പറഞ്ഞു: "There is no real freedom as long as women are handicapped by men's privileges." അതാണ് സ്ഥിതി. എന്തു നിയമമുണ്ടെങ്കിലും മെൻസ് പ്രിവിലേജ് അത് എല്ലാത്തിനേയും നശിപ്പിക്കുമെന്ന് ലെനിൻ അന്ന് പറഞ്ഞി

ട്ടുള്ളത് ഇന്നും തുടരുകയാണെന്നുള്ള കാര്യത്തിൽ യാതൊരു സംശയവുമില്ല. 1990 ൽ ഇവിടെ നാഷണൽ കമിഷൻ ദേശീയതലത്തിൽ വന്നു. അതിനുമുമ്പായിട്ട് സ്ത്രീകൾക്ക് ഒരു നാഷണൽ പേഴ്സ്പെക്ടീവ് പ്ലാൻ ഉണ്ടായിരുന്നു. ഇങ്ങനെ ഒരു നിയമം മൂന്നുവർഷംമുമ്പ് കൊണ്ടുവരുമെന്നാണ് ബഹുമാനപ്പെട്ട മന്ത്രി പറഞ്ഞിരുന്നതെങ്കിലും ഇപ്പോഴെങ്കിലും ഈ നിയമം ഇവിടെ കൊണ്ടുവന്നതിൽ എനിക്ക് വളരെയധികം ചാരിതാർത്ഥ്യമുണ്ട്. വളരെക്കാലമായിട്ട് ഇന്ത്യയിലെ എല്ലാ സംസ്ഥാനങ്ങളിൽനിന്നും ഈ ആവശ്യം പൊങ്ങിവന്നിട്ടുണ്ട്. സ്ത്രീകളുടെ പ്രശ്നങ്ങൾ പരിശോധിക്കുക. സ്ത്രീകളുടെ സാമൂഹ്യ-സാമ്പത്തിക പരാധീനതകളെക്കുറിച്ച് പഠിക്കുക, അവരെ ചൂഷണത്തിൽനിന്നും പരാധീനതകളിൽനിന്നും അവശതകളിൽനിന്നും രക്ഷിക്കുക, ആക്രമണത്തിൽനിന്ന് അവർക്ക് രക്ഷപ്പെടാൻ കഴിവുകൾ കൊടുക്കുക, സ്ഥിതിസമത്വത്തോടുകൂടി ഒരു സമൂഹം പടുത്തുയർത്താനായിട്ടുള്ള പദ്ധതികൾ നൽകുക തുടങ്ങിയ കാര്യങ്ങൾ ഈ കമിഷന്റെ പരിധിയിൽ പെടുത്തണമെന്നാണ് എനിക്ക് പറയാനുള്ളത്. ഇന്ന് ഈ രാജ്യത്ത് വ്യാപകമായിട്ട് മണ്ഡൽ കമിഷൻ റിപ്പോർട്ടിന്റെ പേരിൽ റാലികളും യോഗങ്ങളും ആത്മാഹുതികളുംതന്നെ നടക്കുകയാണ്. പക്ഷേ, ഒരു വസ്തുത നമ്മളെല്ലാവരും മറന്നു. അതിനുമുമ്പ് ഇവിടെ ഒരു പിന്നോക്ക വിഭാഗ കമിഷൻ റിപ്പോർട്ട് ഉണ്ടായിരുന്നു. ആ റിപ്പോർട്ട് ആരും വായിച്ചു നോക്കിയിട്ടുപോലുമില്ല. അവർ പറഞ്ഞു: ആ രാജ്യത്ത് ഏറ്റവും വലിയ പിന്നോക്ക വിഭാഗം സ്ത്രീകളാണെന്ന്. സ്ത്രീകളുടെ സ്ഥിതി മെച്ചപ്പെടുത്താനായിട്ടുള്ള പദ്ധതികൾ രൂപീകരിച്ചില്ലെങ്കിൽ ആ രാജ്യത്തിന് അത് അപകടകരമാണെന്നാണ് അന്ന് അവർ പറഞ്ഞിട്ടുള്ളത്. അത് ആരും കണ്ടില്ല, അന്ന് ആരും റാലികളും നടത്തിയില്ല. ആത്മാഹുതികളും ചെയ്തില്ല എന്നുള്ളതാണ് വാസ്തവം. ഈ നടപടി ഇപ്പോൾ സ്വീകരിക്കാനുണ്ടായ കാരണങ്ങൾ വിശദീകരിച്ചു. ഇന്ന് സ്ത്രീകളുടെ കാര്യത്തിൽ സമൂഹത്തിൽ അസഹ്യമായിട്ടുള്ള ഒരു സ്ഥിതി വന്നിട്ടുണ്ടെന്ന് ബഹുമാനപ്പെട്ട മന്ത്രി പറഞ്ഞിട്ടുള്ളതിനെ ഞാൻ പിന്താങ്ങുകയാണ്. നമ്മുടെ നാട്ടിലെ സ്ത്രീകളുടെ സ്ഥിതി ഇന്ന് എന്താണ്? സ്ത്രീകളുടെ പ്രശ്നങ്ങൾ പരിഹരിക്കുന്നതിന് ഇന്ത്യൻ പീനൽകോഡ്, ആന്റി ഡൗറി ആക്ട്, പിന്തുടർച്ചാവകാശനിയമങ്ങൾ ഇങ്ങനെ എല്ലാരംഗത്തും ആവശ്യമായ നിയമങ്ങളൊക്കെ നടപ്പിലാക്കിയിട്ടുണ്ടെങ്കിലും, ഭരണഘടയിൽ തുല്യസ്ഥാനം വ്യവസ്ഥ ചെയ്തിട്ടുണ്ടെങ്കിലും ഇന്ന് ബഹുഭൂരിപക്ഷം സ്ത്രീകൾക്കും ഇങ്ങനെയുള്ള അവകാശങ്ങളും ആ സ്ഥിതിയുമൊന്നും ലഭ്യമാകുന്നില്ലെന്നുള്ളതാണ് വാസ്തവം.

സർ, നമ്മുടെ ഈ നാട് ബുദ്ധനെയും വിവേകാനന്ദനെയും മഹാ

ത്മാഗാന്ധിയെയും മറക്കുന്നു. നമ്മുടെ ഇന്നത്തെ സോഷ്യൽ സെറ്റപ്പ്, സോഷ്യൽ കളക്ടിവിറ്റി ഇന്ന് ശ്രദ്ധിക്കുന്നത് ഇതിലൊന്നുമല്ല. സ്ത്രീകളെ അവഗണിക്കുന്നതിലാണ്. സ്ത്രീകളെ സമൂഹത്തിൽനിന്നും പ്രസ്ഥാനത്തിൽനിന്നും പുറന്തള്ളുന്നതിനാണ്. സ്ത്രീകളെ എല്ലാ കാര്യത്തിലും രണ്ടാം നിരയിൽ ആക്കുന്നതിനുവേണ്ടിയിട്ടാണ് ശ്രമിച്ചുകൊണ്ടിരിക്കുന്നത്. അതുകൊണ്ടാണിന്ന് ഈ കഷ്ടപ്പാടുകളൊക്കെ സ്ത്രീകൾ അനുഭവിക്കുന്നത്. മനുഷ്യരാശിയെ ഒരുമിച്ചു കൂട്ടിച്ചേർക്കുന്ന ചരടാണ് സ്ത്രീയെന്നുള്ള കാര്യം മനുഷ്യൻ മറക്കുമ്പോൾ പിന്നെ എന്തു പറയാനാണ് സർ? നമ്മുടെ അയൽ സംസ്ഥാനമായ തമിഴ്നാട്ടിലെ കല്ലാർ സമുദായത്തിൽ ഇന്ന് നടക്കുന്നതെന്താണെന്നറിയാമോ? കല്ലാർ സമുദായത്തിൽ ഒരു പെൺകുട്ടി ജനിച്ചാൽ അതിനെ കൊല്ലും. സാമ്പത്തികമായിട്ടുള്ള ബുദ്ധിമുട്ടുകൾ കൊണ്ടായിരിക്കാം ഒരുപക്ഷേ, അവരങ്ങനെ ചെയ്തുപോകുന്നത്. ബോംബെയിലെ ഉന്നതശ്രേണികളിൽ കഴിയുന്ന സ്ത്രീകൾ ചെയ്യുന്ന കാര്യങ്ങളെന്താണ്? അവിടെ സമ്പന്ന കുടുംബങ്ങളിലുള്ള സ്ത്രീകൾ ഗർഭം ധരിച്ചാൽ അവരുടെ ഗർഭാവസ്ഥയിൽത്തന്നെ ആ കുട്ടി ആൺകുട്ടിയാണോ പെൺകുട്ടിയാണോ എന്ന് കണ്ടുപിടിച്ചതിനുശേഷം ഗർഭസ്ഥശിശു പെൺകുട്ടിയാണെന്നറിഞ്ഞാൽ അതിനെ ഗർഭാവസ്ഥയിൽത്തന്നെ നശിപ്പിക്കുന്നു. എന്തുകൊണ്ടാണ് പെൺകുട്ടികളോട് അത്ര വിവേചനം നമ്മളുടെ സമൂഹത്തിൽ നിലനിൽക്കുന്നത്? വീട്ടിൽ ഒരു പെൺകുഞ്ഞ് ജനിച്ചുപോയാൽ അത് ഒരാപത്താണ്. അതൊരു സങ്കടമാണ്. അതൊരു അവമതിയാണ് എന്നു കരുതുന്ന ഒരു നാടായി നമ്മുടെ നാട് മാറിയിട്ടുള്ളത് കണക്കിലെടുക്കേണ്ട കാര്യമാണ്. വാസ്തവത്തിൽ നമ്മൾ ഇതിനെതിരായി ശബ്ദമുയർത്തേണ്ടേ സാർ? ഒരു കുട്ടി പെൺകുട്ടിയായി ജനിക്കുന്നത് എങ്ങനെയെന്ന് ശാസ്ത്രീയമായിട്ട് ഇതിനെക്കുറിച്ച് എനിക്ക് അറിയാവുന്ന കാര്യം പറയുകയാണ്. പെൺകുട്ടി ജനിക്കുന്നതിൽ പുരുഷനാണ് ഏറ്റവും കൂടുതൽ ഉത്തരവാദിത്വമുള്ളത്. 'x'ഉം 'y'ഉം ക്രോമസോംസുണ്ട്. സ്ത്രീകൾക്ക് 'x' ക്രോമസോംസ് മാത്രമേയുള്ളൂ. ഗർഭധാരണസമയത്ത് സ്ത്രീകളിലെ 'x' ക്രോമസോമുമായി പുരുഷന്റെ 'x' ക്രോമസോമാണ് യോജിക്കുന്നതെങ്കിൽ ആ കുഞ്ഞ് പെൺകുഞ്ഞായി ജനിക്കും. 'y' ക്രോമസോമാണ് യോജിക്കുന്നതെങ്കിൽ ആ കുട്ടി ആൺകുട്ടിയായി ജനിക്കും. അപ്പോൾ ജനിക്കുന്ന കുട്ടി ആൺകുട്ടിയായിത്തീരുന്നതിന്റെയും പെൺകുട്ടിയായിത്തീരുന്നിന്റെയും ഉത്തരവാദിത്വം ആർക്കാണ് സർ, യഥാർത്ഥത്തിൽ പുരുഷനല്ലേ? ഇതിന്റെ കുറ്റം പുരുഷന്റേതല്ലേ? സ്ത്രീയുടെ ധർമ്മമായ ഗർഭംധരിക്കൽ ഒരു പുരുഷനെക്കൊണ്ടാവുമോ? അപ്പോൾ സ്ത്രീകൾ ഗർഭംധരിക്കുമ്പോൾ പുരുഷന്റെ കുറ്റം കാരണം പുരുഷന്റെ 'വൈ' ക്രോമസോമിനുപകരം

'എക്സ്' ക്രോമസോം വരുമ്പോൾ അത് പെൺകുഞ്ഞായി ജനിച്ചുപോയാൽ എന്തിന് അവരുടെ അവമതിയായി കണക്കാക്കി മറ്റുള്ളവരുടെ മുൻപിൽ തലകുനിച്ച് നടക്കണം? ഇന്ന് നമ്മുടെ സമൂഹം ആ കുറ്റവും സ്ത്രീകളുടെ പേരിൽത്തന്നെയാണ് ചുമത്തുന്നത്...

മി. സ്പീക്കർ: അല്ല, ഇപ്പോൾ ഗർഭത്തിന് പുരുഷൻ വേണ്ട. പുരുഷൻ ഇല്ലെങ്കിലും ഗർഭമുണ്ടാവും.

ശ്രീമതി ലീലാ ദാമോദരമേനോൻ: അത് പറ്റില്ല സാർ, പുരുഷൻ അവിടെ ഇല്ലെങ്കിലും പുരുഷന്റെ ബീജം ഉണ്ടായാലല്ലേ ഗർഭമുണ്ടാവൂ.

മി. സ്പീക്കർ: ഇപ്പോൾ ടെസ്റ്റ്റ്റ്യൂബ് ഇല്ലേ? ഭർത്താവ് വേണ്ട, അതിനുപകരം ടെസ്റ്റ്റ്റ്യൂബ് മതി.

ശ്രീമതി ലീലാ ദാമോദരമേനോൻ: പക്ഷേ, ടെസ്റ്റ്റ്റ്യൂബ് മതിയെങ്കിലും അതിന് ഒരു പുരുഷന്റെ ബീജം കൂടിയേ തീരൂ... (ബഹളം)

ശ്രീ. എം വി രാഘവൻ: സർ, സ്ത്രീകൾക്ക് സമൂഹത്തിൽ വളരെയധികം ബുദ്ധിമുട്ടുകളും കഷ്ടപ്പാടുകളുമൊക്കെയുണ്ടാവുമെന്ന് പറഞ്ഞു. അതുണ്ടെങ്കിൽ അത് പരിഹരിക്കണം. പക്ഷേ, ഈ ഭർത്താക്കന്മാരുടെ പീഡനം മാത്രമാണോ ഉള്ളത്? ചില സ്ത്രീകളുടെ പീഡനം ഭർത്താക്കന്മാർക്കും ഏൽക്കേണ്ടിവരുമെന്നുള്ള കാര്യംകൂടി ഓർക്കണം. നമ്മുടെ സ്പീക്കർത്തന്നെ ഉദാഹരണം. ചില സ്ത്രീകളുടെ പീഡനം— ഉദാഹരണത്തിന് ടി വി തോമസിന്റെ ഉദാഹരണംതന്നെ. അപ്പോൾ ടി വി തോമസിന്റെയും വർക്കലയുടെയും ഉദാഹരണം ഇതെല്ലാം സ്ത്രീകളെക്കൊണ്ട് പുരുഷന്മാർ പീഡനം അനുഭവിച്ചതിന്റെ ഉദാഹരണമാണെന്നുള്ളതുകൂടി മെമ്പർ കണക്കിലെടുക്കണം, അത് അങ്ങേക്കറിയാമോ?

ശ്രീമതി. കെ ആർ ഗൗരിയമ്മ: രാഘവനായിരുന്നു പണ്ട് ടി വി തോമസിന്റെകൂടെ താമസിച്ചത്. അതുകൊണ്ടാണ് രാഘവന് അത് അനുഭവമുള്ളത്.

ശ്രീമതി ലീലാ ദാമോദരമേനോൻ: സർ, അതൊക്കെ പോകട്ടെ. എനിക്ക് പറയാനുള്ളത് ഈ കമിഷൻ നിർദ്ദേശിച്ചതിനെക്കുറിച്ചാണ്. ഇവിടെ സ്ത്രീകളുടെ അവകാശസംരക്ഷണം മുഴുവൻ പുരുഷന്മാർ ഏറ്റെടുക്കും. അവർ മതിയെന്ന് പറയുന്നത് ആപത്താണ്. ബഹുമാനപ്പെട്ട മന്ത്രി പറഞ്ഞു രണ്ടായിരം കൊല്ലങ്ങളായിട്ട് ഇത് സ്ത്രീകൾ അനുഭവിക്കുകയാണെന്ന്, രണ്ടായിരം കൊല്ലങ്ങളായിട്ടു മാത്രമല്ല, അതിനു മുൻപേ സ്ത്രീകൾ അവഗണന അനുഭവിച്ചുകൊണ്ടിരിക്കുകയാണെന്നാണ്. യുഗങ്ങളായി അനുഭവിച്ചുവരുന്ന ഒരു പരാധീനതയെ എതിർക്കാനായിട്ട് ഇന്നും ശ്രമിച്ചുകൊണ്ടിരിക്കുകയാണ്. ഇതിനെ നിങ്ങളൊക്കെ എതിർക്കുമെന്ന് ഞങ്ങൾക്കൊക്കെ അറിയാം.

മി. സ്പീക്കർ: ആഡംസ് ആപ്പിൾ ഉണ്ടല്ലോ, അന്നുമുതലേ ഉണ്ട് ഈ കുഴപ്പം.

ശ്രീമതി ലീലാ ദാമോദരമേനോൻ: അപ്പോൾ എനിക്ക് ബഹുമാനപ്പെട്ട മന്ത്രിയോട് ഒരു കാര്യം പറയാനുള്ളത് ഇതിന്റെ ഘടനയെപ്പറ്റിയാണ്. ഒരു മന്ത്രിയെ അതിന്റെ ചെയർമാൻ ആക്കണമെന്ന് അഞ്ചാം വകുപ്പ് 1-ാം ഉപവകുപ്പിൽ പറയുന്നുണ്ട്. എന്തിനാണ് ഒരു മന്ത്രിയുടെ ആവശ്യം? ആ ചെയർമാൻ മന്ത്രിയായതുകൊണ്ട് എന്തെങ്കിലും പ്രത്യേകിച്ച് ഗുണമുണ്ടാകുമോ? അപ്പോൾ അത് മന്ത്രിയായിക്കൊള്ളട്ടെ, അല്ലാതിരിക്കട്ടെ, അതൊരു സ്ത്രീ ആയിരിക്കണമെന്നാണ് എനിക്ക് പറയാനുള്ളത്. ഇതിന്റെ ചെയർമാൻ ഒരു വനിത ആയിരിക്കണം.

ശ്രീമതി കെ ആർ ഗൗരിയമ്മ: അതെങ്ങനെയായാലും കുഴപ്പമൊന്നും വരാനില്ല. അതൊരു മന്ത്രിയാകാം, ഹൈക്കോടതിയിലെ ഒരു ജഡ്ജിയാകാം, ഡിസ്ട്രിക്റ്റ് ജഡ്ജിയാകാം, അതല്ലെങ്കിൽ സ്ത്രീകൾക്കിടയിൽ അവരുടെ ഉന്നമനത്തിനുവേണ്ടി പ്രവർത്തിക്കുന്ന ഒരു സ്ത്രീയാകാം. ഇതിൽ 'പ്രിഫറബിളി' സ്ത്രീ ആയിരിക്കണമെന്നാണ് പറഞ്ഞിട്ടുള്ളത്, ചെയർമാൻ സ്ത്രീ ആയിരിക്കണമെന്നാണ് പറഞ്ഞിട്ടുള്ളത്. അത് ആരും ആകാമെന്നാണ് എഴുതിയിരിക്കുന്നത്.

സാധാരണയായി ഭർത്താവ് ഭാര്യയോട് സ്നേഹമുള്ളവനാണെങ്കിൽ ഒരൊറ്റ സ്ത്രീയോടും അക്രമം കാണിക്കുകയില്ല.

ഞാൻ ചെലവിന് തരും, നീ അനുസരിച്ചുകൊള്ളണമെന്നാണ്. ഞാൻ ഉടുക്കാൻ തരും, ഉണ്ണാൻ തരും, ഞാൻ പറയുന്നതുപോലെ ജീവിച്ചുകൊള്ളണമെന്നാണ്.

ടി എം ജേക്കബ് പറയുന്നത് ക്രൈസ്തവ സഭയെ, അവരുടെ കൂദാശയെ ഏതാണ്ട് അപമാനിക്കത്തക്കവിധത്തിൽ പറഞ്ഞുവെന്നാണ്. അതല്ല. ഞാൻ നിനക്ക് ഉണ്ണാൻ തരും, ഞാൻ ഉണ്ടില്ലെങ്കിലും ഉണ്ടുകൊള്ളണമെന്നാണ് പറയുന്നത്. ഞാൻ അതിനെക്കുറിച്ചല്ല പറയുന്നത്. കല്യാണത്തിന് പുരുഷന്റെ അർത്ഥം ഇന്നുവരെ വന്നിരിക്കുന്നത് ഞാൻ ചെലവിന് തരും, നീ അനുസരിച്ചുകൊള്ളണമെന്നാണ്. അതാണ് നിങ്ങളെ സംബന്ധിച്ചിടത്തോളമുള്ളത്.

ഇന്ന് നമ്മുടെ ഗവർണർ പോകുന്ന ദിവസമാണ്. അതുകൊണ്ട് അധികം താമസിയാതെ കുറച്ചുസമയം കൊടുക്കണം.

സർ, ഈ നിയമം അവതരിപ്പിച്ച് - ഞാൻ സംസാരിച്ചപ്പോ ഇതൊരു പുരുഷവിദ്വേഷ നിയമമാണെന്ന് തോന്നത്തക്കവിധത്തിലുള്ള പദപ്രയോഗം എന്നിൽനിന്ന് വന്നിട്ടുണ്ടെങ്കിൽ ഞാൻ അത് ഉദ്ദേശിച്ചിട്ടില്ല. സമൂഹത്തിൽ ഇന്ന് നിലനിൽക്കുന്ന, സ്ത്രീകൾക്കെതിരായിട്ടുള്ള അനീതി,

അക്രമം, നിയമ നടപടികളെടുക്കായ്മ, കിട്ടേണ്ട അവകാശങ്ങൾ ലംഘിക്കുക, കൂടുതൽ അവകാശങ്ങൾക്കുവേണ്ടിയുള്ള നടപടികൾ എടുക്കുക, ഇതിനൊക്കെ നടപടികൾ വേണമെന്നുള്ള നിർബന്ധത്തോടുകൂടി അവതരിപ്പിച്ച നിയമമാണ്ഇത്. ഇതിനെക്കുറിച്ച് സംസാരിച്ചപ്പോൾ ശ്രീ. ജേക്കബും മറ്റും ഇതൊരു വെള്ളാനയെയുണ്ടാക്കാൻ വേണ്ടിയാണെന്ന് പറഞ്ഞു. ചങ്കെടുത്ത് കാണിച്ചാൽ അത് ചെമ്പരത്തിപ്പൂവാണെന്ന് പറയുന്നതുപോലെയാണ്; അതാണ് ശ്രീ. ടി. എം ജേക്കബ് പറയുന്നത്.

ശ്രീ. ടി. എം ജേക്കബ് ഇതിലെ 15-ാം വകുപ്പിനെക്കുറിച്ച് പറഞ്ഞു. ഈ നിയമം അവതരിപ്പിച്ചപ്പോൾതന്നെ ഞാൻ പറഞ്ഞു, അതൊരു കോൺട്രവേഴ്സ്യൽ സബ്ജക്ടാണെന്ന്. അത് എന്താണെന്നുവച്ചാൽ, കമിഷന് എക്സിക്യൂട്ടീവ് അധികാരം കൊടുക്കണമോ വേണ്ടയോ? കൊടുക്കണമെന്നുപറയുന്നവരുണ്ട്, ഈ കൊടുത്തിരിക്കുന്ന അധികാരങ്ങൾതന്നെ കൊടുക്കണ്ട എന്ന് പറയുന്നവരുണ്ട്. ഇത് 1988 അഞ്ചാം മാസത്തിൽ എഴുതിയ നിയമമാണ്. ആ വിധത്തിൽ ഇതൊരു കോൺട്രവേഴ്സ്യൽ വകുപ്പാണ്. കോൺട്രവേഴ്സ്യലല്ല എന്ന് നിങ്ങൾ ധരിക്കരുത്. ഒരു വെള്ളാനയെയുണ്ടാക്കി ഒന്നും നടത്താതിരിക്കാനുള്ളതാണെന്ന് ആരും ധരിക്കണ്ട, സ്ത്രീകൾക്ക് മെറ്റേർണിറ്റി നിയമമില്ലേ? സ്ത്രീകളുടെ ഫാമിലി കോർട്ട് നിയമമില്ലേ? അതുപോലെ നോക്കുകയാണെങ്കിൽ സ്ത്രീകൾക്ക് കിട്ടേണ്ട സൗകര്യങ്ങൾ നിഷേധിക്കുന്നത് കുറ്റമാണ്. മറ്റു നിയമാവലികളില്ലേ? അതൊക്കെ നടന്നോ? എന്താ നടക്കാത്തത്? അതൊക്കെ നടക്കാൻ എന്തു നടപടിയെടുക്കണം എന്നതാണ് ഇതിൽ പറഞ്ഞിരിക്കുന്നത്. ഇതിൽ പറഞ്ഞിരിക്കുന്ന ഒന്നും രണ്ടും വകുപ്പ് ഒന്നാണ്. അതിൽ പറഞ്ഞിരിക്കുന്നത് (i) inquire into any unfair practice, take decision thereon and to recommend to the Government the action to be taken in that matter; രണ്ടാമത്തെ വകുപ്പിൽ പറഞ്ഞിരിക്കുന്നത് (ii) cause investigations to be made by the Director on issues of importance concerning women and issues. concerning unfair practice and to report thereon to the State Government on the corrective measures to be taken; ഇതുരണ്ടും ഒന്നാണോ? ബഹു: ജേക്കബ്, നിങ്ങൾ അത് വായിച്ചു മനസ്സിലാക്കണം. ഇത് ഞാൻ മാത്രം എഴുതിയതല്ല, ജസ്റ്റിസ് വി ആർ കൃഷ്ണയ്യരുമായിട്ട് ചർച്ച ചെയ്ത്, ജസ്റ്റിസ് പോറ്റിയുമായി ചർച്ച ചെയ്ത് എഴുതിയുണ്ടാക്കിയതാണ്. ഈ നിയമം സമയം പോകാൻവേണ്ടി എഴുതിയതല്ല. ഞങ്ങൾ വളരെ പണിപ്പെട്ട് എഴുതിത്തയ്യാറാക്കിയതാണ്. പലപ്പോഴും സംഘടനകൾ ആവശ്യപ്പെടാറുണ്ട്. അതനുസരിച്ചാണ്.

ശ്രീ. കെ രാഘവൻ മാസ്റ്റർ: ഈ കമിഷൻകൊണ്ട് സമൂഹത്തി

ലുള്ള ഉന്നതനിലവാരത്തിലുള്ള സ്ത്രീകളുടെ സാമൂഹ്യമായ സ്റ്റാറ്റ സാണോ വികസിക്കുന്നത്, പിന്നോക്കം നിൽക്കുന്ന പട്ടികജാതി-പട്ടിക വർഗ്ഗത്തിൽപ്പെട്ട സമൂഹത്തിൽ ഏറ്റവും അടിത്തട്ടിൽ കിടക്കുന്ന സ്ത്രീക ളുടെ സാമൂഹ്യമായ സ്റ്റാറ്റസ് ഉയർത്താനാണോ മുൻഗണന നൽകുന്നത്?

അത് 15 ാം വകുപ്പ് വായിച്ചുനോക്കിയാൽ മനസ്സിലാകും. അത് ഇവിടെ പറഞ്ഞപ്പോൾ പറഞ്ഞു (സി) monitoring the recruitments made to State public services and Public sector Corporations. പബ്ലിക് സെക്ടർ കോർപ്പറേഷൻ കിട്ടുന്നുണ്ടോ? എന്റെ കീഴിലുള്ള K S D P സ്ത്രീകളായ ഡി ഫാംകാരെ എടുക്കുകയില്ല. ഷിഫ്റ്റിനുവരാൻ സ്ത്രീകൾ മടിക്കുന്നു. ഞാൻ ഇപ്പോൾ അവരുമായിട്ട് തർക്കത്തിലാണ്. രാത്രി വരാൻ സ്ത്രീകൾക്ക് പ്രൊട്ടക്ഷൻ വേണം. തൊഴിലാളികളായിട്ടുള്ള പുരുഷന്മാർ പറഞ്ഞു ഞങ്ങൾമാത്രം രാത്രി വരാം. സ്ത്രീകൾ വരുന്നത് ഞങ്ങൾക്ക് ഇഷ്ടമില്ല, അതിന് നിയമം നടപ്പിലാകുന്നുണ്ടോ? ട്രാൻസ്പോർട്ടിൽ കണ്ടക്ടറെ എടുക്കണം. എക്സൈസ് ഡിപ്പാർട്ടുമെന്റിൽ സ്ത്രീകളെ എടുക്കുന്നുണ്ടോ? സ്ത്രീകളെ എടുക്കണം. അങ്ങനെ എടുക്കുന്നുണ്ടോ? എടുക്കുന്നില്ല. ആരുടെ കുഴപ്പമായാലും പരമ്പരയായിട്ട് ഇവിടെവന്ന മുഴുവൻ ഗവൺമെന്റിന്റെയും (എന്റെ ഉൾപ്പെടെയുള്ള) കുഴപ്പമാണ്; ഞാൻമാത്രം വിചാരിച്ചാൽ ഇത് നടക്കുമോ? നിങ്ങളും നിങ്ങളുടെ ഭാര്യയും നിങ്ങളുടെ കുടുംബവും സമത്വത്തിൽ കഴിയണം. ലോകം മുഴുവൻ അങ്ങനെയാണെന്നാണ് പറയുന്നത്. നിങ്ങൾ പത്രം വായി ക്കാറില്ലേ? സ്ത്രീകൾക്കെതിരെ എന്തെല്ലാം അനീതികളാണ് നാട്ടിൽ നടക്കുന്നത്? സ്ത്രീക്ക് ഒരു ഗർഭപാത്രം ഉള്ളതുകൊണ്ട് അവർ ഈ രാജ്യത്ത് എന്തൊക്കെ സഹിക്കണം? പുരുഷന് ഗർഭപാത്രമില്ല, അത് സ് ത്രീക്കായിപ്പോയി. അതുകൊണ്ട് എന്തൊക്കെ സഹിക്കണം. നിയമമുണ്ട്, നിയമം ഇംപ്ലിമെന്റ് ചെയ്യിക്കണം, പുതിയ നിയമം വേണമെങ്കിൽ നടപ്പിലാക്കണം. ഇന്ന് നിലനിൽക്കുന്ന നടപടി ക്രമങ്ങളിൽ ഉദ്യോഗസ്ഥ ന്മാരും അല്ലാത്തവരും ചെയ്യിക്കുന്ന കുറ്റകൃത്യങ്ങൾക്കെതിരെ നടപടി വേണം. അതുകൊണ്ട് ഇവർക്കുതന്നെ അധികാരം കൊടുക്കണോ എന്നത് ബോദ്ധ്യം വരുന്നതിന് ഇതിൽ പറഞ്ഞിരിക്കുന്നത് The Government shall cause the recommendations of the commission under sub-section (i) to be placed before the Legislative Assembly during its next session and cause action to be taken thereon by the authority concerned within two months from the placing of such recommendations. അതോറിറ്റിയെക്കൊണ്ട് രണ്ടുമാസത്തിനകം നടപടിയെടുപ്പിക്കണം എന്നാണ് ഇതിൽ എഴുതിയിരിക്കുന്നത്. നിയമസഭയുടെ മുമ്പിൽവയ്ക്കാനും

നിയമനിർമ്മാണമാണെങ്കിൽ ആവശ്യമായിട്ടുള്ള നടപടികളെടുപ്പിക്കണം. കറക്ടീവ് സ്റ്റെപ്പ്സ് എടുക്കാനാണെങ്കിൽ അതുവേണം. സ്ത്രീകളോട് അപമര്യാദയായിട്ടാണ് പെരുമാറുന്നതെങ്കിൽ അങ്ങനെ പെരുമാറിയ ഉദ്യോഗസ്ഥർ ആരൊക്കെയാണോ അവരുടെ പേരിൽ നടപടിയെടുപ്പിക്കണം. അതാണ് പറഞ്ഞിരിക്കുന്നത്. സ്ത്രീകൾ സ്ത്രീയുടെ നേരെ അക്രമം കാണിക്കുന്നില്ലേ. സ്ത്രീക്കുതന്നെ ബോദ്ധ്യമുണ്ടോ തനിക്കും പുരുഷനോടൊപ്പം കഴിവുണ്ടെന്ന്? കേരളത്തിൽ സ്ത്രീകളുടെ പ്രസ്ഥാനമുണ്ടായതുതന്നെ അവർക്കെതിരായിട്ടുള്ള നീക്കങ്ങൾ വന്നതിന്റെ ഫലമായിട്ടാണ്. എന്നിട്ട് ഇത് ഒരു വെള്ളാനയാണ്, ഇത് വെറുതേ ഒരു സംഘടന ഉണ്ടാക്കലാണ്, ഇത് ഒന്നുമില്ലാത്ത ഒരു കാര്യം ആളുകളെ പറ്റിക്കാൻവേണ്ടി കൊണ്ടുവന്നിരിക്കുന്നതാണ് എന്നുള്ള വിധത്തിലാണ് നിങ്ങൾ പറഞ്ഞത്. ഇത് സ്ത്രീകളുടെ വികാരം, അവരുടെ ഉദ്ദേശ്യം, അവരുടെ ലക്ഷ്യം ഈ രാജ്യത്ത് സാധിക്കുന്നതിന് ഭരണഘടനയും ഐക്യരാഷ്ട്രസഭയും ഞങ്ങൾക്ക് അനുവദിച്ചിരിക്കുന്ന ആനുകൂല്യങ്ങൾ, ഞങ്ങൾക്കുവേണ്ടി പറഞ്ഞിരിക്കുന്ന കാര്യങ്ങൾ നടപ്പിലാക്കുന്നതിന് എങ്ങനെ വേണമെന്നുള്ള കാര്യത്തെക്കുറിച്ചാണ്. അതാണ് ഞാൻ പറഞ്ഞത്, ഇത് ഒരു പുതിയ സ്റ്റെപ്പാണ്. പലതും ചിലപ്പോൾ മാറ്റേണ്ടിവരും. അതുകൊണ്ടാണ് ഈ ബിൽ സബ്ജക്ട് കമ്മിറ്റിക്ക് വിടാതെ സെലക്ട് കമ്മിറ്റിക്ക് വിടുന്നത്. ഇത് വെറും ഒരു വെള്ളാനയാണെന്ന് പറഞ്ഞ് നിങ്ങൾ കളിയാക്കണ്ട. ഞാൻ ഈ ബിൽ അവതരിപ്പിച്ചപ്പോൾതന്നെ പറഞ്ഞു ഈ കമിഷന്റെ കാര്യത്തിൽ രണ്ടുവിധത്തിലുള്ള അഭിപ്രായങ്ങളുണ്ട്. അതിലൊന്ന് മുഴുവൻ അധികാരങ്ങളും ഈ കമിഷനുതന്നെ കൊടുക്കണമെന്നാണ്. ഈ കമിഷൻ വന്നാൽ എന്തുവിധത്തിലാകുമെന്നുള്ളത് നോക്കണം. മറ്റേത്, ഒരധികാരവും ഈ കമിഷന് കൊടുക്കേണ്ട. റെക്കമെന്റ് ചെയ്യാനുള്ള അധികാരംമാത്രം കൊടുത്താൽ മതി എന്നുള്ളതാണ്. ഈ കമിഷന്റെ റെക്കമെന്റേഷൻ നിയമസഭയിൽ അവതരിപ്പിച്ച് അത് നടപ്പിലാക്കുന്ന വിധത്തിലുള്ള നടപടികളെടുക്കുക- അതാണ് ഈ ബിൽ എഴുതിവച്ചിരിക്കുന്നത്. അത് എങ്ങനെ മാറ്റണമെന്നുള്ളതിനെക്കുറിച്ച് നിങ്ങൾക്ക് അഭിപ്രായം പറയാം. ഞാൻ അതിന് എതിരല്ല. സ്ത്രീകൾക്ക് അനുവദിച്ചിരിക്കുന്ന അവകാശം കിട്ടാൻ ഈ നിയമം പാസാക്കിയാൽമാത്രം മതിയെന്നുള്ള അഭിപ്രായം എനിക്കില്ല. ഒരുകാലത്ത് ഞാനെല്ലാം കാർഷികനിയമം നടപ്പിലാക്കണമെന്നും ജന്മിത്തം അവസാനിപ്പിക്കണമെന്നും പറഞ്ഞ് മുദ്രാവാക്യം വിളിച്ചപ്പോൾ എന്റെ നേരെ നോക്കി പട്ടയമെഴുതി കാശുകൊടുത്തു നടന്നാൽ നടക്കില്ലെന്ന് പറഞ്ഞു. ഇത് ഇവിടത്തെ കൃഷിക്കാരെക്കൊണ്ട് അംഗീകരിപ്പിച്ചു. ഈ നാട്ടിലെ സംയുക്തമായിട്ടുള്ള സ്ത്രീകളുടെ സംഘടന ഈ നിയമം നടപ്പിലാക്കുന്നതിനുവേണ്ടിയുള്ള നടപടികൾ ഉണ്ടാക്കിക്കും.

അവരെ സഹായിക്കുന്നതിനുവേണ്ടിയുള്ള ഒരു നിയമമാണിത്. അവരെ സഹായിക്കാൻവേണ്ടി കരുത്തുറ്റ സംഘടനകൾ ഈ രാജ്യത്ത് ഉയർന്നു വരാനും അവരുടേതായിട്ടുള്ള പ്രതിനിധികൾ വരാനും വേണ്ടിയിട്ടുള്ള ഒരു നിയമമാണിത്. ഞാൻ സംസാരിച്ചുകൊണ്ടിരുന്നപ്പോൾ ശ്രീ. കെ ശങ്കരനാരായണൻ എഴുന്നേറ്റുനിന്ന് ഇത് ഒരു പുരുഷവിരുദ്ധ നിയമമാ ണെന്ന് പറയുകയുണ്ടായി. ഇത് ഒരു പുരുഷവിരുദ്ധ നിയമമല്ല. ഇത് ഒരു വെള്ളാനയാണെങ്കിൽ സ്ത്രീകളുടെ കാര്യത്തിന് ഒരു വെള്ളാന കൂടി ഇരിക്കട്ടെ.

ശ്രീ. കെ ശങ്കരനാരായണൻ: ബഹുമാനപ്പെട്ട മന്ത്രി ദയവായി കേൾക്കാൻവേണ്ടി പറയുന്നു, ഞങ്ങൾ സ്ത്രീകൾക്ക് എന്ത് ആനുകൂല്യം കൊടുക്കുന്നതിലും അനുകൂലമായിട്ടുള്ളവരാണ്. ബഹുമാനപ്പെട്ട മന്ത്രി തന്നെ ഇപ്പോൾ ചോദിച്ചു, ഞാൻ ഈ ബിൽ ഇവിടെ അവതരിപ്പിച്ച് സംസാരിച്ചപ്പോൾ പ്രയോഗിച്ച വാക്കുകൾ പുരുഷന്മാർക്ക് വിരോധമു ണ്ടാക്കുന്നതും അപമാനമുണ്ടാക്കുന്നതുമാണെന്ന് തോന്നുന്നുണ്ടോ യെന്ന്. ഞങ്ങളുടെ വീട്ടിലും അമ്മയുണ്ട്. പെങ്ങന്മാരുണ്ട്, ഭാര്യയുണ്ട്. പെൺകുട്ടികളുണ്ട്. ഞാനൊക്കെ എന്റെ അമ്മ വന്നാൽ ഇപ്പോഴും എണീറ്റുനിൽക്കും. അത്ര ബഹുമാനത്തോടുകൂടിയാണ് ഞങ്ങളൊക്കെ സ്ത്രീകളോട് പെരുമാറുന്നതും പെരുമാറാൻ ശീലിച്ചിട്ടുള്ളതും. താഴേ ക്കിടയിൽ ഇതിലെന്തെങ്കിലും അപാകതയുണ്ടെങ്കിൽ അത് നീക്കാനുള്ള ഏത് സംരംഭത്തിനും സ്ത്രീകളെക്കാൾ കൂടുതൽ മുമ്പിൽ നിൽക്കാൻ ഞങ്ങൾ തയ്യാറാണ്.

ശ്രീമതി കെ ആർ ഗൗരിയമ്മ: ശ്രീ. കെ ശങ്കരനാരായണൻ പറ ഞ്ഞു, വീട്ടിൽ അമ്മയുണ്ട്, പെങ്ങന്മാരുണ്ട്, ഭാര്യയുണ്ട്, പെൺകുട്ടിക ളുണ്ട് എന്ന്. അദ്ദേഹത്തിന്റെ അമ്മ വന്നാൽ ഇപ്പോഴും എണീറ്റുനിന്ന് ബഹുമാനം പ്രകടിപ്പിക്കുമെന്ന്. എന്നാൽ, ഈ രാജ്യത്ത് കാമിനിമാർ മാത്രമുണ്ടെന്ന് വിശ്വസിക്കുന്ന ആളുകളുമുണ്ട്. അമ്മയും പെങ്ങളും മക്കളും പെൺകുട്ടികളുമില്ലെന്ന് വിചാരിക്കുന്നവരും ഈ രാജ്യത്തുണ്ട്. ഇങ്ങനെയുള്ള ഒരു രാജ്യത്താണ് നമ്മൾ ജീവിക്കുന്നത്. ഞാൻ മുമ്പ് പറഞ്ഞതുപോലെ ഒരു സ്ത്രീയെ പിടിച്ചുകെട്ടിക്കൊണ്ടുചെന്ന് ചുട്ടുക രിച്ചിട്ട് അത് ശരിയാണെന്ന് പറയുന്ന മന്ത്രിമാരുള്ള ഒരു രാജ്യമാണ് നമ്മുടെ രാജ്യം. സുപ്രീം കോടതിയിലെ ചീഫ് ജസ്റ്റിസിനെപ്പറ്റി ഇവിടെ പറഞ്ഞു. നീ വീട്ടിലിരുന്നോ എല്ലാം ഞങ്ങൾ തന്നുകൊള്ളാം. അതാണ് കുടുംബത്തിന് നല്ലതെന്ന്, അങ്ങനെ പറയുന്നവരുമുണ്ട്. നിയമം നടപ്പി ലാക്കാൻ വൈമുഖ്യം കാണിക്കുന്ന വേറെയും ജഡ്ജിമാർ ഈ രാജ്യത്ത് കാണും. അല്ലെങ്കിൽ ഇത് വരുമോ? സ്ത്രീകളുടെ കാര്യത്തിൽ ഇങ്ങനെ ഒരു നടപടിക്രമം വരുമ്പോൾ അതിനെ ചെറിയ കാര്യമായി കാണാതെ,

ഇന്ന് സ്ത്രീ പുരുഷന്മാർ തമ്മിലുള്ള ഒരു ഗുസ്തിയായി കാണാതെ, സമൂഹത്തിന്റെ പുരോഗതിക്കുവേണ്ടി പ്രവർത്തിക്കേണ്ടതായിട്ടുള്ള നമ്മുടെ ജനസംഖ്യയിൽ പകുതിയിലധികം വരുന്ന സ്ത്രീകളെ ഉത്തേജനമുള്ളവരാക്കാനും അവരുടെ അവകാശങ്ങൾ നേടിയെടുക്കുന്നതിനുവേണ്ടിയിട്ടുള്ള സംഘടനാബലമുണ്ടാക്കാനും അവരുടെ അവകാശങ്ങൾ നേടിയെടുക്കുന്നതിനുംവേണ്ടിയിട്ടുള്ള ഒരു നിയമനിർമ്മാണമാണിത്. ഇതിൽ അപാകതകൾ കാണും. പോരായ്മകൾ കാണും. കൂട്ടിച്ചേർക്കേണ്ടത് കാണും. എന്റെ ഉദ്ദേശ്യമാണ് ഈ ബില്ലിന്റെ ഉദ്ദേശ്യ വിവരണത്തിൽ എഴുതിയിരിക്കുന്നത്.

ശ്രീ. ടി എം ജേക്കബ്: ബഹുമാനപ്പെട്ട ഗൗരിയമ്മ ഇങ്ങനെ ദേഷ്യപ്പെട്ടും വളരെ വികാരപരമായിട്ടും സംസാരിച്ചിട്ട് കാര്യമില്ല. ഞാൻ പറഞ്ഞത് ബഹുമാനപ്പെട്ട മന്ത്രി തെറ്റിദ്ധരിച്ചിരിക്കുകയാണ്. അതായത് ഇപ്പോൾ ഉണ്ടാക്കിയിരിക്കുന്ന ഈ നിയമത്തിലെ പ്രൊപ്പോസലിൽ പറഞ്ഞിരിക്കുന്നതനുസരിച്ചാണെങ്കിൽ ഒരു വെള്ളാന പടച്ചുവയ്ക്കാനേ സാധിക്കൂ. റെക്കമെന്റേറ്ററി നേച്ചറാണ്. ഞാൻ ആവശ്യപ്പെട്ടത് അത് മാറ്റിയിട്ട് ഇതിന് കൂടുതൽ അധികാരങ്ങൾ കൊടുത്തുകൊണ്ട് ഒരു നിയമനിർമ്മാണമുണ്ടാക്കണമെന്നാണ്. എന്താണ് ആ ഭാഗം ഉൾക്കൊള്ളാൻ ശ്രീമതി ഗൗരിയമ്മയ്ക്ക് ഇത്ര വിഷമം?

സ്ത്രീകൾക്ക് വേണ്ടിയുള്ള ഒരു കമിഷനും അതിന് അനുബന്ധമായിട്ടുള്ള കുറെ ഉദ്യോഗസ്ഥന്മാരും വന്നാൽ അതൊരു വെള്ളാനയാണെന്ന് കരുതാത്ത ആളാണ് ഞാൻ. എന്താണെന്നുവച്ചാൽ അത്ര ബുദ്ധിമുട്ടുകയും സഹിക്കുകയും ചെയ്യുന്ന ഒരു വിഭാഗമാണ് സ്ത്രീകൾ. അവർക്കുവേണ്ടി ഒരു കമിഷനും കുറച്ച് ഉദ്യോഗസ്ഥന്മാരും ഉണ്ടായിപ്പോയാൽ അതൊരു വെള്ളാനയാണോ? ഞാൻ അങ്ങനെ വിചാരിക്കുന്നില്ല. എന്റെ ഉദ്ദേശ്യലക്ഷ്യമാണ് ബില്ലിലെ ഉദ്ദേശ്യലക്ഷ്യത്തിൽ പറഞ്ഞത്. ഉദ്ദേശ്യലക്ഷ്യമെന്താണെന്നുള്ളതും സ്റ്റേറ്റ്മെന്റ് ഓഫ് ഒബ്ജക്റ്റ്സ് ആൻഡ് റീസൺസിൽ ഞാൻ പറഞ്ഞു. ഒരു നിസ്സാര കാര്യം, ഏതാണ്ട് ഒരു വെള്ളപ്പേപ്പറിൽ എഴുതിക്കളയേണ്ട ഒരു കാര്യം ഇത്ര വലിയ സീരിയസായിട്ട് എടുത്ത് ഇവിടെ അവതരിപ്പിക്കേണ്ട കാര്യം ശ്രീ. ടി എം ജേക്കബിനുണ്ടായിരുന്നോ? ഇങ്ങനെയുള്ള ആളുകൾ സ്ത്രീകളുടെ വികാരം മനസ്സിലാക്കാൻ കഴിയാത്ത ആളുകളാണ് എന്നുള്ളതാണ് എന്റെ അഭിപ്രായം. ഞാൻ ചിലപ്പോൾ സംസാരിച്ച അവസരത്തിൽ കുറച്ച് ദേഷ്യത്തിൽ പറഞ്ഞുകാണും. ഞാനൊക്കെ പ്രസ്ഥാനത്തിൽ വന്നകാലംമുതൽ സ്ത്രീകളുടെ സംഘടന കെട്ടിപ്പടുക്കാൻവേണ്ടി നടന്ന ആളാണ്. അവർക്കുവേണ്ടിയുള്ള പോരാട്ടത്തിൽ പങ്കെടുത്തിട്ടുള്ള ആളാണ്. അതുകൊണ്ട് ഈ രാജ്യത്ത് ഈ കാര്യ

ത്തിൽ കുറെ നേട്ടങ്ങളുണ്ടായിട്ടുണ്ട്. സ്ത്രീകളുടെ മോചനം പൊതുമുതലാളിത്തം നിലനിൽക്കുന്ന അത്രയും കാലം നടക്കുകയില്ല. അതുകൊണ്ട് പൊതുമുതലാളിത്തത്തിനെതിരായിട്ട് ഒരു പോരാട്ടം നടത്തണം. അതിന് സ്ത്രീകളെയുംകൂടി സംഘടിപ്പിച്ചുകൊണ്ട് പോരാട്ടം നടത്തിയെങ്കിലേ ഈ സാമൂഹ്യ വ്യവസ്ഥിതി മാറ്റാൻ സാധിക്കുകയുള്ളൂ. പക്ഷേ, അതുവരെ വിശപ്പില്ലാതിരിക്കുമോ? നമ്മൾ പറയുമല്ലോ സോഷ്യലിസത്തെക്കുറിച്ച്. ആ സോഷ്യലിസം വരുന്ന കാലംവരെ നമുക്ക് ആഹാരം കഴിക്കാതിരിക്കാൻ പറ്റുമോ? ആഹാരം കഴിക്കണം അങ്ങനെ ഒരു സ്ഥിതി വരുന്നതുവരെ. ഇന്നത്തെ സാഹചര്യത്തിൽ നിലവിലിരിക്കുന്ന അനോമലികൾ മാറ്റാനും മറ്റുവിധത്തിൽ വരാനും സ്ത്രീകളെ മുന്നോട്ടുകൊണ്ടുപോകാൻ ഉപകരിക്കത്തക്കവിധത്തിലുള്ള ഒരു നിയമനിർമ്മാണമാകണമിത്. നമ്മൾ തമ്മിൽ ഇപ്പോൾ അങ്ങോട്ടുമിങ്ങോട്ടും ദേഷ്യത്തിൽ സംസാരിച്ചുകാണും. എനിക്ക് ആരോടും ഒരു ദേഷ്യവുമില്ല. ഈ നിയമം ഒരു നല്ല നിയമമാകണം. 1988 മേയ് മാസത്തിൽ എഴുതിയ ഒരു നിയമമാണിത്. ഈ നിയമം തയ്യാറാക്കുന്നതിനുവേണ്ടി പലരുടേയും അഭിപ്രായം ആരാഞ്ഞിരുന്നു. അതിൽ ചില ആളുകളുടെ അഭിപ്രായം വന്നു. ചില ആളുകളുടെ അഭിപ്രായം വന്നില്ല. ആ വിധത്തിൽ വന്നതുകൊണ്ടാണ് ഇനി ഈ നിയമം താമസിപ്പിക്കണ്ട എന്നുവിചാരിച്ച് അതുപോലെതന്നെ അവതരിപ്പിക്കാൻ തീരുമാനിച്ചത്. ഇത് ഒരു നല്ല നിയമമാക്കിത്തീർക്കാൻ വേണ്ടി എല്ലാവരുംകൂടി സഹായിക്കണം. ഇവിടെ നമ്മൾ അങ്ങോട്ടുമിങ്ങോട്ടും പലതും പറഞ്ഞു. ആ വിധത്തിൽ എന്തെങ്കിലുമുണ്ടായിട്ടുണ്ടെങ്കിൽ ഇതൊരു പുരുഷവിദ്വേഷ നിയമമാണെന്നു കരുതണ്ട. നമ്മുടെ നാട്ടിൽ സ്ത്രീകൾക്ക് അർഹമായ സ്ഥാനം കിട്ടാനും നിങ്ങളുടെതന്നെ കുടുംബത്തിൽ സുഖത്തിലും ക്ഷേമത്തിലും കഴിയാനും സ്ത്രീകൾക്ക് അർഹമായ സ്ഥാനം കൊടുക്കണം. ഭാര്യയെ വെറുപ്പിച്ചുകൊണ്ട് ഒരു ഭർത്താവിന് സുഖമായിട്ട് ജീവിക്കാൻ പറ്റുകയില്ല. അത് നിങ്ങൾ മനസ്സിലാക്കണം. ആ നിലയിൽ നല്ല ഒരു കുടുംബസംവിധാനമുണ്ടാക്കാൻ വേണ്ടിയിട്ടുള്ള ഒരു നിയമനടപടിക്രമമായി ഇത് മാറ്റിത്തീർക്കാൻ ഉപകരിക്കട്ടെയെന്ന് ആശംസിക്കുകയും ഈ നിയമം സെലക്ട് കമ്മിറ്റിക്ക് അയക്കണമെന്നുള്ള പ്രമേയം അനുവദിച്ചുതരണമെന്ന് അഭ്യർത്ഥിക്കുകയും ചെയ്യുന്നു.

(1990 ലെ കേരള വനിതാ കമിഷൻ ബിൽ സെലക്ട് കമ്മിറ്റിക്ക് അയക്കണമെന്നുള്ള പ്രമേയം സഭ വോട്ടിനിട്ട് അംഗീകരിച്ചു. ബിൽ സെലക്ട് കമ്മിറ്റിക്ക് അയച്ചു).

കെ ആർ ഗൗരി നിയമസഭയിൽ അവതരിപ്പിച്ച് പ്രാബല്യത്തിൽ വരുത്തിയ പ്രധാന നിയമങ്ങൾ

* 1957 ലെ കേരള സ്റ്റേറ്റ് ഓഫ് എവിക്ഷൻ പ്രൊസീഡിങ്സ് ആക്ട് (കുടിയൊഴിപ്പിക്കൽ നടപടിക്രമം).
* 1957 ലെ ട്രാവൻകൂർ കൊച്ചിൻ ലാന്റ് ടാക്സ് (തിരു-കൊച്ചി ഭൂനികുതി നിയമം).
* 1957 ലെ കേരള ലാന്റ് കൺസർവൻസി ആക്ട് (ഭൂ സംരക്ഷണ നിയമം).
* 1958 ലെ കേരള കോമ്പൻസേഷൻ ഫോർ ടെനന്റ്സ് ഇംപ്രൂവ്മെന്റ് ആക്ട്.
* 1958 ലെ കേരള ലാന്റ് റിലിംക്വിഷ്മെന്റ് ആക്ട് (സർക്കാർ ഭൂമി പതിച്ചു കൊടുക്കൽ നിയമം).
* 1958 ലെ കേരള വെയ്റ്റ് & മെഷേർസ് ആക്ട് (അളവുതൂക്കങ്ങളെക്കുറിച്ചുള്ള ചട്ടം).
* 1959 ലെ കേരള സ്റ്റാമ്പ് ആക്ട് (മുദ്രപ്പത്ര നിയമം).
* 1960 ലെ ജന്മിക്കരം പേയ്മെന്റ് (അബോളിഷൻ) ആക്ട് (ജന്മിക്കരം ഒഴിവാക്കൽ നിയമം).
* 1960 ലെ കേരള അഗ്രേറിയൻ റിലേഷൻ ആക്ട് (പാട്ടക്കുടിയാൻ നിയമം).
* 1968 ലെ കേരള റവന്യൂ റിക്കവറി ആക്ട് (ജപ്തി നിയമം).
* 1987 ലെ കേരള പബ്ലിക് മെൻസ് കറപ്ഷൻ (ഇൻവെസ്റ്റിഗേഷൻ & എൻക്വയറീസ്) ആക്ട് (അഴിമതിനിരോധന നിയമം).
* 1991 ലെ വനിതാ കമിഷൻ ആക്ട്.

അനുബന്ധം 2 : ലേഖനം

നിയമനിർമ്മാണ ചരിത്രത്തിലെ അവിസ്മരണീയമായ ചില ഏടുകൾ

[കേരള നിയമസഭ സുവർണ്ണ ജൂബിലി സ്മരണികയിൽ (2008) കെ ആർ ഗൗരിയമ്മ എഴുതിയ ലേഖനം]

ആയിരത്തിത്തൊള്ളായിരത്തി അൻപത്തിയേഴ് ഏപ്രിൽ അഞ്ചിന് കേരളത്തിലെ ആദ്യ കമ്യൂണിസ്റ്റ് മന്ത്രിസഭ രൂപീകൃതമായി. ആ മന്ത്രിസഭയിൽ ഞാനും ഒരു മന്ത്രിയായി.

എന്തുകൊണ്ടും കേരളവും കേരളജനതയും എക്കാലവും കൃതജ്ഞതയോടുകൂടി സ്മരിക്കുന്ന അനേകം നിയമനിർമ്മാണങ്ങളും അനേകം ഗവൺമെന്റുത്തരവുകളും പാസാക്കുകയും പുറപ്പെടുവിക്കുകയും ചെയ്ത നിയമസഭയും ഗവൺമെന്റുമായിരുന്നു 1957 ലേത്. 1957 ഏപ്രിൽ അഞ്ചിനാണ് അധികാരത്തിൽ വന്നതെങ്കിലും കേരളത്തിലെ കുടിയാന്മാരായ കൃഷിക്കാരെയും കുടികിടപ്പുകാരെയും അവർ കൃഷിചെയ്യുന്ന ഭൂമിയിൽനിന്നും താമസിക്കുന്ന കുടികിടപ്പിൽനിന്നും ഒഴിപ്പിക്കുന്നത് തടഞ്ഞുകൊണ്ടും പാട്ടക്കുടിശ്ശികയും പാട്ടംപിരിവും തടഞ്ഞുകൊണ്ടുമുള്ള ഓർഡിനൻസ് 1957 ഏപ്രിൽ പതിനൊന്നിന് പുറപ്പെടുവിക്കുകയുണ്ടായി. ഭൂമി കൈവശംവെച്ച് കൃഷിചെയ്ത് പാട്ടമോ ഭോഗമോ കൊടുത്തിരുന്ന എല്ലാ കുടിയാന്മാരെയും ഏതുപേരിൽ അറിയപ്പെട്ടിരുന്നാലും യഥാർത്ഥ കുടിയാനായി കണക്കാക്കി പരമാവധി 'കുടിയാൻ' എന്ന പദത്തിന്റെ നിർവ്വചനത്തിൽ ഉൾപ്പെടുത്തിയും താങ്ങാനാവാത്ത പാട്ടക്കുടിശ്ശികമൂലം ഒഴിപ്പിക്കപ്പെട്ടിരുന്ന കുടിയാന്മാരെ അതിൽനിന്ന് മോചിപ്പിച്ചും നാശനഷ്ടം വരുത്തിയെന്ന പേരിൽ ഒഴിപ്പിച്ചിരുന്ന കുടികിടപ്പുകാരെയും ഒഴിപ്പിക്കൽ നടപടിയിൽനിന്നും പാട്ടം കൊടുക്കലിൽനിന്നും ഒഴിവാക്കി അവരെ രക്ഷിക്കുക എന്നതായിരുന്നു ഈ ഓർഡിനൻസ് വഴി സാദ്ധ്യമായത്. ഇതിനും പുറമേ 1958 ൽ ഗവൺമെന്റ് ഭൂമി പതിച്ചുകൊടുക്കുന്ന

തിന് പാസാക്കിയ 1958 ലെ ഗവൺമെന്റ് ഭൂമി പതിവു നിയമം (Land Assignment Act) സർക്കാർ ഭൂമി അനധികൃതമായി കയ്യേറി കൃഷി ചെയ്തു ജീവിച്ചുപോന്ന പാവപ്പെട്ട കൃഷിക്കാർക്കും കുത്തക പാട്ടവ്യവസ്ഥയിൽ കൃഷി ചെയ്ത കൃഷിക്കാർക്കും വലിയ ആശ്വാസമായി. ഈ നിയമംമൂലം പാവപ്പെട്ട കൃഷിക്കാർക്ക് സർക്കാർ ഭൂമി ഒരളവുവരെ പതിച്ചുനൽകാനും 1958 നവംബർ 1 കേരളപ്പിറവി ദിനത്തിൽ ഇവർക്ക് പട്ടയം നൽകിത്തുടങ്ങാനും കഴിഞ്ഞു. 1944 നുശേഷം തിരുവിതാംകൂറിൽ ഭൂമി പതിവു നിയമം റദ്ദു ചെയ്തിരുന്നു. റവന്യൂ ഉദ്യോഗസ്ഥരുടെ ദയാകാരുണ്യത്തിൽ കഴിഞ്ഞിരുന്നവരും ഗവണ്മെന്റ് ഭൂമിയിൽ പാട്ടം കൊടുത്തും അല്ലാതെയും കൃഷി ചെയ്തിരുന്നവരുമായ പാവപ്പെട്ട കുടിയാന്മാർക്ക് വമ്പിച്ച ആശ്വാസം പകരാൻ ഇടയാക്കിയ നിയമമായിരുന്നു അത്. എല്ലാ രാഷ്ട്രീയ പാർട്ടികളുടെ പ്രതിനിധികളും ഉദ്യോഗസ്ഥരുമടങ്ങിയ കമ്മിറ്റി (Land Assignment Committe)ക്ക് പതിച്ചുനൽകൽ പരിശോധിച്ച് തീരുമാനമെടുക്കാൻ വിട്ടതും കുടിയാന്മാർക്ക് ആശ്വാസം നൽകുന്ന നടപടിയായിരുന്നു.

ഇതിനുശേഷമാണ് കാർഷികബന്ധ ബിൽ രൂപപ്പെടുത്തി അവതരിപ്പിച്ച് നിയമമാക്കിയെടുത്തത്. കേരള കാർഷികബന്ധ ബിൽ എഴുതിയുണ്ടാക്കി 1958 ഡിസംബർ 18 ന് നിയമസഭയിൽ അവതരിപ്പിച്ചു. ബിൽ നിയമസഭയിൽ അവതരിപ്പിച്ചതിനുശേഷം പൊതുജനാഭിപ്രായം അറിയുന്നതിന് നടപടികളെടുത്തു. ഈ അഭിപ്രായങ്ങൾ ക്രോഡീകരിച്ച് നിയമസഭയിൽവച്ച് അതിന്മേൽ ചർച്ച നടത്തി ബിൽ സെലക്ട് കമ്മിറ്റിക്ക് വിട്ടു. കമ്മിറ്റി ജില്ലകൾതോറും സഞ്ചരിച്ച് അഭിപ്രായം തേടി. വിദഗ്ദ്ധരുമായും സംഘടനകളുമായും കൃഷിക്കാരുമായും ചർച്ച ചെയ്തു. രണ്ടായിരത്തിലേറെ ഭേദഗതികളുണ്ടായിരുന്ന ബില്ല് ഏകദേശം ഒരു മാസക്കാലം ചർച്ച ചെയ്ത് 1959 ജൂൺ 30 ന് പാസാക്കി പ്രസിഡന്റിന്റെ അംഗീകാരത്തിനയച്ചു. 1959 ജൂലായ് 31 ന് അന്നത്തെ മന്ത്രിസഭയെ കേന്ദ്രം പിരിച്ചുവിടുകയും ചെയ്തു.

കേരള നിയമസഭ പാസാക്കി അയച്ച കാർഷികബന്ധ നിയമം പ്രസിഡന്റ് തിരികെ അയച്ചു. പിന്നീട് ശ്രീ. കെ ചന്ദ്രശേഖരൻ മന്ത്രിയായിരുന്നപ്പോൾ ഭേദഗതിയോടെ പാസാക്കി നടപ്പിലാക്കിയെങ്കിലും സുപ്രീംകോടതി റദ്ദു ചെയ്തതിനാൽ ആ നിയമം ഇന്ന് നിലവിലില്ല.

ഇതിനുംപുറമേ ആ നിയമസഭ മുണ്ടശ്ശേരി മാസ്റ്ററുടെ കേരള വിദ്യാഭ്യാസ ബിൽ പാസാക്കി അംഗീകാരത്തിനയച്ചു. ആ നിയമത്തിലെ 11-ാം വകുപ്പ് ഇന്നും ഏറെ പ്രസക്തമാണ്. അദ്ധ്യാപക നിയമനം- എയിഡഡ് വിദ്യാഭ്യാസസ്ഥാപനങ്ങളിലെ അദ്ധ്യാപക നിയമനം പി എസ് സിക്ക് വിട്ടുകൊണ്ടുള്ള വകുപ്പാണത്.

തൊഴിൽരംഗത്തും ആദ്യമന്ത്രിസഭ പുരോഗമനപരമായ നിയമങ്ങളുണ്ടാക്കി. തൊഴിൽസമരങ്ങളിൽ പൊലീസ് ഇടപെടരുതെന്ന ഉത്തരവ് തൊഴിലാളികൾക്ക് പുതുജീവനേകി. 1957 ലെ ആദ്യ മന്ത്രിസഭയാണ് മലബാർ സ്പെഷ്യൽ പൊലീസിൽ മുസ്ലീങ്ങളെ എടുക്കരുതെന്നുണ്ടായിരുന്ന ഉത്തരവ് റദ്ദാക്കിയത്. മുസ്ലീങ്ങൾക്ക് മദ്രസ നടത്തുന്നതിന് കളക്ടറുടെ അനുവാദം വേണമെന്നുള്ളതും റദ്ദാക്കിയത് ആ ഗവൺമെന്റാണ്. 1964 ലെ കേരള ഭൂപരിഷ്കരണ നിയമം ശ്രീ. പി ടി ചാക്കോ റവന്യൂ മന്ത്രിയായപ്പോൾ പാസാക്കിയതാണ്. പിന്നീട് ഞാൻ 1963 ൽ റവന്യൂ മന്ത്രിയായിരുന്നപ്പോൾ രൂപപ്പെടുത്തി അവതരിപ്പിച്ച് പാസാക്കിയെടുത്ത നിയമമാണ് ഇന്ന് നിലനിൽക്കുന്ന നിയമം. ശ്രീ. ചാക്കോയുടെ നിയമത്തിന് 9-ാം ഷെഡ്യൂളിന്റെ പരിരക്ഷയുണ്ടായിരുന്നതിനാൽ 1964 ലെ നിയമത്തിന്റെ ഭേദഗതിയായിട്ടാണ് ആ നിയമം പാസാക്കിയെടുത്തത്. 1969 ലെ ഭൂപരിഷ്കരണ ഭേദഗതി നിയമത്തിൽ, ഒരു കുടുംബത്തിന് കൈവശം വയ്ക്കാവുന്ന ഭൂമിയുടെ പരിധി 15 ഏക്കർ എന്നാണുണ്ടായിരുന്നത്. പിന്നീടുവന്ന 1970-77 കോൺഗ്രസ് സർക്കാരിന്റെ കാലത്ത് ഒരു കുടുംബത്തിന് കൈവശം വയ്ക്കാവുന്ന ഭൂമിയുടെ പരിധി 15 ഏക്കർ എന്നതിൽനിന്ന് കുടുംബത്തിലെ പ്രായപൂർത്തിയായ ഓരോ അംഗത്തിനും 15 ഏക്കർവരെ കൈവശം വയ്ക്കാമെന്നായി. പിന്നീട് 1986 ൽ രൂപീകൃതമായ നായനാർ മന്ത്രിസഭയിൽ റവന്യൂ മന്ത്രിയായിരുന്ന ശ്രീ. ഇസ്മയിൽ തോട്ടമുടമകൾക്ക് തോട്ടമല്ലാതെ തരിശായിക്കിടന്ന മിച്ചഭൂമി ഹൈക്കോടതിവിധി മറികടക്കാനായി കൈമാറ്റം ചെയ്യാമെന്ന് വ്യവസ്ഥയുണ്ടാക്കി. ഈ മിച്ചഭൂമി വാങ്ങുന്നവർ മിച്ചഭൂമിയായിരുന്നു എന്നറിയാതെയാണ് വാങ്ങിയതെന്ന് സത്യവാങ്മൂലം കൊടുക്കുവാനുള്ള വ്യവസ്ഥയുണ്ടാക്കി. പരിധിയിൽ പിന്നെയും വെള്ളം ചേർത്തു. 2004 ലെ ഉമ്മൻചാണ്ടി മന്ത്രിസഭാക്കാലത്ത് ശ്രീ. മാണി തോട്ടങ്ങളെ പൂർണ്ണമായി ഒഴിവാക്കിക്കൊണ്ട് ബിൽ കൊണ്ടുവന്നു പാസാക്കുകയുണ്ടായി. അതുപോലെതന്നെ ഇന്ത്യയിൽ പാവപ്പെട്ടവരിൽ പാവപ്പെട്ടവരായ ഗിരിവർഗ്ഗക്കാരുടെ അന്യാധീനപ്പെട്ട ഭൂമി തിരിച്ചെടുത്ത് അവർക്ക് കൊടുക്കുവാൻ ശ്രീമതി ഇന്ദിരാഗാന്ധിയുടെ നിർദ്ദേശാനുസരണം അച്യുതമേനോൻ സർക്കാർ പാസാക്കിയ ഗിരിവർഗ്ഗക്കാരുടെ ഭൂമി സംരക്ഷിച്ച് തിരികെക്കൊടുക്കൽ നിയമം റദ്ദാക്കി, നായനാർ സർക്കാരിന്റെ കാലത്ത് ശ്രീ. കെ ഇ ഇസ്മയിൽ പുതിയ നിയമം കൊണ്ടുവന്നു പാസാക്കിയെടുത്തു. എന്നാൽ, ഈ നിയമം ഭരണഘടനാ വിരുദ്ധമാണെന്ന കാരണത്താൽ ഇന്ത്യൻ പ്രസിഡന്റ് മടക്കി അയക്കുകയാണുണ്ടായത്. എന്നാൽ, ഈ ഭൂമി കൃഷി ഭൂമിയാണെന്ന പേരിൽ രണ്ടാമത് അവതരിപ്പിച്ച് പാസാക്കിയെടുക്കുകയും ഗവർണറെക്കൊണ്ട് ഒപ്പിടുവിക്കുകയും ചെയ്തു.

ഭൂപരിഷ്കരണനിയമങ്ങൾക്കു പുറമേ ഞാൻ മന്ത്രിയായിരുന്ന കാലത്ത് വേറെ രണ്ട് പ്രധാന നിയമങ്ങൾകൂടി അവതരിപ്പിച്ച് പാസാക്കിയെടുക്കാൻ എനിക്ക് അവസരമുണ്ടായി. രണ്ടും 1987-91 മന്ത്രിസഭാക്കാലത്താണ്. അതിൽ ആദ്യത്തേത് കേരളാ വിമൻസ് കമിഷൻ നിയമമാണ്. ആ നിയമത്തിന് അനേകം പോരായ്മകളുണ്ട്. ഗവൺമെന്റ് അത് ശ്രദ്ധിച്ച് പരിഹാരം കാണേണ്ടതാണ്.

വേറെ ഒരു പ്രധാനപ്പെട്ട നിയമംകൂടി ഞാൻ നിയമസഭയിൽ അവതരിപ്പിച്ച് പാസാക്കി-അഴിമതി നിരോധന നിയമം. രാത്രി മുഴുവനോളം ചർച്ച ചെയ്ത് വെളുപ്പിന് പാസാക്കിയെടുത്ത നിയമമാണത്. അതും 1987 -91 മന്ത്രിസഭാക്കാലത്താണ്.

നിയമസഭയിൽ ഭരണരംഗത്തും പ്രതിപക്ഷത്തും ഞാൻ പ്രവർത്തിച്ചിട്ടുണ്ട്. അഞ്ചുപ്രാവശ്യം മന്ത്രിയായിട്ടുമുണ്ട്. വിവിധ വകുപ്പുകൾ കൈകാര്യം ചെയ്യാൻ അവസരവും ലഭിച്ചിട്ടുണ്ട്. 1987 ൽ ഞാൻ വ്യവസായ മന്ത്രിയായപ്പോൾ പൂട്ടിക്കിടന്നതും നഷ്ടത്തിലായിരുന്നതുമായ പല വ്യവസായ സ്ഥാപനങ്ങളും പുനരുദ്ധരിപ്പിക്കാൻ കഴിഞ്ഞു. മാവൂർ ഗ്വാളിയോർ റയോൺസ് തുറന്ന് പ്രവർത്തനം തുടങ്ങിയത് അക്കാലത്താണ്. തിരുവനന്തപുരത്ത് ടെക്നോപാർക്ക് സ്ഥാപിച്ചതും അക്കാലത്താണ്. യൂണിവേഴ്സിറ്റിയുടെ റിസർച്ച് വിങ്ങും അമേരിക്കയിലെ സിലിക്കോൺ വാലിയിലെ വ്യവസായങ്ങളും തമ്മിലുള്ള ബന്ധവും വ്യവസായങ്ങളുടെ Technology Upgradation നെ എങ്ങനെ സഹായിക്കുന്നുവെന്ന് മനസ്സിലാക്കിയാണ് കേരള സർവ്വകലാശാലയുടെ ക്യാമ്പസിൽത്തന്നെ ടെക്നോപാർക്ക് തുടങ്ങിയത്. എന്നാൽ, അത്തരത്തിലൊരു ബന്ധം ഇന്നും ഇവിടെ തുടങ്ങിയിട്ടില്ല. അതുണ്ടായിരുന്നെങ്കിൽ യൂണിവേഴ്സിറ്റിക്കും ടെക്നോപാർക്കിനും ഒരുപോലെ ഗുണകരമായേനെ. അതുപോലെ KELTRON നടത്തിയിരുന്ന E R & D C നഷ്ടമായി അടച്ചുപൂട്ടാൻ തുടങ്ങിയ കാലത്ത് കേന്ദ്ര ഗവൺമെന്റിന് വിട്ടുകൊടുത്തതിനാൽ ഇലക്ട്രോണിക്സ് രംഗത്തെ Technology യുടെ വളർച്ചയ്ക്ക് സഹായകരമായി ഇന്നും അത് നിലനിൽക്കുന്നു. പൂട്ടിക്കിടന്നിരുന്ന അനേകം വ്യവസായങ്ങൾ തുറന്ന് പ്രവർത്തിപ്പിക്കാൻ സാധിച്ചതിനാൽ അഖിലേന്ത്യാ വ്യവസായ പുനരുദ്ധാരണ ട്രിബ്യൂണലിന്റെ പ്രശംസ പിടിച്ചുപറ്റാൻ കേരളത്തിനന്ന് കഴിഞ്ഞു. പരമ്പരാഗത വ്യവസായങ്ങളായ കയർ, കശുവണ്ടി, കൈത്തറി എന്നിവയുടെ നവീകരണത്തിനും പുനരുദ്ധാരണത്തിനും അതോടൊപ്പം അവയിലെ തൊഴിലാളികൾക്ക് കൂടുതൽ തൊഴിൽദിനങ്ങൾ സൃഷ്ടിക്കാനും അന്ന് കഴിഞ്ഞിട്ടുണ്ട്.

കഴിഞ്ഞ രണ്ടു നിയമസഭകളിലൊഴികെ ഞാൻ അവിഭക്ത കമ്യൂണിസ്റ്റ് പാർട്ടിയുടെയോ പിന്നീട് മാർക്സിസ്റ്റ് പാർട്ടിയുടെയോ അംഗമാ

യാണ് നിയമസഭയിലെത്തിയത്. 1960 നുശേഷം പ്രതിപക്ഷത്ത് ഞാൻ ഡെപ്യൂട്ടി ലീഡറായിരുന്നു. ഇ എം ശങ്കരൻ നമ്പൂതിരിപ്പാട് നിയമസഭാ കക്ഷി ലീഡറായിരുന്നപ്പോൾ ഞാൻ ഡെപ്യൂട്ടി ലീഡറായിരുന്നെങ്കിലും ലീഡറായിട്ടായിരുന്നു പ്രവർത്തിച്ചിരുന്നത്. പൊളിറ്റ് ബ്യൂറോ മെമ്പറായോ പാർട്ടി സെക്രട്ടറിയായോ പ്രവർത്തിച്ചിരുന്നതിനാൽ മിക്ക സമ്മേളനങ്ങളിലും അദ്ദേഹം ഹാജരാകുന്നുണ്ടായിരുന്നില്ല. അങ്ങനെ ഒരവസരത്തിലാണ് പ്രീഡിഗ്രി ബോർഡിനെതിരായ പ്രതിപക്ഷ സമരത്തിൽ നിയമസഭയ്ക്കകത്ത് ഞാൻ നിരാഹാരസമരം നടത്താനിടയായത്. ആശയപരമായി പ്രീഡിഗ്രി ബോർഡ് പാർട്ടി നിലപാടിനെതിരായിരുന്നെങ്കിലും എൻ ജി ഒ യൂണിയന്റെ സെക്രട്ടറിയായിരുന്ന നിയമസഭാംഗം ശ്രീ. ഇ പത്മനാഭനും പാർട്ടി തീരുമാനമനുസരിച്ച് ഞാനും മറ്റ് എൽ ഡി എഫിലെ അംഗങ്ങളും നിരാഹാരം ആരംഭിച്ചു. ഉന്നയിച്ച പ്രധാന ആവശ്യങ്ങൾ അംഗീകരിച്ചാണ് സത്യഗ്രഹം അവസാനിപ്പിച്ചതെങ്കിലും ചില കേസുകൾ പിൻവലിക്കലൊഴിച്ച് മറ്റൊന്നും നടപ്പിലാക്കിയില്ല. എന്നാൽ, വേണ്ടായെന്ന് തീരുമാനിച്ച പ്രീഡിഗ്രി ബോർഡ് പ്ലസ് ടു എന്ന നിലയിൽ നടപ്പാക്കിയത് മാർക്സിസ്റ്റ് ഗവൺമെന്റാണ്. അന്നതിനെ എതിർക്കേണ്ട കാര്യമില്ലായിരുന്നു. പൊതുവിദ്യാഭ്യാസരംഗത്തു വരുത്തിയ മാറ്റം കേരളത്തിനും ബാധകമാക്കുന്നതാണെന്ന തോന്നൽ പിന്നീടാണുണ്ടായത്.

സാമൂഹ്യനീതിക്കായും അഴിമതിക്കും അനീതിക്കുമെതിരെ വളരെയധികം പോരാട്ടങ്ങൾ നടന്ന നിയമസഭകളിലൊന്നാണ് കേരള നിയമസഭ. ജനങ്ങളുടെ ജീവിതപ്രശ്നങ്ങൾ പരിഹരിക്കാൻ അരയും തലയും മുറുക്കി പോരാടി ഇത്രയും നിയമങ്ങൾ പാസാക്കിയ വേറൊരു നിയമസഭ ഇന്ത്യയിൽ ഉണ്ടായിരിക്കാൻ കഴിയില്ല. ജനങ്ങളുടെ ജനാധിപത്യ അവകാശങ്ങൾ സംരക്ഷിക്കാനും പൗരാവകാശ ധ്വംസനമില്ലാതെ സ്വൈരമായി ജീവിക്കാനുമുള്ള അവകാശത്തിനായി നിയമസഭയ്ക്കകത്തും പുറത്തും ഇനിയും വളരെ പോരടിക്കേണ്ടിയിരിക്കുന്നു.

അനുബന്ധം 3

ജീവിതരേഖ

1919 ജൂലൈ 14	ചേർത്തല, കളത്തിപ്പറമ്പിൽ അയ്യപ്പൻ രാമന്റെയും പാർവ്വതി അമ്മയുടെയും പത്ത് മക്കളിൽ ഏഴാമത്തെയാളായി ജനിച്ചു.
	ഭാരതി വിലാസം സ്കൂൾ, തുറവൂർ ടി ഡി ഹൈസ്കൂൾ, ചേർത്തല ഇംഗ്ലീഷ് ഹൈസ്കൂൾ എന്നിവിടങ്ങളിൽ സ്കൂൾ വിദ്യാഭ്യാസം.
1936	ഇന്റർ മീഡിയറ്റ് പഠനം, എറണാകുളം മഹാരാജാസ് കോളേജിൽ.
1938	എറണാകുളം സെന്റ് തെരേസാസ് കോളേജിൽ ബി എ പഠനം.
1942	തിരുവനന്തപുരം ലോ കോളേജിൽ ബി എൽ കോഴ്സിന് ചേർന്നു.
1946	പി കൃഷ്ണപിള്ളയിൽനിന്നും കമ്യൂണിസ്റ്റ് പാർട്ടി അംഗത്വം സ്വീകരിച്ചു. ചേർത്തലയിൽ അഡ്വക്കേറ്റായി പ്രവർത്തനം ആരംഭിച്ചു.
1948	തിരുവിതാംകൂർ നിയമസഭയിലേക്ക് മത്സരിച്ചു പരാജയപ്പെട്ടു.
	പുന്നപ്ര-വയലാർ വെടിവയ്പിനുശേഷം അറസ്റ്റ് ചെയ്ത് ചേർത്തല പൊലീസ് സ്റ്റേഷനിൽ അടച്ചു. ഡെറ്റിന്യൂ തടവുകാരിയായി പൂജപ്പുര സെൻട്രൽ

	ജയിലിൽ അടയ്ക്കപ്പെട്ടു. ജയിലിൽ ക്രൂരമർദ്ദനം ഏൽക്കേണ്ടിവന്നു.
1950	വീണ്ടും ജയിലിൽ.
1952	കയർ ബോർഡ് അംഗം.
1952–1953 1954–1956	ചേർത്തല മണ്ഡലത്തെ പ്രതിനിധീകരിച്ച് തിരു-കൊച്ചി നിയമസഭയിൽ അംഗം.
1957 ഏപ്രിൽ 5	കേരള നിയമസഭയിലേക്കുള്ള ആദ്യ തിരഞ്ഞെടുപ്പിൽ ചേർത്തല മണ്ഡലത്തിൽനിന്നും വിജയിച്ച്, ഇ എം എസ് മന്ത്രിസഭയിൽ റവന്യൂ മന്ത്രി.
1957 മെയ് 30	ടി വി തോമസുമായിട്ടുള്ള വിവാഹം.
1960 ഡിസംബർ	കോഴിക്കോട് ചേർന്ന കർഷകസംഘം സമ്മേളനത്തിൽവച്ച് സംസ്ഥാന പ്രസിഡന്റായി തിരഞ്ഞെടുക്കപ്പെട്ടു. 1984 വരെ ആ സ്ഥാനത്ത് തുടർന്നു.
1964	കമ്യൂണിസ്റ്റ് പാർട്ടി പിളർന്നപ്പോൾ സി പി ഐ (എം)ൽ.
1964 ഒക്ടോബർ	ആലപ്പുഴയിൽ ചേർന്ന സമ്മേളനത്തിൽ സി പി ഐ (എം) സംസ്ഥാന കമ്മിറ്റിയിൽ.
1967 മാർച്ച് 6	രണ്ടാം ഇ എം എസ് മന്ത്രിസഭയിൽ റവന്യൂ-ദേവസ്വം-സിവിൽ സപ്ലൈസ് നിയമ-സാമൂഹ്യസുരക്ഷാ വകുപ്പുമന്ത്രി.
1967–1976	കേരള മഹിളാസംഘം പ്രസിഡന്റ്.
1976–1987	കേരള മഹിളാസംഘം സെക്രട്ടറി.
1977	ടി വി തോമസിന്റെ മരണം (മാർച്ച് 26). നിയമസഭാ തിരഞ്ഞെടുപ്പിൽ പരാജയപ്പെട്ടു.
1980 ജനുവരി 25 1981 ഒക്ടോബർ 20	ഒന്നാം ഇ കെ നായനാർ മന്ത്രിസഭയിൽ കൃഷി-സാമൂഹ്യ സുരക്ഷ-വ്യവസായം-വിജിലൻസ് വകുപ്പുമന്ത്രി.
1981 മാർച്ച്	ചെന്നൈയിൽ ചേർന്ന അഖിലേന്ത്യാ ജനാധിപത്യ മഹിളാ അസോസിയേഷൻ രൂപീകരണ സമ്മേളനത്തിൽ കേന്ദ്ര കമ്മിറ്റിയിലേക്ക് തിരഞ്ഞെടുക്കപ്പെട്ടു.

1987 മാർച്ച് 26 – 1991 ജൂൺ 7	രണ്ടാം ഇ കെ നായനാർ മന്ത്രിസഭയിൽ കൃഷി-കയർ-ക്ഷീരവികസന വകുപ്പുമന്ത്രി.
1988 നവംബർ	സി പി ഐ (എം) സംസ്ഥാന സെക്രട്ടേറിയറ്റിലേക്ക് തിരഞ്ഞെടുക്കപ്പെട്ടു.
1992	ഫെബ്രുവരി 2 ന് ചേർന്ന സംസ്ഥാന കമ്മിറ്റി, അച്ചടക്ക ലംഘനത്തിന് സെൻഷർ ചെയ്യാൻ തീരുമാനിച്ചു.
	ഡിസംബർ 5 മുതൽ 8 വരെ ചേർന്ന സി പി ഐ (എം) സംസ്ഥാന കമ്മിറ്റി സംസ്ഥാന സെക്രട്ടേറിയറ്റിൽനിന്നും നീക്കംചെയ്തു.
1993 നവംബർ	സി പി ഐ (എം) സംസ്ഥാന കമ്മിറ്റിയിൽനിന്നും ഒഴിവാക്കാനും ആലപ്പുഴ ജില്ലാ കമ്മിറ്റിയിലേക്ക് തരംതാഴ്ത്താനും തീരുമാനിച്ചു.
1994 ജനുവരി 1	സി പി ഐ (എം)ൽനിന്നും പുറത്താക്കി.
1994 മാർച്ച് 20	ആലപ്പുഴയിൽ ജനാധിപത്യ സംരക്ഷണ സമിതി (ജെ എസ് എസ്) എന്ന പേരിൽ പാർട്ടി ആരംഭിച്ചു.
1996	യു ഡി എഫ് പിന്തുണയോടെ അരൂരിൽനിന്നും നിയമസഭയിലേക്ക്.
1998	ജെ എസ് എസിനെ യു ഡി എഫിൽ ഘടകകക്ഷി ആക്കി.
2001 മെയ് 17 – 2006 മെയ് 12	എ കെ ആന്റണിയുടെ നേതൃത്വത്തിലുള്ള യു ഡി എഫ് മന്ത്രിസഭയിലും ഉമ്മൻചാണ്ടിയുടെ നേതൃത്വത്തിലുള്ള മന്ത്രിസഭയിലും അംഗം.
2006, 2011	അരൂർ, ചേർത്തല മണ്ഡലങ്ങളിൽ തോൽവി.
2011	'ആത്മകഥ'യ്ക്ക് കേരള സാഹിത്യ അക്കാദമി അവാർഡ്.
2014	ഇടതുപക്ഷ ജനാധിപത്യ മുന്നണിയുമായി യോജിച്ച് പ്രവർത്തിക്കാൻ തീരുമാനിച്ചു.
2021 മേയ് 11	അന്തരിച്ചു.

www.ingramcontent.com/pod-product-compliance
Lightning Source LLC
LaVergne TN
LVHW090355051026
849518LV00006B/2139